TRONG NHỮNG THOÁNG CHỐC
tùy bút & tạp ghi của **Vĩnh Hảo**

TRONG NHỮNG THOÁNG CHỐC
Tuyển tập tùy bút và tạp ghi của Vĩnh Hảo
Hình bìa của Nhiên An
Xuất bản năm 2014
Tác giả giữ bản quyền

TỰA

Sinh ra, tồn tại, suy biến và hoại diệt trong từng thoáng chốc. Thế gian được thấy như thế.

Những bước chân đi qua, và những gì được ghi lại nơi đây, hầu như cũng chỉ diễn đạt ngần ấy.

Không phải như một tiếng than, mà là lời ca tụng vẻ đẹp mong manh của con người và cuộc đời trong từng khoảnh khắc huyền nhiệm.

California, 04.01.2014

MỤC LỤC

TRONG NHỮNG THOÁNG CHỐC

TẢN MẠN ĐẦU THIÊN KỶ

Khi sáu tỷ người chộn rộn lăng xăng để chờ đợi một cái gì đó thật mới, thật tinh nguyên, thật kỳ diệu, hoặc là thật thảm khốc không thể tưởng... có thể xảy ra ở một thời điểm giao thoa giữa hai giây, hai phút, hai giờ, hai ngày, hai tháng, hai năm, hai thế kỷ, hai thiên kỷ cũ-mới... thì muôn sao vẫn lấp lánh, muôn trùng vẫn cất tiếng ca, muôn cây vẫn xạc xào lay động theo gió mùa. Và đâu đó, vẫn có những bà mẹ ru con với tiếng à ơ. Người nông phu vác cuốc ra đồng. Những bầy trẻ reo vui đùa giỡn trên đường phố, trên sân chơi, bơi lội trên những con sông ngầu đục... Và đâu đó, có người lặng lẽ rót trà vào cái tách nhỏ xíu, uống một mình trong sáng tinh mơ khi bình minh vừa hiện, khai quang một bầu trời ngập nắng. Mây, mây đâu rồi? Chỉ thấy sương mù như bức màn mỏng vén lên chầm chậm, chầm chậm...

THỜI GIAN

Tương lai đã trở thành quá khứ ngay vừa khi mình chợt nghĩ đến nó trong hiện tại. Cái hiện tại mà mình dự tính sẽ viết về một cái tương lai nào đó thực ra đã từng là tương lai của một cái hiện tại ở quá khứ. Cái quá khứ nào cũng đã từng là hiện tại, đồng thời cũng đã từng là tương lai của một cái hiện tại nào đó trong quá khứ. Cái lý đó chẳng lạ lùng gì. Ai cũng biết cả rồi. Có cái gì ở thế giới huyễn mộng này mà hiện hữu một cách như thực đâu kìa? Quá khứ, hiện tại, tương lai. Chỉ là do ý niệm của mình chia chẻ ra đấy thôi. Chỉ là do sự chuyển dịch của tư tưởng nội tại và không gian ngoại tại mà bày vẽ ra đấy thôi. Mà nếu thời gian phải nhờ vào dòng ý niệm tương tục cũng như không gian chuyển dịch mới được hiện hữu thì thời gian đâu có thực. Xét ngay nơi tự thân của cái gọi là "dòng thời gian," tức là ba thì (quá khứ, hiện tại, tương lai) liên tục tiếp nối nhau, thì rõ ràng là nó cũng không thực vì nó hiện hữu bằng sự kết hợp của các điều kiện (nhân duyên). Quá khứ và tương lai là duyên của hiện tại, quá khứ và hiện tại là duyên của tương lai, hiện tại và tương lai là duyên của quá khứ. Nhờ có cái này nên mới biết là có cái kia. Không có cái này thì sẽ không có cái kia. Nếu một trong ba cái mà được chứng minh là có thực thì hai cái còn lại cũng có thực. Như vậy, nếu một trong ba cái mà được chứng minh là không có thực thì hai cái còn lại cũng tất nhiên là không thực. Theo các nhà Trung Quán thì cái gì hiện hữu do sự kết hợp của các nhân duyên thì cái đó không thực, không có tự tánh. Trong lý luận thông thường, ai cũng thấy rằng quá khứ thực ra là một hiện tại đã qua và tương lai thực ra là một hiện tại chưa tới. Như vậy chỉ có cái hiện tại là tương đối được coi là có thực. Nhưng nếu cái hiện tại đó có được là do nhờ phân biệt nó với quá khứ và tương lai thì hiện tại đó cũng không có thực. Cái hiện tại mà không thực thì quá khứ và tương lai cũng không thực. Ba cái không thực cho dù có được kết hợp thì cũng không thể tạo nên một cái thực. Ba viên gạch đất mà kết hợp thì chỉ xây nên tường đất chứ không thể xây nên tường gỗ.

Cho nên khi nhà thiền bảo rằng "hãy dứt bỏ niềm hoài vọng quá khứ và sự dự phóng tương lai, chỉ chú tâm vào hiện tại" thì đó chẳng qua cũng chỉ là một chìa khóa thật nhỏ, thật mong manh, và rất là tạm thời, để mở cửa, để bắt đầu cho một cuộc lên đường trở về thực tại. Cái thực tại đó, nói rằng nó ở trong, ở sau, ở trên, ở ngay, ở trước... gì cũng đều sai. Nó không ở nơi cái hiện tại hiện tiền nào cả. Nó ở cái chỗ mà ý niệm không với tới được. Nó ở cái chỗ mà không còn sự phân biệt của thời gian. Nó ở cái chỗ mà không còn sự phân biệt của không gian. Mà thực ra thì nó cũng không có "ở" chỗ nào cả. Khi mình thấy nó ở giây phút hiện tại hay ở nơi chốn hiện tại thì cái đó không phải là nó (vì cái gì vô biên thì không lệ thuộc vào giới hạn không gian và thời gian; không phải nhờ có cái hiện tại hiện tiền thì thực tại mới được phát sanh hay được phát hiện). Khi mình nghĩ rằng mình nắm được nó ở giây phút hiện tiền thì cái mình nắm được cũng không phải là nó (vì có một người để nghĩ, để nắm, và có một cái bị nghĩ, bị nắm, thì đã lọt vào nhị nguyên). Khi một tâm ý lăng xăng được ngưng tụ lại một chỗ, tập trung vào một công việc nào đó chẳng hạn ngắm cảnh, cắm hoa, rửa chén, thỉnh chuông, đi bộ vân vân, và việc ngưng tụ đó được xem là diễn ra trong giây phút hiện tại, thì cái hành động ngưng tụ ấy thực ra đã có một sự chia chẻ nhị nguyên: có một nỗ lực để gom ý niệm lại (ai là người nỗ lực chú tâm?), có một thời điểm được gọi là hiện tại khác với quá khứ và tương lai, có một công việc đang xảy ra cần cái ý niệm lăng xăng kia phải gom lại và chú tâm vào…

Tất cả mọi thứ đều đã được an bài như vậy. Mọi thứ ở trần gian này đều đã được sắp xếp trong cái huyễn hoặc mộng mị của các tâm thức nô lệ và các chuyển dịch lòng vòng lẩn quẩn của những hành tinh và các động vật. Chính chúng đã tạo ra thời gian rồi tự trói mình trong dòng thời gian ấy. Dòng thời gian giống như một cơn gió thổi qua cuộc đời. Có kẻ bị gió cuốn đi. Có kẻ chạy đuổi theo gió để trì níu gió lại không cho thổi nữa. Đều bệnh hoạn cả. Đều là nạn nhân cả. Thời gian là gì nhỉ? Thời gian ở đâu nhỉ? Cái gì mới, cái gì cũ đâu kìa! Chỉ bày vẽ ra đấy thôi.

***

Trong khi con chó nhỏ của nhà hàng xóm vẫn tiếp tục gầm gừ những tiếng hiền lành vô tư từ một thanh quản bé xíu, còn con mèo già thì điềm đạm ung dung liếm mép ngó bâng quơ tàu lá cau đong đưa bên bờ rào thì cùng lúc, thế giới con người có vẻ ngưng tụ trong một khoảnh khắc... vì hiện tượng giới bên ngoài có vẻ như bị tác động thực sự bởi sự biến dịch chuyển động của những cái đồng hồ và những tấm lịch của loài người sản xuất. Sau đó, mọi việc trở lại bình thường ngay. Một thiên niên kỷ mới bắt đầu. Mọi người từ người lao động tay chân cho đến thương gia, thư ký, học sinh, sinh viên, nhà giáo, thi sĩ, văn gia, học giả... vân vân, đều bàn nói về một thế kỷ hay một thiên kỷ mới. Làm như thể thế giới này lần đầu tiên được khai sinh vậy! Và đâu đó ở những xó xỉnh đìu hiu quạnh vắng, vẫn có những đời sống bình thường trôi qua với những tàn cây rợp bóng nghiêng mình bên những con sông hay những ao hồ không có tên gọi. Có những con người chân không bước đi trên những con đường đất làm tung bay mịt mù những bụi bặm thơm mùi cỏ úa. Có những đạo gia ung dung rời khỏi thiền sàng, tìm một vốc nước bên bờ suối, hoặc chống gậy dạo chơi trong rừng sâu, thong dong tiêu sái một đời nhưng đôi khi cũng phương tiện diễn nói một vài pháp kệ cho những con ếch bên bờ ao sình thối. Và đâu đó ở những thành phố văn minh tráng lệ, các danh ca, các diễn giả, các nhà tu... tiếp tục những cuộc lưu diễn với những buổi trình diễn lời ca hay tiếng nói của mình trước quần chúng ngưỡng mộ theo lịch trình đã được vạch sẵn từ sáu tháng đến một năm, hai năm hoặc nhiều năm trước đó. Họ nhảy múa, ca hát, và nói về tình yêu, tình thương, về hòa bình, về sự hòa hợp vui sống giữa những sắc tộc, tôn giáo, quốc gia vân vân. Họ làm cho thính giả xúc động, có khi phải rơi lệ, có khi phải nhảy nhót và gào thét lên mới hả được niềm rung cảm nhiệt thành. Và đàng sau những buổi trình diễn, vẫn là những đời sống bình thường, rất bình thường... có khi bình thường đến độ không dám nói ra hay viết ra bằng lời. Không phải chỉ có danh ca, tài tử, kịch sĩ và các diễn giả mới lên sân khấu thôi đâu. Tất cả mọi người đều đã và đang lăng xăng chộn rộn trên sân khấu. Thế gian như một sân khấu rộng đó mà, người ta từng nói vậy. Tô điểm và hóa trang để trình diễn thật xuất sắc, đó là công việc của mọi nghệ sĩ. Các danh ca, tài tử, kịch sĩ và diễn giả chỉ khác chúng ta, đặc biệt hơn chúng ta, là họ đóng tuồng một lần mà trên hai sân khấu. Và khi ta tìm đến họ, ta chỉ nên nhìn họ ở cái sân khấu nhỏ thôi. Đừng bám theo họ khi họ rời sân khấu nhỏ. Thế gian này bớt điên cuồng là nhờ những cuộc trình diễn trên các sân khấu nhỏ. Nhưng thế gian này muôn đời sống trong một cơn mơ mờ ảo dật dờ thì cũng nhờ những cuộc trình diễn sân khấu đấy bạn ạ.

Hãy nhìn, hãy nghe Madonna—ca sĩ được một cuộc thăm dò âm nhạc bên Anh quốc chọn là nữ danh ca có ảnh hưởng mạnh nhất của một ngàn năm qua (nam danh ca được chọn là John Lennon) hơn cả Beethoven và Mozart (về ảnh hưởng sâu rộng chứ không nói ở giá trị tự thân của các nhạc phẩm sáng tác):

You only see what you want to see
How can life be what you want it to be
You're frozen when your heart's not open...
(Em chỉ thấy những gì em muốn nhìn
Làm sao cuộc đời có thể diễn ra theo ý em muốn!
Tim em băng giá vì nó không chịu mở ra...)
You're so consumed with how much you get
You waste your time with hate and regret
You're broken / When your heart's not open
If I could melt your heart
We'd never be apart
Give yourself to me
You hold the key...
Love is a bird she needs to fly
Let all the hurt inside of you die..

15

(Em đã quá bận tâm mòn mỏi với chuyện chiếm hữu gặt hái

Tiêu phí thời gian với hờn giận và nuối tiếc

Và tim em tan nát vì nó không chịu mở ra

Nếu anh có thể làm tan chảy trái tim đóng băng ấy

Chúng ta sẽ không bao giờ chia cách

Hãy đến trọn vẹn với anh hỡi em yêu

Em đã biết được cách nào để làm điều đó…

Tình yêu giống như một con chim cần tung cánh

Hãy để cho tất cả những nỗi đớn đau trong em chết đi…

Hãy đến trọn vẹn với anh, hỡi em yêu

Em đã biết cách nào để làm việc ấy…)

Madonna là một nữ ca sĩ có sức học trung bình, nổi tiếng là có lối trình diễn vừa ca vừa nhảy rất gợi dục (vào khoảng thời gian còn trẻ—bây giờ thì chững chạc, đằm thắm, trang nghiêm hơn nhiều, nhất là qua tác phẩm mới nhất *Ray of Light*, và qua bản *Frozen* (Đóng băng) được trích vài đoạn ở trên. Trong nhạc phẩm này, Madonna vận xiêm y truyền thống của phụ nữ Ấn, lòng bàn tay xòe ra có chữ ॐ (A, tiếng Phạn - nghĩa là Vô). Madonna gốc người Ý Đại Lợi, sinh ra và trưởng thành tại Hoa Kỳ, là một trong số những nam nữ tài tử và ca sĩ lừng danh của Hoa Kỳ tu theo hoặc ham thích tìm hiểu về Phật giáo như Richard Gere, Harrison Ford, Kevin Costner, Tina Tuner, Sharon Stone, Brad Pitts, Ricky Martin, Jennifer Lopez… Nội dung nhạc của Madonna không có triết lý gì cao siêu, với lối viết thật giản dị, dễ hiểu. Nhưng ảnh hưởng của nó cũng mạnh mẽ đến tâm hồn người nghe như những lời thuyết giáo trên các bục giảng của những diễn giả có học vị—dù là ảnh hưởng ở mặt khác—và dĩ nhiên là hấp dẫn hơn nhiều với những buổi trình diễn thu hút từ hàng chục đến hàng trăm ngàn khán thính giả trong một hội trường rộng lớn giành nhau mua vé đắt tiền để được tham dự.

Nhưng tại sao phải nói về Madonna kìa? Tại sao lại trích lời của một người phụ nữ Tây phương mới tập tễnh học thiền mà không nói về hoặc trích dẫn từ một người nào đó có nội lực vững vàng hay thẩm quyền chắc chắn trong địa hạt tôn giáo? – Chỉ đơn giản là vì thích mượn lời một người trong giới "xướng ca vô loại" để nói về một cái gì thật nghiêm chỉnh, thật đứng đắn, thật đàng hoàng, thật quan trọng đối với con người và cuộc đời, đặc biệt là con người và cuộc đời ấy trong viễn ảnh của một thiên kỷ mới.

ĐÓNG BĂNG VÀ SÁM HỐI

Trái tim đã đóng băng thì không những tình yêu không thể phát triển mà mọi thứ đức tính, mọi thứ phẩm tính được coi là cao đẹp đạo đức khác cũng trở nên băng giá, cô kẹo lại, không sao phát triển hay nở rộ được với tha nhân.

Không thể nào khư khư ôm giữ một lối nhìn, một lối suy tư cục bộ để đánh giá hay đòi hỏi cuộc đời phải như vậy như kia theo ý riêng của mình. Muốn cuộc đời thay đổi, thực ra không thể đòi hỏi bắt buộc nó phải xoay chuyển theo mình mà chính là mình phải mở rộng và thay đổi tầm nhận thức của mình đối với nó. Nếu trong quá khứ mình đã làm điều gì khiến người khác đau khổ, hoặc ngược lại, nếu trong quá khứ, người nào khác đã làm mình đau khổ, thì việc bây giờ phải làm là quên nó đi. *Let all the hurt inside of you die.* Nhưng đó cũng chỉ mới là bước đầu. Còn để xây dựng một lối nhìn, một lối sống, một lối hành xử mới đối với con người và cuộc đời trong ngày hôm nay và nhiều ngày sắp tới, không phải chỉ đơn giản là quên đi quá khứ. Quá khứ thực ra là cái gì đâu? Chỉ là một hiện tại đã qua. Thế thì, nếu không chăm sóc và điều chỉnh chính mình ngày hôm nay thì cái hiện tại sai lầm, tàn ác ngày hôm nay lại sẽ tiếp tục tạo ra những quá khứ lầm lỡ khác. Rồi từ một hiện tại khác nhìn lui về quá khứ, ta lại phải ăn năn và lại phải cất lời xin lỗi, cất lời sám hối!

Cho nên, đừng co rúm lại với sự cỗi cằn của trái tim với bao ấn tượng bất hạnh của quá khứ, cũng đừng tiêu phí thời giờ với chuyện ăn năn hoặc so đo cái chuyện là mình sẽ đạt được gì trong cuộc đời khi biết phủi sạch đi quá khứ… Ăn năn chỉ là bước đầu thôi. Bước đầu ấy rất cần thiết nhưng chưa đủ. Cái điều làm cho cuộc đời, cho con người trở nên hạnh phúc hơn là ở chỗ mở rộng lòng mình ra ngay từ giây phút này, và hãy thay đổi đi cách nhìn của mình ngay từ giây phút này. Đạo gia và nghệ sĩ có thể gặp nhau ở cái điểm cơ bản như vậy thôi. Hãy lắng nghe họ, cho dù lời lẽ của họ thật giản dị, không chút màu mè tô phết như sắc diện bề ngoài cần thiết của thế giới sân khấu. Đừng bao giờ chỉ kêu gọi suông việc xóa bỏ thù hận và lỗi lầm quá khứ rồi đòi hỏi cuộc đời từ đó thay đổi, mà hãy bắt đầu bằng cái gì mình phải làm hôm nay và sẽ làm ngày mai. Tấm lòng phải mở ra và cái nhìn phải sáng suốt. Khăng khăng với một trái tim giá lạnh chỉ biết đòi hỏi được yêu thương kính trọng mà chẳng bao giờ yêu thương kính trọng ai, cố chấp giữ nguyên nhận thức chủ quan và lập trường cố định của mình đối với thế giới và con người mà chẳng bao giờ chịu tìm hiểu sự thật khách quan như thế nào trong vị thế và nhãn quan của người khác… thì làm sao thay đổi được cuộc đời, làm sao xây dựng được một thế giới mới cho thiên niên kỷ mới! Ôm lấy trái tim băng giá và đôi mắt mù mà cứ mở miệng kêu gào mãi một giọng điệu sám hối ăn năn thì phỏng có ích gì đâu. Một lời xin lỗi mong được xóa sạch một chuỗi dài đen tối thảm đạm, có được chăng? Được, với trái tim mở rộng của nạn nhân, với cái nhìn bao dung khoáng đạt của nạn nhân, quá khứ lỗi lầm đó sẽ được tha thứ, sẽ được quên. Có nghĩa rằng người tha lỗi rất cao thượng. Và để đáp lại sự cao thượng ấy, người có lỗi nên đứng qua một bên, hỗ trợ cho người kia mở ra một vận hội mới cho cuộc chung sống hòa bình an lạc. Mình đã lầm lỡ trong quá khứ mà mình cũng chưa có gì đổi thay trong hiện tại thì tốt nhất là không làm gì cả. Càng làm càng tạo thêm nhiều quá khứ lầm lỡ khác. Hãy yêu thương kẻ khác bằng cách mở rộng trái tim; hãy xây dựng cuộc đời trước tiên bằng nhận thức đúng đắn của mình. Với đôi mắt mù và trái tim băng giá, bạn là kẻ tàn bạo, nguy hiểm nhất cho thế giới này. Hãy cất bước đi ngay từ phút này. Quá khứ không là gì cả. Hiện tại không là gì cả. Tương lai không là gì cả. Nhưng tất cả đều khởi hiện từ bây giờ, từ giây phút bạn mở lòng ra, mở mắt ra. Ở đây, vì bạn chưa bao giờ hiểu và thực tập thiền, nên bạn có thể học được cái bước căn bản của các thiền sinh trên khắp các tu viện Phật giáo trên thế giới: bắt đầu từ giây phút hiện tại. Cứ tạm coi như là có một cái hiện tại để mà bắt đầu, chập chững đi vào cuộc đời bằng trái tim mới, đôi mắt mới, đôi chân mới. Nếu bạn không làm được điều đó, hãy để người khác giúp bạn. *If I could melt your heart, we'd never be apart...* Người khác có thể cũng chẳng giỏi hơn bạn và chẳng có địa vị nào cao cả trên cuộc đời như bạn đâu, nhưng họ khá hơn bạn một điều là họ chưa làm điều gì lầm lỡ nghiêm trọng trong quá khứ đến nỗi phải ăn năn ray rứt. Và họ, chính họ, những người không tạo lỗi và sẽ chẳng bao giờ muốn tạo lỗi, sẽ đứng lên, xây dựng cuộc đời với trái tim luôn rộng mở, rất khoáng đạt và bao dung, với đôi mắt từ bi và đầy trí tuệ.

Nào, hãy nhại theo lời Madonna, nói rộng ra, nói luôn những điều đàng sau câu nói:

Bạn chỉ thấy những gì bạn muốn nhìn mà không thấy được những gì người khác nhìn và thực tại khách quan của cái được mọi người nhìn.

Thật là điên rồ, làm sao cuộc đời có thể diễn ra theo ý bạn được chứ!

Tim bạn băng giá lâu rồi và vì thế, nó đã quen với sự hững hờ vô tâm đối với kẻ khác, và bởi thói quen và sự cố chấp ù lì, nó không chịu tan chảy để đập lại những tiết điệu khác...

Trong quá khứ, mà ngay cả đến hiện tại nữa, bạn đã quá bận tâm với chuyện chiếm hữu, gặt hái, tích lũy... những cái chẳng liên hệ gì đến tình yêu cả (thế mà bạn cứ một mực kêu gọi tình yêu thương rộng lớn này nọ!) Và bạn đã tiêu phí thời gian trong nỗi hận thù (những người không cùng chăn chiếu) và nuối tiếc đau khổ (với những điều mà những người bình thường khác không bao giờ muốn làm— ngoại trừ một trái tim vô cảm lạnh lùng và tàn ác như bạn mới làm nổi).

Nếu tôi có thể làm tan chảy trái tim băng giá ấy, chúng ta sẽ không bao giờ chia cách. Hãy đến trọn vẹn với tôi hỡi bạn ơi. Bạn đã biết được cách nào để làm điều đó...

Thiên kỷ mới, vận hội mới? Có cái gì mới sắp xảy ra chăng? Cái gì cũng mới cả và cái mới xảy ra rất nhanh— chỉ trong một khoảnh khắc nhỏ nhiệm nhất mà không có thước đo thời gian nào có thể đo được—là nó đã biến ngay thành cái cũ. Mọi sự mọi vật đều như thế. Không ai có thể nắm bắt được thực tại bằng phương tiện thời gian hay bằng phương tiện tư tưởng. Không ai là kẻ sáng tạo hay thiên tài chi cả. Tất cả chỉ là sự lặp lại một cách rất chậm trễ, rất cũ, rất mơ hồ, rất loạng quạng, rất thiên lệch méo mó... trên một cái gì thật tinh tế và thâm sâu, biến hiện vô cùng và cũng tịch lặng vô cùng; bởi vì ngay nơi ấy, nơi cái chỗ mà tất cả mọi phương tiện muốn nhắm đến, từ ngữ ngôn văn tự đến lý niệm tư tưởng, cho đến các cách thức thực hành được coi là hữu hiệu nhất xưa nay... đều cũng phải vứt đi. Mới, không phải chỉ là vượt qua cái cũ, mà là vượt qua chính mình, chính sự ù lì dậm chân của mình nơi cái điều mà mình tưởng là mình đã đạt được.

(Cuối năm 1999)

20

CÓ GÌ NƠI MỘT CÁI TÊN?

(lược bỏ nhiều đoạn)

Nghĩ cũng lạ! Cái tên chỉ là một tiếng gọi (âm thanh), một vài chữ viết (ngôn ngữ, văn tự), tách rời khỏi con người mình chứ không dính sẵn vào cơ thể mình như là bàn tay, cái chân, sợi tóc...; cũng không gắn vào người mình như quần áo, đồng hồ, giây chuyền... Nó chẳng đụng gì tới mình cả. Nó ở ngoài khơi khơi, không hình sắc, không mùi vị; có ghi thành chữ thì cũng ghi trên một miếng giấy, một cái thẻ đeo trước ngực, rồi tháo xuống khi ra khỏi sở làm hay ra khỏi một ngày đại hội... Thế nhưng nó có đời sống dài lâu hơn thân xác, dai dẳng hơn cuộc đời của mình, bởi vì nó có mặt cùng thời với sự sinh ra của mình, có khi nó còn có trước khi mình sinh ra nữa kia, và khi mình chết đi rồi nó vẫn còn sống nhăn đâu đó trên bàn thờ, nơi bia mộ, trên sách báo, hay trong tâm tưởng của một vài người nào đó cho đến khi không còn ai nhắc nhở hay nhớ đến nữa...

Ô là là, chẳng ngờ cái tên lại đóng một vai trò thật quan trọng trong đời sống mình đến thế. Nó làm cho mình trở nên mình. Nó làm cho mình không phải là kẻ khác. Nó chạy theo mình (hay mình bị chạy theo nó?) suốt cuộc đời. Người thân của mình muốn mình được sung sướng thì cũng không cần phải sờ chạm chi vào người mình, mà chỉ cần gọi cái tên của mình lên, kèm theo một vài cái mỹ-tính-từ (như đẹp [trai, gái], thông minh, thật thà, tài trí, giỏi, hiền...) thì tự dưng mình được hạnh phúc lâng lâng, mặt mày tươi rói lên thấy rõ. Kẻ thù của mình muốn đánh mình đau, muốn làm mình khổ, cũng chẳng cần phải thượng cẳng

21

tay hạ cẳng chân mà đạp mà đá mà đấm mà thoi mà véo mà
ngắt mà day mà đẩy mà xô mà đì mà nghiến... mà chỉ cần
gọi cái tên của mình rồi kèm theo một tràng những xú-tính-
từ (như xấu, đều, tham lam, độc ác, dữ dằn, bất tài, ngu
dốt...) thì tự dưng mình cũng xọp người đi, đau khổ muốn
điên cả người, rồi ăn không ngon, ngủ không yên... Hớ, lạ
nhỉ! Cứ nhìn lại xem nào, cái tên, nó có dính gì đến mình
đâu, vậy mà nó lại tác động vào nỗi vui buồn sướng khổ
của mình. Bơm cho cái tên nó mập ra thì nó càng làm khổ
mình nhiều hơn; đai-ét, làm cho nó thon thon ốm ốm, rồi
tiêu mòn dần cho đến mất hút thì đời mình sẽ ít lo lắng
buồn phiền hơn. Cho nên, càng vô danh chừng nào thì lại
càng thong dong, tự tại chừng nấy. Một mình cái tên thôi
cũng đủ phiền mình lắm rồi, đừng có dại mà cố gắng cột,
gắn, đeo, tròng... thêm cho nó những thứ phụ tùng khác
(như các học vụ, nghiệp vụ, chức vụ...) để rồi chúng tiếp
tay hành hạ mình nhiều hơn. Có người đã có tên rồi mà còn
bắt người ta phải gọi chức vụ, hay học lực đi kèm theo nữa;
người ta gọi không không thì không chịu, bắt phải nói cho
đủ cả tên lẫn chức vụ nữa kia! Họ giỏi thật chứ hả? Cả đời
chẳng biết mệt mỏi trong việc đeo mang một cái tên, và
một lô các chức vụ, nghề nghiệp...

Thế thì, chúng ta sống ở đời, thực ra là sống vì cái gì,
cho cái gì?—Cho sự tồn tại của một cái bản ngã mà người
ta đã dán tên. Cái bản ngã ấy cần một cái tên để vươn rộng
cánh tay của nó đến ngoại giới. Cái tên cần một cái ngã để
nương tựa mà chứng minh sự có mặt của nó. Không có cái
bản ngã thì cái tên chẳng có ý nghĩa gì cả, và cũng chẳng
được "dính" vào đâu cả. Hễ mình "dính" vào cái tên, hay
mình để cái tên "dính" vào mình, thì mình và nó cùng tồn
tại, cùng đau khổ. Không cho nó "dính" vào đâu cả thì
không có cái gì làm phiền hà đến mình.

Mình còn không có thì cái tên của mình làm gì có
được nhỉ?

Nghệ thuật sống vui ở đời là hãy quên mình đi.

Nhưng muốn quên mình đi, trước hết, hãy quên cái tên của mình cái đã. Cái tên mà không quên được thì cái "mình" không thể quên được đâu.

Có gì nơi một cái tên?

(2001)

ĐỒNG HỒ

Chưa thấy ai/cái gì siêng năng như cái đồng hồ. Gõ mãi nhịp trường canh đều đặn từ giây này đến giây kế tiếp, từ phút này đến phút kia, từ giờ kia đến giờ nọ... cho đến khi hỏng, hoặc hết năng lượng, hết bin. Sửa chữa, hoặc thay bin rồi, lại tiếp tục gõ nhịp.

Gõ đều đặn và chăm chỉ như thế thì có chỗ nào mà không đến được. Nó liên tục bước từng bước một, thật ngắn, thật nhỏ, mà lại nhắm đến chỗ tận cùng của thời gian. Nó gõ từ khi người ta chưa sáng chế ra nó. Người ta vừa sợ nó, vừa cần nó. Cho nên họ phải tạo điều kiện để nó sinh sản khắp nơi. Trên tường phòng khách, trên bàn làm việc, bên bàn đèn giường ngủ, trên tay, trên tường nhà bếp, trên xe, nơi khung hâm (microwave), nơi lò nấu, nơi máy truyền hình, máy VCR, máy vi tính, laptop, điện thoại, bút máy... Nếu căn cứ vào những nước văn minh mà tính, không chừng dân số của đồng hồ đông hơn của con người. Nó gõ từ đời này sang đời kia, hóa thân qua nhiều hình dạng khác nhau. Lớn, nhỏ, thô kệch, gọn gàng, kêu lớn tiếng, hoặc kêu thật nhỏ, hoặc im lặng mà bước... Nhịp bước này truyền tiếp cho nhịp bước kia; đồng loạt, đồng bộ, cùng gõ, cùng hướng về cái mịt mùng thăm thẳm của tương lai. Nó không bao giờ đi lui một bước nào. Nó luôn luôn bước tới. Không một mảy may quay nhìn về quá khứ. Hiện tại cũng mơ hồ đối với nó: dường như có, dường như không; chỉ một thoáng tồn tại rồi bị vượt qua, bị bỏ quên.

Bao nhiêu thời đại trôi qua, bao nhiêu con người sinh ra, chạy đuổi theo nó, rồi đuối sức, rồi tan biến trong hư không, trong khói lửa, trong cát bụi, trong mây nước hững hờ… nhưng không ai đuổi kịp nó. Gõ thật chậm mà đi thật nhanh. Thoắt cái đã vượt xa bao đoạn đường hưng-suy của đời người. Tuổi trẻ. Tình yêu. Bao giấc mộng chưa thành; hoặc đã thành một nửa; hoặc tưởng đã thành mà cuối cùng chợt nhận ra không phải là cái mình tìm kiếm. Tóc xanh năm nào nay điểm bạc. Mắt sáng như sao bây giờ đục lờ dấu vết huyền thoại. Tranh nhau từng lời nói, từng chỗ ngồi, từng mảnh giấy ghi danh đóng triện, từng cái tên và tước hiệu được xưng tụng giữa đám đông; cho đến cuối đời cứ quay quắt với con mắt đục lờ vô vọng ấy mà vẫn không làm sao đuổi kịp nhịp bước vô tình của thời gian.

Lắng nghe xem. Nó gõ thật chậm, không nhanh đâu. Nhưng nó gõ không ngừng và gõ từng nhịp chính xác vào cái khoảng rỗng không phía trước. Một khoảng không phía trước, ngay mũi nó, ngay dưới chân nó. Đúng là có một khoảng không phía trước bước chân của nó. Nếu không có khoảng không ấy thì không làm sao nó có thể bước được, không làm sao có thể gõ được. Nó đi vào khoảng không trong từng khoảnh khắc. Cái vô cùng vô tận ấy luôn luôn có mặt. Và có mặt chỉ ngay nơi cái chỗ mà nó gõ tới. Tích tắc, tích tắc, tích tắc… Chỉ một bước nhỏ thôi mà chạm đến tận cùng thời gian.

Đồng hồ, đồng hồ. Ngươi chẳng có tội gì cả. Ngươi chỉ được tạo ra để làm công cụ phục vụ cho ta, giúp ta chia chẻ đời sống thành nhiều mảnh; giúp ta kiểm soát được từng chặng từng mốc của đoạn đường trăm năm. Ngươi là công cụ nhưng nay ngươi đã là chủ. Mọi người đều có vẻ như đều chịu phép nghe lời ngươi. Nếu không có ngươi, hứ, chắc ta sẽ tiếp tục lang thang vô định trong cuộc hành trình chẳng dính dấp gì đến cuộc đời này. Chính ngươi níu kéo ta lại với cuộc đời, khiến cho ta trở nên một phần tử giống như những phần tử khác, biết trách nhiệm, biết nhìn mi để rời khỏi giường, thay áo quần, ăn sáng, ra xe, đến sở làm đúng lúc, làm việc đúng hẹn, ăn trưa, làm việc tiếp, rồi lại nhìn mi, lái xe trở về, tắm rửa, ăn tối, đọc sách, lại nhìn mi, rồi tắt đèn ngủ… rồi thức dậy sớm, pha cà phê, bước vào căn phòng yên tĩnh chỉ có tiếng mi gõ nhịp—ta biết mi vẫn gõ đều khi ta đang say ngủ—ngồi một lúc trước máy vi tính, suy nghĩ bâng quơ và viết những dòng lan man này.

(27/3/02)

MƯA - NHỚ SÀI-GÒN

California hôm nay mưa suốt buổi sáng. Lẩn tha lẩn thẩn đứng đứng ngồi ngồi. Công việc dồn dập làm không xong. Nhìn ra khung kiếng, xe qua lại. Xe buýt thắng lại gây tiếng rít. Thấy xe buýt dừng nơi trạm, vài người vội vã lên xe, bỗng nhiên mà nhớ Sài-gòn chi lạ.

Hình ảnh nào đây trong quá khứ, chập chờn trong trí, không nhớ ra nổi. Chỉ thấy nhớ Sài-gòn, một ngày mưa. Xe bên đường qua lại. Bên quán cà-phê vỉa hè, tiếng nhạc xập xình. Khói thuốc bay lên bị hơi lạnh nén xuống. Hạt mưa xiên qua dáng ai, bước vội trên đường ngập nước.

Không phải thành phố đó đầy bụi bặm mà mình không nhớ đâu! Cũng chẳng phải nó ồn ào xô bồ quá mà mình không còn nhớ! Mỗi cảnh, mỗi người, dù xấu-đẹp, cũng có với mình một số kỷ niệm nào đó. Khi nhớ, là nhớ cái khung cảnh mà kỷ niệm ấy xảy ra. Một chiều mưa. Xe buýt. Đông người. Quán cà-phê. Ngồi chờ đợi. Có ai đâu để chờ đợi. Chỉ chờ đợi thời gian, bị đốt thật nhanh như khói thuốc. Ồ, khói thuốc. Khói thuốc bay la đà. Người đẹp lội mưa. Ống quần xắn cao. Bản nhạc buồn. Bàn ghế trống. Bên hiên đầy những người đụt mưa. Xe trên đường làm bắn nước tung toé. Cô hàng quán, tay chống cằm. Đôi mắt buồn vời vợi. Nhìn mưa. Mưa rơi. Mưa vẫn rơi xiên bên đường ngập nước. Nhìn nhau. Mỉm cười. Đôi khi không cần phải

27

nói lời yêu nhau. Mưa bay ướt chung những lòng đổ nát. Tuổi thanh xuân chúng ta sao mà thảm! Ra đường không nhìn mặt nhau. Thấy nhau không dám cười chào. Chỉ nơi đây, mình mới tặng nhau được nụ cười buồn. Mưa rơi. Mưa vẫn rơi. Đời không dung mình, mình trốn đi đâu đêm nay? Sau cốc cà-phê này sẽ chia tay.

Mưa tạnh. Đứng dậy. Đôi chút bịn rịn cuối ngày. Lên xe đạp suốt con đường xa em. Lạnh.

Ôi Sài-gòn, một chiều mưa, một người xưa, một quán xưa. Bây giờ còn không?

(24/4/2002)

TRỊNH CÔNG SƠN –
NỐI VÒNG TAY LỚN

Khi Trịnh Công Sơn nằm xuống, người Việt khắp nơi xôn xao, từ trong nước đến hải ngoại. Bao nhiêu nhật báo, tuần báo, nguyệt san, tạp chí, tuyển tập đều đua nhau viết về ông, tiếc thương một nghệ sĩ tài danh, dành cho ông niềm ưu ái vô cùng đặc biệt. Nhưng cũng có một số người chống đối, chỉ trích ông, kết án ông, vì ông đã lên Đài Phát thanh Sài-gòn, hát bản *"Nối Vòng Tay Lớn"* lúc quân đội cộng sản tiến vào Sài-gòn, miền Nam Việt-nam, ngày 30/4/1975.

Riêng tôi, nghe tin ông mất, đã buồn nhiều ngày. Tôi muốn viết một đoạn văn hay một bài thơ nào đó về ông mà không viết được. Tôi sợ là không nói được hết những gì tôi cảm về ông. Rừng thơ-nhạc của ông mênh mông quá, nói ít thì không hết ý, nói nhiều thì lệch lạc thừa thãi. Vì vậy mà im lặng, rồi nghe, rồi đọc những người khác viết về Trịnh Công Sơn thay cho mình. Người ta viết về ông hay quá, cũng bởi cuộc đời và những đóng góp nghệ thuật của ông quá hay, nên không thể không viết hay được.

Đối với tôi, bất cứ bản nhạc nào, lời ca nào, bài thơ nào, của Trịnh Công Sơn, đều có thể cho tôi hứng cảm để đọc, ngâm nga, ôm đàn ca, hát ư ử một mình, hoặc viết. Thơ nhạc của ông là niềm hứng cảm cho những cuộc tình thơ mộng, tha thiết; cho những cuộc sống đẹp đẽ, thi vị, thánh thiện. Lời thơ của ông không bình dân, xuề xòa đâu, vậy mà những ca khúc của ông đã bao trùm cả đất nước, gần gũi với bao thế hệ, không phân biệt Nam-Bắc, ý thức hệ, đảng phái. Không ai nghe và hát nhạc ông mà không yêu ông được. Chỉ bấy nhiêu thôi, đời ông đã quá đủ để đứng trên đài vinh quang tột đỉnh. Nhưng vinh quang, đối với một thiên tài như thế, thực ra cũng chẳng là gì cả. Nó chỉ là thứ trang sức hào nhoáng không làm tăng thêm giá trị nội tại của ông. Năm 1992, ông viết: *"Có những ngày tuyệt vọng cùng cực, tôi và cuộc đời đã tha thứ cho nhau. Từ buổi con người sống quá rẻ rúng tôi biết rằng vinh quang chỉ là điều dối trá... Tôi không muốn khuyến khích sự khổ hạnh, nhưng mỗi chúng ta hãy thử sống cùng một lúc vừa kẻ chiến thắng vừa kẻ chiến bại. Nỗi vinh nhục đã mang ta ra khỏi đời sống để đưa đến những đấu trường..."* (Trịnh Công Sơn, *Những Bài Ca Không Năm Tháng*, nxb Âm Nhạc, 1995, trang 271).

Niềm tuyệt vọng của ông là gì? Người ta nghĩ một người thành công, nổi tiếng, được mọi người mến mộ thương yêu như ông... thì tuyệt vọng nỗi gì! Nghĩ vậy thì không hiểu ông chút nào. Ông không đơn giản như một người gắng sức tiến từ đáy vực lên đến đỉnh cao rồi bắt đầu hưởng thụ. Cuộc đời ông là một chuỗi tranh đấu không ngừng. Khi cuộc chiến giữa anh em hai miền chấm dứt, kẻ chiến thắng hưởng thụ bã vinh hoa, người chiến bại lao khổ trong trại tù; súng đạn im hơi, môi miệng khua múa... bao nhiêu năm mà chẳng mang lại hạnh phúc gì cho đại khối dân tộc, thì người nghệ sĩ như Trịnh Công Sơn, vẫn tiếp tục cuộc đấu tranh chống lại sự thù hận, hèn kém, khổ đau. Cuộc đấu tranh ấy công khai trên mặt văn nghệ đại chúng, nhưng lại âm thầm ở ước vọng bên trong.

Do ước vọng không nguôi về một cuộc đời tốt đẹp tươi sáng hơn, mà ước vọng này lại có vẻ như chẳng bao giờ thành, Trịnh Công Sơn trở thành "tên tuyệt vọng" (chữ của Trịnh Công Sơn tự ví mình). Hơn 25 năm, chỉ có những tập đoàn thiểu số, hoặc thiểu số những cá nhân, những gia đình, nhờ sự thay đổi lớn của thời cuộc mà trở nên vinh quang, trên trường chính trị hay kinh tế, trên đường tiến thân hay vinh thân, trong nước và hải ngoại. Và cuộc đời vẫn như thế. Khổ đau. Nghèo đói. Băng hoại. Chờ đợi mỏi mòn. Tranh đấu mỏi mòn. Mà chẳng thấy thay đổi gì. Vì vậy mà tuyệt vọng. Chứ có phải đâu đã vinh quang rồi thì chấm hết. Trịnh Công Sơn tự gánh lấy sứ mệnh làm đẹp cuộc đời của anh từ lâu rồi. Cũng bài viết cuối tập nhạc ấy, anh viết: *"Chúng ta đã đấu tranh. Đang đấu tranh. Và có thể còn đấu tranh lâu dài. Nhưng tranh đấu để giành lại quyền sống, để làm người, chứ không để trở thành anh hùng hay làm người vĩ đại. Cõi nguồn từ khước tước hiệu đó."*

Nhưng tuyệt vọng như Trịnh Công Sơn không có nghĩa là buông xuôi. Ngược lại, tuyệt vọng đối với cuộc đời có nghĩa là anh tin cuộc đời vốn không thể khác đi. Cuộc đời sẽ trôi theo cái vận mệnh của nó. Có những điều bất toàn, không như ý. Có những điều mong muốn nhưng không bao giờ thành tựu. Tin chắc vào sự thể như thế, anh học được lòng bao dung, tha thứ. Và nhờ vậy, anh có thể tiếp tục yêu thương cuộc đời như anh đã từng.

"Tôi đã mỏi dần với lòng tin. Chỉ còn lại niềm tin sau cùng. Tin vào niềm tuyệt vọng. Có nghĩa là tin vào chính mình. Tin vào cuộc đời vốn không thể khác.

Và như thế, tôi đang yêu thương cuộc đời bằng nỗi lòng của tên tuyệt vọng." (Trịnh Công Sơn, sách đã dẫn, trang 272)

Với một tâm hồn cao đẹp như thế, thực sự là chẳng cần một vòng hoa vinh quang nào. Anh không cần đứng trên chóp đỉnh cuộc đời, mà anh nằm trong lòng cuộc đời.

Bao nhiêu chữ nghĩa, ngôn từ cũng không đủ cho tôi viết lời ca tụng xứng đáng dành cho anh. Chỉ xin, nhân ngày 30/4 sắp tới, nói một chút cảm nghĩ của mình về chuyện Trịnh Công Sơn lên Đài Phát thanh Sài-gòn, ca bài *Nối Vòng Tay Lớn*.

31

Hãy nhớ lại bối cảnh Sài-gòn lúc ấy. Hỗn loạn. Cướp bóc. Mất niềm tin. Mất hướng đi. Căng thẳng. Sợ hãi. Tuyệt vọng. Buồn bã. Kéo dài trong nhiều ngày. Nhiều người có phương tiện, may mắn, đã tuôn chạy trước. Nhiều người phải di tản mấy lần, từ Huế vào Đà Nẵng, từ Đà Nẵng vào Nha Trang, từ Nha Trang vào Sài-gòn, để rồi cuối cùng, nước cũng mất. Ai làm mất? Chính quyền? Quân đội? hay là dân? hay là vì mấy anh nghệ sĩ? Đừng đổ lỗi cho riêng ai cả. Tất cả chúng ta, những người đã trưởng thành vào giai đoạn đó, đều có trách nhiệm đối với nỗi tang thương đau khổ của đất nước. Cho dù Trịnh Công Sơn không hát bài *Nối Vòng Tay Lớn* năm 1975 và không sáng tác bài đó vào cuối thập niên 1960, thì tình thế cũng chẳng thay đổi gì cả. Cả một bộ máy chính quyền từ trung đến cao cấp, cho đến hàng tướng lãnh, sĩ quan quân đội của mọi binh chủng... tan hàng chạy hết, bỏ lại nhân dân và những người nghệ sĩ tay không tấc sắt tự vệ như chúng tôi để đối phó với xe tăng và súng đạn. Chúng tôi sẽ làm gì? Một nửa số trong chúng tôi (người dân) không biết cộng sản là gì; một nửa khác thì biết, nhưng biết thì sao chứ? Làm được gì? Chỉ đứng sững ra mà nhìn, mà nghe thôi. Trong cái thời điểm mà chúng tôi hoang mang chẳng biết phải phản ứng thế nào trước một biến cố bất ngờ và kinh hoàng ấy, Trịnh Công Sơn đã cất lên tiếng hát của ông. *Nối Vòng Tay Lớn*. Lời ca ấy, vừa trấn an chúng tôi, những người bên phía thua trận, vừa nhắc nhở những người chiến thắng, rằng chúng ta là anh em cả, đừng sợ hãi nhau, đừng làm tổn hại nhau, mà hãy yêu thương nhau, nắm chặt tay nhau, nối vòng tay lớn của anh em hai miền. Dù miền Nam thắng hay miền Bắc thắng, Trịnh Công Sơn cũng sẽ lên Đài phát thanh Sài-gòn hoặc Hà-nội để ca bài ca ấy. Tôi tin như vậy.

Cho dù bạn nói rằng Trịnh Công Sơn đã hát để đón rước chào mừng cách mạng hay Trịnh Công Sơn đã lầm về bản chất của những người bên kia chiến tuyến, vân vân và vân vân, tôi vẫn cứ tin rằng, Trịnh Công Sơn đã làm đúng thiên chức của một người nghệ sĩ đứng trên mọi phe phía. Vào cái thời điểm căng thẳng, ngột ngạt mà có lẽ chính bản thân bạn và chúng tôi cũng thế, run rẩy, dè dặt, rút vào bóng tối, thì Trịnh Công Sơn một mình, một cây đàn, đứng lên giữa bao họng súng ngờm ngờm tiến vào thủ đô miền Nam, cất tiếng hát chân thành tha thiết, nói lên ước vọng chung của người dân hai miền. Nên nhớ rằng lúc ấy người thắng trận chưa thành lập được chính phủ lâm thời, và Trịnh Công Sơn vốn bị chính quyền miền Bắc lên án là ủy mị chứ không phải là anh đã được công nhận đâu. Vậy mà anh đã dám lên Đài Phát thanh hát. Không phải là lời hát chào mừng mà là lời kêu gọi của bao dung, tha thứ, yêu thương. Lời anh ca làm yên lòng người dân chúng tôi và làm chùng đi những tay súng. Bài ca của anh, không phải chỉ đẹp và ý nghĩa ở thời điểm ấy, mà còn đẹp suốt chiều dài ước vọng của người dân Việt-nam.

> *"Rừng núi dang tay nối lại biển xa*
> *Ta đi vòng tay lớn mãi để nối sơn hà*
> *Mặt đất bao la, anh em ta về*
> *Gặp nhau mừng như bão cát quay cuồng trời rộng*
> *Bàn tay ta nắm nối lại một vòng Việt-nam.*
> *Cờ nối gió đêm vui nối ngày*
> *Giòng máu nối con tim đồng loại*
> *Dựng tình người trong ngày mới*
> *Thành phố nối thôn xa vời vợi*
> *Người chết nối linh thiêng vào đời*
> *Và nụ cười nở trên môi..."*

Mặc cho những lời chỉ trích, lên án của một thiểu số hờn dỗi câu chuyện 27 năm xưa, trong mắt tôi, trong tim tôi, Trịnh Công Sơn vẫn lừng lững một mình, đi con đường của anh, như một "tên tuyệt vọng" rất tuyệt vời, đóng góp rất nhiều mà coi như không. *"Nhưng tôi biết rõ rằng tôi chỉ là một loài chim nhỏ hót chơi trên đầu những ngọn lau."* (TCS, sách đã dẫn, tr. 271)

Tuyệt vọng đi-về giữa cuộc đời băng hoại mà từng lời, từng chữ của anh vẫn thể hiện nguyên vẹn lòng bao dung, tha thứ. Cho dù bạn tiếp tục nguyền rủa anh, kết án anh thế này thế kia, thì anh cũng đã tha thứ bạn từ lâu rồi. Nhưng nhiều người khác, phần đông người khác, đều cảm ơn anh, mang ơn anh, không phải chỉ riêng bài *Nối Vòng Tay Lớn* của 27 năm trước, mà tất cả những bài ca của anh đã để lại cho đời. *Tên tuyệt vọng* ấy, chẳng xoay chuyển nổi thời cuộc, chỉ *hót chơi trên đầu những ngọn lau* thôi, mà đã cứu lấy nhiều người, và trong một ý nghĩa nào đó, đã cứu lấy cuộc đời cằn khô, khổ lụy.

(Khuya 28/4/2002, vài cảm nghĩ trước ngày 30/4)

HÃY ĐIÊN MỘT CHÚT VỚI ĐỜI

Nếu một lúc nào đó, không chịu nổi cuộc đời, hãy điên một chút. Hoặc là, thỉnh thoảng hãy giả đò điên một chút thì mới có thể chịu nổi cuộc đời (hay là con người với những tham lam, gian dối, lường gạt, đố kỵ, nhỏ nhen, tráo trở, lạm dụng, đểu cáng, xảo quyệt, manh tâm, nghi kỵ, xoi mói, đóng kịch, kiểu cách, vênh váo, tự cao, bộng rỗng, môi mép, điêu ngoa, đàng điếm, khoe khoang, khoác lác...?) Cách nào cũng được. Tập điên trước hoặc chờ đến khi chịu không nổi thì làm bộ điên.

"Điên một chút," hay "làm bộ điên," có nghĩa là phải biết nhìn cuộc đời bằng con mắt của người điên. Thấy con người và thế giới bị đảo ngược. Nói đúng hơn, nhìn một cách đảo ngược về con người và thế giới. Giống như "trồng cây chuối" vậy đó: chúc đầu xuống đất, đưa hai cẳng lên trời. Nhìn cuộc đời, bằng tư thế ấy. Thấy buồn cười. Cái gì cũng có vẻ khôi hài, và rất lạ. Những gì mà người ta, trong đó có chính mình, từng xem là quan trọng, là đúng, là giá trị, là tối hảo... thực ra cũng chả là cái gì cả; mà những gì người ta cho là sai bét, bẩn thỉu, hèn hạ, mạt rệp, không ra gì... thực ra cũng chả là sao hết trơn. Một chút điên đó sẽ biến toàn thể con người và cuộc đời trong khoảnh khắc thành một nhà thương điên, và duy nhất mình là người tỉnh. Lúc đó, mình sẽ thấy rằng... quả thực là mình cần phải làm một cái gì đó để xây dựng cuộc đời, cứu giúp con người, và chắc chắn là mình cảm thấy yêu thương tất cả.

Nhưng mà, hãy nên nhớ là chỉ tập điên một chút thôi,

rồi trở lại bình thường—điên thì cũng điên vừa vừa, chứ đừng điên quá mức rồi phải mất công bị đưa vào nhà thương điên, bị giam, bị chích thuốc, bị bắt phải uống thuốc mỗi ngày... rồi bị tập thể điên bao vây cho đến lúc khùng luôn.

Điên một chút, là một nghệ thuật. Điên vừa đủ để cười được, vừa đủ để xem nhẹ tất cả, vừa đủ để phủi tay một cái, đứng dậy, lên đường.

Tái bút quan trọng: bài này được viết trong lúc người viết đang "trồng cây chuối," cho nên ai đọc xong mà có bị điên gàn gì đó thì xin đừng đổ hô đổ thừa nhé. Người viết không chịu trách nhiệm các trường hợp điên khùng xảy ra trong các bài tập "điên một chút" hay "làm bộ điên." (Huống chi... điên mà còn biết đổ thừa thì đâu phải là điên; mà đổ thừa cho ai chứ đổ thừa người điên thì... đúng là điên thật rồi! Chao ôi, nói một hồi rồi chẳng còn nhớ là mình đang tỉnh hay là đang điên đây?)

(2003)

MỘT CHUYẾN ĐI

Chuyến bay đêm. Dài thăm thẳm trên đại dương bóng tối. Những mệnh đời phiêu lưu trên tầng không mờ mịt. Khoảng không phía trước, phía sau, hai bên, phía trên, phía dưới. Chẳng thấy đâu là nơi chốn để dừng lại. Yên ngủ. Những giấc mộng đẹp cùng trôi trên sông mây. Sớm mai thức dậy nhìn qua cửa sổ, thấy mình lướt trên dòng sữa trắng. Thấp thoáng bên dưới là màu xanh của biển. Biển trôi trên mặt đất. Mây trôi trên biển. Phi cơ trôi trên mây. Người trôi trên không. Mà dường như không biết mình đang trôi. Có ảo tưởng dừng lại khi đang trôi. Mọi sự trên đời đều như thế. Có chăng một sự bắt đầu? Có chăng một sự kết thúc? Có chăng điều gọi là thủy chung?

...

Tình tôi đang trôi. Như thế. Như thế. Có dừng lại chăng? Có bắt đầu và kết thúc chăng? Có sự thủy chung chăng? Người ta vẫn muốn tin tôi có một trái tim, đập hoài một nhịp, không thay đổi... Ừ, thì cũng đúng thôi: có một sự dừng lại nào đó. Nhưng thực sự thì tình tôi đang trôi, vô định...

...

Bay ngang vòm trời quê hương. Một nỗi gì rưng rức trong lòng. Ôi những bờ cát trắng. Cửa Đại. Đại Lãnh. Nha Trang... Những thành phố thân yêu xa thẳm ngoài tầm mắt, mà thật gần với bao kỷ niệm. Tuổi thơ tôi, trôi đâu rồi? Chỉ còn mây nước trùng trùng. Một chuyến đi, là đi mãi. Không biết bao giờ trở lại! Chuyến bay này trong vòng 14 ngày sẽ

37

quay về nơi cất cánh, nhưng chuyến đi năm cũ sao đã 14 năm mà không thể trở lại. Thế giới bây giờ gần nhau quá, mà sao tôi vẫn xa quê hương tôi. Ôi, quê hương, ngang tầm phía tây cửa sổ này thôi, mà chỉ thấy một màu xanh thẳm xa mờ của trời nước mênh mông...

...

Một chuyến đi, ghé qua 4 quốc gia. Con người ở đâu cũng thế. Luôn luôn thiết tha với cuộc sống, cho dù là cuộc sống nghèo đói hay sung túc, hạnh phúc hay khổ đau. Mộng ước treo ở trước mắt. Cứ vậy mà đi tới. Mộng ước nhỏ. Mộng ước lớn. Mộng ước viển vông. Mộng ước thực tế. Mộng ước tầm thường. Mộng ước cao xa. Ôi, con người, sao mà tội nghiệp! Còn tôi, tôi đi đâu, tôi trôi đâu, tôi tìm đến đâu... giữa trần gian này? Mộng ước của tôi là gì? Ai cũng cho rằng họ hiểu tôi, thấy và biết tôi muốn gì, tìm gì, đã có gì, đang có gì, đang mong gì... Chính tôi cũng nghĩ là tôi hiểu tôi, hiểu được mộng ước của tôi. Nhưng khi quan sát mộng ước của người khác trên đôi mắt họ, nơi nụ cười của họ, nơi bước chân của họ, nơi điệu bộ của họ... tôi quay lại với chính tôi của một phần tư thế kỷ trước, và biết rằng cái mộng ước năm nào của tôi không giống gì với họ; và cũng không giống gì với tôi bây giờ. Không phải là không giống, mà là... cái mộng ước năm nào của tôi, vẫn chưa tìm được. Tất cả những gì tôi loay hoay tìm kiếm (rồi mất, rồi được, rồi có lại, rồi mất lại, rồi tìm cái khác mới lạ hơn) đều chẳng dính nhập đến cái mộng ước năm xưa cả. Ô, hóa ra hơn nửa đời người, tôi chỉ đi lòng vòng mà vẫn chưa tìm thấy (hoặc giả đò chấp nhận một cái gì đó rồi cho là đã tìm thấy) điều mà tôi kiếm tìm! Vậy mà tôi vẫn sống được, vẫn có thể biểu lộ được với mọi người rằng tôi có hạnh phúc. Bây giờ, tôi hiểu sâu hơn, qua kinh nghiệm sống, thực tập sống, yêu, thực tập yêu, của một phần tư thế kỷ, rằng người ta vẫn có thể sống được dù mộng ước của họ không bao giờ thành tựu.

...

Cũng có nghĩa rằng tôi chưa hề sống, chưa hề yêu. Tôi luôn hết mình với cuộc sống, và luôn hết mình với tình yêu; nhưng cuộc sống và cuộc yêu này hoàn toàn vắng bóng mộng ước sâu thẳm của tôi. Mà nếu tôi có thể đạt được mộng ước ấy ngay trong cuộc sống và cuộc yêu này, thì chính cuộc sống và cuộc yêu ấy cũng chẳng còn ý nghĩa nào đối với tôi nữa. Vậy thì, tôi chỉ sống trong mộng. Cũng không đúng. Tôi sống với một mộng ước treo ở trước mắt, và như thế, tôi đi tới, tôi trôi tới. Mộng ước là cái gì treo lơ lửng trước mắt, rất gần mà không với tới được. Chỉ có thể bước tới, bước tới, bằng một chuyến đi vô định...

Ôi tôi, ôi tình tôi! Có chăng một cuộc tôi? Có chăng một cuộc tình? hay chỉ là một chuyến đi? hay chỉ là một cuộc trôi?

(ghi lại sau chuyến đi Úc và Thái Lan, ghé Mã Lai
và Đài Loan, tháng 10 năm 2003)

NGHỆ SĨ

Nghệ sĩ là ai vậy?

Là anh chàng ấy đấy ư? Cơ tâm, tính toán, chỉ nghĩ lợi cho mình, không biết cái khổ của người khác.

Hay là người kia? Đi đâu cũng vỗ ngực xưng tên; lúc nào cũng nghĩ mình là trung tâm vũ trụ; ngồi vào đám đông là huyên thuyên nói chuyện về mình và tác phẩm của mình.

Hay là bác ấy? Thích vui say bí tỉ với những bè bạn trong bàn tiệc tâng bốc ca tụng nhau, chẳng nhớ trời trăng gì ngoài niềm kiêu hãnh về những nghệ phẩm của mình và những lời khen tặng của người khác dành cho mình...

Ôi, họ đều là những nghệ sĩ có tiếng tăm hoặc chút ít tiếng tăm, hoặc chẳng có chút tiếng tăm nào cả. Nhưng họ giống nhau ở chỗ: có hai thế giới để sống. Một thế giới thực, một thế giới mộng. Thế giới thực của họ, thảm lắm, chẳng nên nhìn vào làm gì, nhìn vào thì chẳng chịu nổi, sẽ thất vọng lớn! Còn thế giới mộng là thế giới mà họ chẳng còn là họ nữa. Đó chỉ là những khoảnh khắc mà họ tạm quên mình, quên đời. Nhờ cái quên ấy mà họ sáng tác được những điều không ngờ. Họ sáng tác cái điều họ không toan tính, hoặc đã toan tính nhưng chưa bao giờ làm được. Cuối cùng thì họ đã nói cái điều không thể nói, không thể làm, không thể nghĩ. Họ nói những điều đã quên. Mà cái quên của họ lại làm cho kẻ khác nhớ mãi...

Ôi là nghệ sĩ! Thật đáng ghét, nhưng cũng thật đáng yêu! Ngồi xuống, đừng nói nhiều nữa. Hãy sáng tác đi!

(2003)

NHÀ THƠ VÀ NHÀ IN

Dĩ nhiên làm nhà thơ thì sướng hơn làm... nhà in nhiều. Ai cũng thấy vậy mà. Nhà thơ đứng ở trên cao. Nhà in đứng ở dưới thấp. Người thì sáng tạo tác phẩm; người thì phục vụ tác phẩm...

Nhìn kỹ hơn, nhà thơ sống với nghệ thuật, giao tình với nàng Thơ, đi trên mây, cỡi trên thác nước, lang thang trên những vườn hoa đẹp mắt hay những cánh rừng thơ mộng, mênh mông... mà lận trong lưng chỉ có cây bút (với những nhà thơ nhớ dai thì chẳng cần đến cây bút nữa kìa!). Một cây bút thôi cũng đủ rồi. Từ đó, vẽ nên cả một trời thơ, rung động bao trái tim của nhiều thế hệ.

Còn anh chàng làm nhà in đấy à? Anh chỉ lo sản xuất những thành phẩm của nhà thơ. Công việc của anh nhà in giống như cô mụ đỡ đẻ. Nhưng việc in ấn lại không đơn giản như ở nhà bảo sanh. Ôi thôi, nặng nhọc lắm! Máy móc lỉnh kỉnh trăm thứ. Khi làm việc thì chỉ biết có giấy, mực, dụng cụ văn phòng, phim ảnh, bàn xén, máy in, máy chụp phim, máy lựa trang, máy xếp giấy, máy đóng bìa... và khổ nhất là phải chịu trận suốt ngày với những tiếng động ồn ào của máy móc. Nếu làm nhà in mà chẳng biết chữ nghĩa, hoặc biết chữ nghĩa mà chẳng bao giờ tò mò đọc thử những gì các thi nhân và văn sĩ viết thì quanh năm suốt tháng lui cui chạy máy mà chẳng có chút niềm vui gì cho bớt căng thẳng những sợi thần kinh cứ chực bung ra bởi tiếng rầm rập của máy móc...

Chỉ có điều an ủi được là, nếu nhà in biết chữ nghĩa,

lâu lâu vừa làm việc vừa đọc thoáng qua được một đoạn văn hoặc một bài thơ hay, cuộc đời nhờ vậy mà có chút ý nghĩa, chút thi vị. Mà đọc ở nhà in chuyên môn in sách thì đọc được nhiều lắm. Có khi phải đọc cả những điều không muốn đọc... và phải học những điều không muốn học.

Ủa mà sao lại đem so sánh kỳ cục và dài dòng giữa nhà thơ và nhà in vậy kìa? Nhà in mà lại đem so với nhà thơ, e bất kính lắm chăng? Có cái gì mà so chứ! Mỗi người mỗi nghề, mỗi nghiệp; so gì được!

Thực ra chuyện nói ra ở đây không phải là để so sánh. Chẳng qua là nhân cơ hội nhà thơ và nhà in gặp gỡ nhau qua việc in ấn mà nói một chút về hai "nhà" này. Nghe câu chuyện đối đáp giữa họ, ta có thể thấy được phần nào tình hình sáng tác văn nghệ cũng như sách báo hiện nay.

***

"Hello, có phải là nhà in đấy không?" giọng một người đàn ông sang sảng, cứng rắn, tự tin.

"Thưa phải," nhà in đáp, "bác cần in gì ạ?"

"À, in một thi phẩm. Hôm nay tôi sẽ đem một mối lớn đến cho anh đấy. In thi phẩm của tôi. À mà này, nghe chỗ đó vừa in cuốn thơ của thằng A đó phải không?"

"Thưa phải ạ, cuốn đó vừa mới in xong tuần trước, và đã giao hết rồi."

"Ừ, nó có tặng tôi một cuốn rồi giới thiệu nhà in của anh đấy. Thế thằng A nó in bao nhiêu bản?"

"Thưa, 300."

"300 thôi à! Thơ mà in 300 thì chó gặm không đủ nữa thì người ngợm nào mà đọc!"

"Dạ thì tình hình sách báo hiện nay cũng xuống lắm, các nhà thơ chỉ in từ 3 đến 500 copies cho mỗi tác phẩm thôi."

"Ối dào, thảm thế! Thực ra, anh có biết tại sao những

thằng ấy nó in số lượng ít không?"

"Dạ thì tại vì thơ bây giờ không bán được nữa. Nghe nói các nhà sách không nhận bán thơ, chỉ nhận các loại tiểu thuyết, biên khảo... thôi. Cho nên các nhà thơ chỉ in thơ để kỷ niệm và tặng thân hữu thôi. Mà thân hữu thì 300 hay 500 cũng là nhiều lắm rồi thưa bác ạ."

"Chẳng phải thế đâu! Anh không ở trong giới văn nghệ sĩ như chúng tôi nên anh không biết. Nói anh nghe nầy: chỉ tại cái đám thi sĩ ấy không thực sự là thi sĩ. Họ là thi sĩ nghiệp dư, không đúng nghĩa thi sĩ. Họ làm thơ cho vợ con đọc chứ ai mà đọc. Giống như thằng A đấy. Ôi trời, thơ của nó đâu thể gọi là thơ! Vậy rồi cũng ráng để dành tiền mà in cho được một tập! Đúng là điếc chẳng sợ súng. Nhưng mà cũng còn biết sợ một điều là không bán được! Ha ha, in thơ mà sợ không bán được có nghĩa rằng chính mình cũng biết là thơ mình chẳng hay! Xì, cái đám ấy làm thơ mà không có chút tự tin gì về thơ của chúng nó cả cho nên mới sợ in nhiều thì chất đống trong ga-ra cho mối gặm! Còn tôi đấy à, anh đoán xem tôi dự trù in bao nhiêu bản?"

"Ơ... chắc cũng phải 1,000 bản?"

"Xí, 1,000 bản mà ăn nhằm gì! 3,000 bản! Sau vài tháng thì tái bản với số lượng 10 lần cao hơn: 30,000 bản! Rồi sau vài tháng nữa, sẽ tăng lên 100 lần thành 3 triệu bản! Rồi cứ thế mà đi tới, đi tới, không bao giờ đi lui. Tôi nói thật, không nói ngoa đâu. Cho nên tôi mới dám tuyên bố là hôm nay tôi đem mối lớn đến cho nhà in của anh đấy! Nầy, nầy, anh đừng tưởng điều tôi gọi là *'mối lớn'* chỉ là chuyện in 3,000 bản cho thi phẩm của tôi đâu nhé! In chỉ là chuyện nhỏ thôi! Mối lớn ở đây có nghĩa là sau khi in thi phẩm của tôi, nhà in của anh sẽ nổi danh khắp thế giới. Sau này, ai muốn in thơ cũng đều nghĩ đến cái nhà in ban đầu đã in thi phẩm của tôi đấy! Hê, anh đang sửng sốt đấy à? Bình tĩnh, bình tĩnh. Tôi tiết lộ một chút cho anh nghe nầy: khi thi phẩm của tôi tung ra đấy hả, nó như một trái bom nguyên tử làm nổ bung cả cái nền thi văn lâu đời của Việt-nam lẫn thế giới đấy! Cỡ mấy tay thi sĩ nổi tiếng đương thời của Việt-nam đấy à? Sẽ cụp đuôi trốn hết! Thi phẩm của tôi mà ra đời rồi thì tất cả thơ của một ngàn năm qua phải vất hết đi. Bao nhiêu thi sĩ nổi tiếng hàng đầu cũng bứt hết! Đấy, tôi nói với anh là nói bằng bản tính trung thực sẵn có của tôi. Anh biết đấy, à chắc anh chưa biết, tôi là dân Biệt động quân mà! Tôi đánh là đánh thẳng chứ không đánh lòng vòng, lôi thôi. Mà khi đánh, tôi biết là đánh thắng tôi mới đánh. Phải tự tin ở sức mình. Không tự tin thì đừng làm gì cả! In thơ mà cứ sợ bán không được thì chưa đọc cũng biết ngay là thơ chẳng ra gì rồi! Ủa, mà thôi, trở lại vấn đề chính. Tôi muốn đặt in thi phẩm của tôi, với điều kiện như vầy, như vầy... in 3000 bản, giá bao nhiêu? Anh phải nói thật và nói một lần thôi nhé. Tính tôi ngay thật, chỉ nói một lần và muốn nghe một lần thôi. Anh cho giá mà không vừa ý tôi thì tôi đem qua nhà in khác à. Đừng có lạng quạng với tôi nhé. Suy nghĩ cho kỹ rồi nói một là một, hai là hai, đừng có sau này lại thêm bớt, tôi chẳng thích à."

Trong khi chờ đợi nhà in tính giá, nhà thơ nói tiếp:

"Tôi còn có một điều kiện đặt ra cho anh nữa: nếu anh in thi phẩm của tôi, anh phải cho tôi gửi sách tại nhà in một thời gian. Khi nào cần thì tôi ra nhà in lấy chứ đem về nhà thì chẳng có chỗ đâu mà chứa, vì cũng phải bán từ từ chứ, được không?"

"Thưa được ạ, vì 3,000 bản với tập thơ mỏng lét như thế cũng chẳng choán bao nhiêu chỗ. Bác có thể gửi tạm ở nhà in một thời gian, không sao."

"Ấy, ấy, anh lại nói chuyện vô duyên rồi. Thực là thợ thuyền thời nay, hỏng hết, chẳng biết cóc lác gì chuyện văn chương chữ nghĩa cả! Anh nói cái chữ "mỏng lét" với cái giọng như là tôi đây nặn chẳng ra chữ nên tập thơ nó mỏng thế! Anh đâu có biết rằng thơ tôi nó cô đọng cả ngàn năm văn học, văn chương, văn nghệ, văn hóa, văn minh, văn hiến... của Đông phương lẫn Tây phương! Cho nên, đâu cần phải dài dòng, và đâu phải tập thơ phải dày thì mới giá trị. Từng chữ, từng câu đích đáng, nói thật ít mà ý tưởng mênh mông ngút ngàn, thế mới là thơ chứ! Anh phải lo học thêm chút văn hóa để khi tiếp xúc với giới văn nghệ sĩ như tôi, đặc biệt là trường hợp của tôi, thì mới khỏi lòi cái dốt ra, nghe không!"

"Thưa vâng, bác dạy sao cũng phải. Xin sẵn lòng học hỏi ạ," nhà in nói. "À, giá đã tính xong. 3 nghìn bản với những điều kiện như thế, như thế... thì giá như vầy..."

Bên kia đầu dây, nhà thơ im lặng, trầm ngâm một lúc rồi nói:

"Cho anh suy nghĩ kỹ lại một phút. Đưa giá cho chắc, một lần thôi nhé, không nói tới nói lui. Anh tính kỹ lại xem có bớt được chút nào không? Bao nhiêu nhà in ở tiểu bang này tôi quen hết, anh tính không vừa ý tôi thì anh mất cơ hội đấy!"

"Dạ, đã tính kỹ rồi ạ. Giá là như vậy," nhà in khẳng định.

"Thôi được, có gì tôi sẽ liên lạc sau nhé! Anh cứ chuẩn bị tinh thần trước. Vì khi tôi đến anh, có nghĩa là anh trúng số rồi đấy. Chào anh."

Nhà in kể chuyện cho những người cùng làm. Ai cũng cười. Một anh thợ in nói:

"Ông ấy đâu phải Biệt động quân, mà là Pháo binh đó!"

"Sao anh biết? Tôi nghe rõ ràng ông ấy nói ông ấy là Biệt động quân mà!" nhà in nói.

"Không phải Biệt động, là Pháo binh đó!"

Không cãi nữa. Tan giờ làm việc. Lái xe về, anh nhà in cứ thắc mắc tại sao anh thợ lại bảo ông thi sĩ kia là cựu sĩ quan Pháo binh trong khi chính tai anh nghe là Biệt đông quân kia mà. Có ai hiểu ý anh thợ xin mách bảo giùm cho anh nhà in. Tại sao lại là Pháo binh chứ?

***

45

Anh nhà in lại tiếp tục lui cui, lủi thủi, làm công việc đỡ đẻ cho những thi nhân, văn sĩ...

Chẳng bao lâu, anh học được một điều: được nghe máy móc chạy rầm rầm mỗi ngày không chừng còn dễ chịu hơn lâu lâu bị một trái bom nổ đùng bên tai, điếc cả con ráy!

Cũng may mà thi sĩ Pháo binh kia không đem mối lớn đến cho nhà in. Chứ mối lớn mà đến đấy ư, anh nhà in thầm nghĩ, sợ không còn thời giờ để đọc thơ nữa kia!

....

Xin hãy cho nhau một vài câu thơ hay thay vì một tiếng súng, một tiếng bom... ơi những chàng thi sĩ cuối cùng còn sót lại trên đời.

(2003)

CON DẾ

Nơi góc tủ lạnh có một con dế. Không biết mỗi ngày đêm nó gáy bao nhiêu lần. Tiếng động cơ của nhiều loại máy móc đã khuất lấp tiếng gáy nhỏ bé của nó. Chỉ đến khi thợ thuyền nghỉ trưa, máy móc ngưng chạy, mới nghe được tiếng của nó, cất lên, cất lên, thật to, nhưng lạc lõng, và buồn buồn thế nào ấy...

Ôi, tiếng dế, nghe qua thì quen thuộc như bao tiếng dế đã từng nghe trong quá khứ, ở quê nhà... Những ngày còn thơ, vào đầu mùa hè, cùng bạn học hoặc bạn hàng xóm, rủ nhau đi bắt dế... cứ theo tiếng gáy mà tìm đến nơi. Chú tâm tìm bắt những con dế, tai mình lúc ấy có vẻ như chẳng nghe tiếng động cơ của xe cộ qua đường, không nghe tiếng của hàng quán xôn xao, người người nói cười. Chỉ có tiếng dế, gáy vang, ở khắp nơi, mọi xó xỉnh, từ vườn hoa, góc chợ, từ phố xá đến khu ven đô, từ đô thị đến những đồng lúa hay những đồng hoang tiêu điều... Người lớn dường như không để ý làm gì tiếng dế gáy. Họ có những bận tâm của họ trong ngày, với cuộc sống. Chỉ có những thằng nhóc tì ham bắt dế, đá dế, hoặc một gã thi sĩ, văn sĩ nào đó, hoài niệm tuổi thơ, hơi thất thường, hoặc thất tình, mới nghe được tiếng dế, thỉnh thoảng cất lên giữa những trưa hè... Tiếng con dế mới trưởng thành, muốn biểu hiện sự có mặt của mình trong cuộc đời. Tiếng con dế sung sức, muốn đấu đá với những kẻ sung sức khác để trắc nghiệm khả năng. Tiếng con dế hả hê đắc thắng sau một trận đấu. Tiếng con dế hục hặc trước khi quay về hang ổ. Tiếng con dế vừa thức dậy. Tiếng con dế gọi bạn. Tiếng con dế bỗng thấy buồn bã cô đơn. Tiếng con dế kêu gọi người yêu chưa thấy mặt. Tiếng con dế buổi trưa nắng gắt khi nỗi buồn chùng xuống mà lại gợi lên giấc mộng giang hồ sơn thủy. Tiếng con dế buổi chiều nắng tàn, cảm thức một cái gì sắp qua đi. Tiếng con dế ban đêm, ngại ngùng gửi vào bóng tối mịt mùng. Vẫn những âm điệu ấy, na ná giống nhau, ở mọi nơi chốn, thỉnh thoảng cất lên chứ không ra rả suốt ngày như tiếng ve sầu, nhưng nỗi sầu kéo theo thì lê thê đến một phương trời mông lung nhạt nhòa nào đó...

Con dế, ôi con dế kẹt trong góc tủ lạnh! Sao mi lại chui vào xó xỉnh này? Sao mi đi lạc vào đây? Lúc nào? Nhân duyên nào? Buổi sáng? Buổi trưa? Buổi chiều? Buổi tối? Buổi khuya? Cửa nẻo đóng kín như thế, làm sao có thể từ bụi bờ ngoài kia mà chui vào đây? A, cánh cửa sau này từ nhà ăn mở ra, mỗi đêm đều đóng kín, mùa lạnh thì đóng suốt ngày! Vậy phải là một trưa hè nắng gắt, chính nơi cửa sau này, thợ thuyền mở cửa cho thông gió, và mi đã tình cờ lang thang tìm bạn, hoặc tìm một đối thủ nào đó để chiến đấu, hoặc tìm người yêu không chân dung nào đó (mà có thể một đời mi gặp nhiều cô, cũng có thể suốt đời không gặp cô nào)... rồi mi theo tiếng rè rè của cái tủ lạnh, tưởng ai xì xầm tâm sự thương yêu, tưởng cô nào thiết tha mời gọi, hăm hở tiến vào góc ấy với niềm hy vọng và nỗi xao xuyến ngây thơ... Thế rồi, mi không thấy gì hết. Và cánh cửa đóng sầm lại. Và rồi tiếng chân người qua lại khiến mi không dám mạo hiểm thoát ra. Hoặc mi đã an phận, thích chọn góc xó tủ lạnh để sống nốt quãng đời còn lại với giấc mơ không thành của một gã phiêu bạt lang thang, hoặc của một gã si tình cô đơn...

Ôi, từ góc tủ lạnh ra đến cửa sau chẳng là bao; từ cửa sau phóng ra ngoài bờ cỏ, cũng chẳng là bao! Thế mà mi cứ ở trong đó, không biết đường ra, hoặc không chịu ra. Bờ cỏ, ụ đất, từ đây chạy dài đến cuối dãy nhà, rồi từ đó lang thang vào những gia cư có vườn hoa, bồn cỏ... bao nhiêu là thế giới mới lạ, dẫu phiêu lưu hết cả đời mi cũng không đủ thời gian nữa kia! Sao mi không chịu lên đường? Hay là... hay là... mi đã già rồi, đã mệt mỏi rồi, không còn đủ sức phiêu lưu (giang hồ và tình cảm) nữa? Ồ, có lẽ là vậy.

...

Bỗng một ngày, lạc bước, tuổi trẻ chôn vùi nơi góc xó nào đó. Và cứ thế, thời gian trôi đi. Mi nằm đó, ngồi đó, đứng đó, nơi một chốn yên bình không phải là quê hương đồng hoang nội cỏ, trầm tư về thân phận mình, tuổi trẻ, sự phấn đấu, tình yêu, và tuổi già...

Và thỉnh thoảng, mi lại cất tiếng gáy vào những trưa hè nắng cháy. Tiếng mi, dế ơi, con dế lạc loài ơi, sao nghe buồn ở tận tủy xương này...

(2004)

TÌNH MẸ

(Ghi lại sau chuyến đi Thái Lan,
gặp lại mẹ già sau hơn 17 năm xa cách)

Có lẽ trong số những người cầm bút, tôi là người viết về người mẹ của mình ít nhất. Nhiều lúc tự hỏi, cũng có khi người khác hỏi đến mà tôi vẫn không hiểu vì sao, không biết trả lời sao.

Tôi sống xa nhà lâu năm, thỉnh thoảng mới liên lạc với mẹ. Nhưng tôi luôn thấy mẹ ở trong tôi. Không chỉ thấy bằng hình ảnh, mà chính là cảm được cái tình thâm của mẹ luôn dạt dào, bàng bạc, dàn trải, bảo bọc, âu yếm, vỗ về tôi. Có lẽ vì vậy mà trong tôi không có sự thôi thúc để nói hay viết một lời nào về mẹ nữa. Giống như người ta không cần phải viết hay nói nhiều về không khí để thở.

Năm nay, nhân mùa Vu Lan, tôi được diễm phúc đi thăm mẹ. Nói tôi đi thăm mẹ là nói với những người ở hải ngoại mà thôi, chứ thực ra, chính là mẹ đã đi thăm tôi.

Mẹ tôi già yếu, rất sợ lên cao, chưa bao giờ ngồi máy bay. Vậy mà bà đã nhận lời đi Thái Lan để gặp tôi và người chị đang làm việc tại một trường Đại học bên đó. Tôi có đoạn đường dài từ Los Angeles đến Bangkok (vừa bay, vừa chờ đợi chuyển tiếp) mất hơn 24 giờ đồng hồ; chị tôi có đoạn đường xe lửa từ Bắc Thái-lan đến Bangkok khoảng 10 giờ đồng hồ; trong khi đoạn đường của mẹ từ Sài-gòn đến Bangkok chỉ trong vòng 1 giờ đồng hồ. Thế mà hai chị em chúng tôi đều cảm thấy rằng chúng tôi được mẹ đích thân đến thăm. Sức khỏe yếu kém, tâm lý bất an hãi sợ về chuyện lên cao và đi xa, mẹ đã quyết tâm vượt qua tất cả để đến với chúng tôi, thăm chúng tôi nơi một đất nước xa lạ.

Đất nước Thái Lan này, 17 năm trước, đã dung nạp tôi khi tôi đặt chân đến làm người tị nạn. Giờ này, lại thêm một lần làm nơi tương phùng cho mẹ con tôi.

Mẹ mang cho chúng tôi những mẩu bánh in đậu xanh, gọi là quà quê hương. Người làm bánh in tại gia muốn về hưu, không nhận làm bánh nữa, nhưng mẹ tôi năn nỉ người ấy làm đợt bánh cuối cùng để mẹ mang theo làm quà cho con cái xa quê. Gặp cô bạn tri âm đi theo tôi, mẹ nói: "Mẹ từ Nha Trang vào Sài-gòn, rồi từ Sài-gòn sang đây, tâm ý âu lo, chẳng dự đoán được hành trình tốt-xấu thế nào nên chẳng dám mang theo thứ gì... không có gì làm quà cho con." Cô bạn tôi ôm hôn mẹ, nói: "Mẹ đường xa sang đây là món quà lớn của chúng con rồi, đâu cần mang quà gì khác nữa." Vâng, đúng như vậy. Đối với chúng tôi, việc mẹ lên đường đi xa, ra khỏi nước, là một sự kiện, là một vấn đề. Phải là quan trọng lắm, phải là nhiều quyết tâm lắm, mẹ mới có thể thực hiện một chuyến đi xa bằng máy bay như vậy.

Tầm quan trọng của chuyến đi, cũng như sự quyết tâm của mẹ còn được bồi thêm, hiểu rõ hơn, khi chúng tôi ngồi quây quần bên mẹ, nghe mẹ tiết lộ về mẩu giấy nhỏ mẹ viết vội ở phòng chờ đợi tại phi trường Tân Sơn Nhất. Mẩu giấy ghi lại lời nhắn nhủ cuối cùng của mẹ với em trai của tôi, đứa em phụ trách đưa mẹ đi xa, phòng khi mẹ có mệnh hệ gì:

"Bình tĩnh, bình tĩnh! Nghe mẹ dặn đây: nếu định mệnh của mẹ là hôm nay, con cứ thẳng đến Thái, gặp các anh chị. Mẹ ưng về lại Sài-gòn, hỏa thiêu, đưa về Long Sơn lạy Tam Bảo, lên Kim Thân... Các con giữ thanh tịnh, giữ Tâm Đạo là hiếu với mẹ. Mẹ được vút lộng lên cõi mây trời cao rộng, là điều tâm niệm, vậy các con nên tạ ơn Phật trời. Đừng nên đổ lỗi cho nhau.

Mẹ hôn tất cả các con, dâu, rể, các cháu của mẹ."

Lúc đọc đến câu "Đừng nên đổ lỗi cho nhau..." mẹ tôi ngưng lại giải thích rằng mẹ không muốn anh chị em khác trong nhà đổ lỗi cho tôi. Bởi vì giai do trăm sự của chuyến đi này chính là tôi, do tôi thúc đẩy, yêu cầu, năn nỉ mẹ... từ nhiều năm trước, để cho tôi được gặp mẹ, vì tôi không thể về nước được.

Nghe mẹ đọc lời trăn trối như thế, tôi thật không biết phải tạ ơn và sám hối với mẹ thế nào. Vì chính lúc ấy, dù không bị ai trách móc, đổ lỗi, bỗng dưng tôi lại có ý tự trách, tự đổ lỗi cho mình. Nếu thật có chuyện gì xảy ra cho mẹ, tôi làm sao có thể tha thứ được cho tôi!

Nhưng rồi mọi việc đều êm thắm và mẹ con chúng tôi đã có những giờ phút sum vầy vui vẻ, cảm động. Mẹ con chúng tôi chẳng có gì nhiều để nói và kể cho nhau. Thường thì tôi ngồi một bên, nắm lấy hai bàn tay gầy yếu xương xẩu của mẹ, còn mẹ thì thỉnh thoảng lại ôm hôn nơi má tôi. Hôn tôi như hôn một đứa bé con.

Buổi sáng 14 tháng 7 âm lịch, một giờ đồng hồ trước khi rời khách sạn để ra sân bay, mẹ tôi ngồi im lặng một lúc, sáng tác hai bài thơ, một bài tặng chị tôi, một bài tặng tôi.

Giờ phút cuối, mẹ ôm tôi, hôn nơi má tôi thật lâu. Tôi hôn lên trán cao của mẹ. Sau đó, mẹ và chị tôi ôm nhau khóc. Rồi mẹ bước vào cổng hải quan.

Từ lúc được đón mẹ ngày đầu tiên đến khi đưa mẹ ra về, tôi chỉ có cười sung sướng. Chưa hề khóc một lần trong suốt thời gian ấy. Chỉ đến khi mẹ đi rồi, đọc bài thơ của mẹ tặng nhân mùa Vu Lan, tôi mới rớm lệ, và thấy thương nhớ mẹ vô cùng. Tôi lại muốn được gặp lại mẹ ngay lúc ấy, để ôm hôn mẹ thật lâu, thật lâu hơn nữa...

Đây, bài thơ chia tay của mẹ gửi lại cho tôi:

VU LAN - THÁI LAN

Nao nao một chuyến Thái Lan
Trong ta điện ngọc cung vàng nhập Thơ:
Tạ ân Từ Phụ huyền cơ
Ban cho mẫu tử những giờ gặp nhau
Xót xa đã dịu niềm đau,
Nhớ thương hàn gắn vết sâu tháng ngày.
Run run cảm xúc vòng tay
Hôn con mà tưởng con ngày bé thơ...
Rạng ngời cười ấm hương Thơ,
Điệu vần tia mắt ngấn mờ lệ vui.

Mùa Vu Lan, đất Thái Lan
Bất ngờ "Đạo Hạnh" (*) cung đàn năm xưa
Một trăm lẻ tám Đại thừa (*)
Liên hoa nở trước kịp mùa Báo Ân.
Hiếu tâm con đã kính dâng
Hóa nguồn hóa suối tinh thần mẹ vui.
(Sáng 29/8/2004)

(*) Một trăm lẻ tám trang thơ trong đó có nhiều bài được sưu tập lại từ tập thơ "Hương Đạo Hạnh" của mẹ tôi, đã được xuất bản nhiều năm trước. Đoạn này nói niềm vui bất ngờ của mẹ khi nhận được chính thi phẩm của bà do tôi thực hiện: *"Cuối Đời Lọc Những Tinh Sương".*

SINH NHẬT

Lâu lắm rồi, những mấy mươi năm trước, mình được sinh ra.

Từ ngày lọt lòng năm ấy, rồi đến "thôi nôi" năm kế tiếp, rồi đến những sinh nhật chẳng nhớ gì cả, rồi đến những sinh nhật có nhớ mà làm như quên, rồi đến những sinh nhật có nhớ cũng như không, rồi đến sinh nhật đã quên mà người khác lại nhắc, rồi đến những sinh nhật ai cũng nhắc, rồi đến những sinh nhật ai cũng quên, rồi đến sinh nhật đứng một mình bên song cửa lặng lẽ nhìn mây bay, rồi đến sinh nhật suốt ngày ngồi trên máy bay sau đó chộn rộn loay hoay chuyện nhập trại, rồi đến những sinh nhật không ai nhớ hoặc nhớ mà không dám nhắc, rồi đến những sinh nhật cố gắng quên và trốn tránh mọi người, rồi đến những sinh nhật đơn giản, đơn giản, thật đơn giản... cho đến nay, hễ đến sinh nhật thì mình vẫn cứ băn khoăn, vẫn cứ nghĩ ngợi, ưu tư, vẫn cứ mang cảm giác như là có một điều gì, một cái gì đã sinh ra, vừa sinh ra, sắp sinh ra. Sao hôm qua và ngày mai mình lại không nghĩ về điều ấy, hoặc có nghĩ mà không rõ nét, không thấy quan trọng như là đúng vào sinh nhật? Có lẽ chỉ là một thứ ảo giác mà gia đình và xã hội đã uốn nắn thành một thông lệ, một thói quen. Không phải chỉ đơn giản là thói quen trong thông lệ, mà còn là thói quen trong tư tưởng, trong cảm giác. Vâng, có một thông lệ của dòng tư tưởng sinh nhật.

Nó cho mình một cảm giác mơ hồ, rồi cảm giác mơ hồ ấy lại khơi dậy một thứ tư tưởng nào đó. Ở mặt ngoài thì

54

là một thứ cảm giác hời hợt như là niềm vui hôm nay là ngày đặc biệt của mình (những ngày khác là ngày của người ta hoặc là ngày vui của chung mọi người), hoặc niềm vui được người khác quan tâm chúc tụng, hoặc nỗi buồn mình già thêm một tuổi mà chẳng làm được chi, hoặc nỗi buồn là không ai (hay là ít ai) nhớ đến sinh nhật mình, hoặc nỗi buồn là tại sao cái người đặc biệt ấy lại đặc biệt không nhớ cái ngày đặc biệt của người đặc biệt như mình; nhưng bên trong thì âm ỉ, lờ mờ một cái gì, tờ tợ như là một hoài niệm, cũng không hẳn là hoài niệm đơn giản như là nhớ lại những sinh nhật đã qua, mà là một thứ cảm hoài mang mang... Cũng không hẳn là cảm hoài nữa. Cảm hoài là cảm xúc dâng dậy từ một sự hoài niệm với một vài kỷ niệm nào đó trong dĩ vãng. Những kỷ niệm ấy có lịch sử của chúng, và có hình ảnh của chúng. Đằng này, cái hoài niệm dường như lại đi lui lại thật xa, vượt khỏi những ngày, những tháng, những năm được ghi tính trên lịch, hoặc được ghi nhớ trong ký ức... Nó tìm tòi, cố nhớ lại một cái gì, một lẽ gì, hiện hữu trước khi sinh ra, hiện hữu trước tất cả mọi sinh nhật.

Tại sao mình lại sinh ra nhỉ? Đừng vội trả lời rằng cha mẹ muốn vậy. Đừng vội nói rằng ý Chúa. Đừng vội trả lời là nhân quả, nhân duyên, nghiệp báo...

Mục đích sinh ra đời của mình là gì nhỉ? Đừng vội trả lời sinh ra để sống. Đừng vội trả lời sinh ra để làm con của ba má. Đừng vội trả lời sinh ra để làm ba má những người con. Đừng vội trả lời sinh ra để làm người yêu của người yêu mình, người yêu của người mình yêu, người yêu của người không yêu mình, người yêu của người mình không yêu. Đừng vội trả lời sinh ra để làm ông này, bà nọ. Đừng vội trả lời sinh ra để đi làm kiếm tiền mà tiêu xài cho sướng. Đừng vội trả lời sinh ra để hưởng thụ những gì gia đình và xã hội đã cung cấp cho mình. Đừng vội trả lời sinh ra để ngồi không mà tận hưởng những quyền lợi của bao nhiêu người khác dâng hiến. Đừng vội trả lời sinh ra để phục vụ, cung phụng người khác, tập thể khác. Đừng vội trả lời sinh ra để làm vua, làm chúa, làm kẻ lãnh đạo, làm kẻ bất lương, làm kẻ bất nhân, làm kẻ vô tình, làm kẻ vô tâm, làm kẻ vô liêm sỉ... (tại sao những tính từ này lại thường đi theo với những danh từ kia trong một đất nước khốn khổ?). Đừng vội trả lời sinh ra để cưu mang một thứ trọng nhiệm nào đó. Đừng vội trả lời sinh ra để làm vui kẻ khác...

Mỗi người có một câu trả lời cho sự sinh ra của mình. Câu trả lời ấy, không hẳn là đúng đâu. Nếu không biết được ý nghĩa của sự chưa sinh, của cái chưa sinh, của lúc chưa sinh, thì không thể nào hiểu được ý nghĩa của cái sinh.

Trước sinh nhật của hôm nay, tôi là gì nhỉ? Là ngày hôm qua, hôm kia, hôm nọ... Những ngày trước đó, tôi chẳng khác hôm nay là bao. Nhưng hôm nay, đúng ngày sinh nhật, tôi nhìn lại tôi, nhìn lại con đường tôi đã kinh qua, lại nhìn con đường tôi sắp bước đến. Rất khác. Cái khác là ở khoảng cách thật xa. Nhưng không có cái gần, sẽ chẳng bao giờ có được cái xa ấy cả. Vậy con đường sau lưng hay con đường trước mặt, chẳng qua cũng chỉ là cái được sinh ra từ cái chưa sinh ra. Nếu đã sinh ra rồi thì không còn được sinh ra nữa. Nếu chưa sinh ra mà không chịu được sinh ra bởi cái chưa sinh, thì cũng không được sinh ra. Vậy, phải luôn sẵn sàng như thể mình chưa sinh ra, phải luôn sẵn sàng để bước qua cái cửa sinh, thì mình mới có thể được sinh ra một cách mới mẻ, trong từng giây phút, mà không bị vướng vào "đường xưa lối cũ" của cuộc đời.

Lịch sử của con người, hay xã hội, vẫn được ghi bằng những cái đã sinh ra. Nhưng con người muôn thuở, dường như chẳng bao giờ thấy được cái chưa sinh ra của chính mình. Mà chính cái chưa sinh ấy lại mới là cái làm nên những lịch sử muôn hình vạn trạng của trần gian này.

Tôi ngồi đây, nhân sáng sớm của ngày sinh, nhìn lui về quá khứ, thật xa, thật xa, muốn tự vấn một điều.

Tại sao tôi sinh ra?

(30-11-2004)

NGÀY SINH CỦA CHÓ

Cách đây gần bốn mươi năm, một thi sĩ nổi tiếng của Việt Nam đã cho xuất bản tập thơ mỏng, tựa là "Ngày Sinh Của Rắn." Mỏng nhưng thật là nặng. Nặng chất thơ và chất triết lý. Trứng rắn vỡ ra thành rắn thiêng. Rắn có thể thành rồng. Một rồng có thể thành chín rồng (cửu long). Rắn là biểu tượng của trí tuệ (mà cũng là biểu tượng của y-dược, cứu chữa bệnh tật), rồng là biểu tượng của sự cao vời linh thiêng, huyền ảo. Ôi, cuộc đời rắn, sự sinh ra của rắn, cứ ngồi đó mà nghiền ngẫm, sẽ càng khám phá thêm nhiều đức tính, nhiều lý lẽ thâm diệu, cao xa!

Thế còn ngày sinh của chó thì sao nhỉ? Ửm hừm (tằng hắng), chó sinh ra, mang theo nó những xú tính rất tội nghiệp, mà những xú tính này, dường như chỉ được phát hiện nơi những xứ sở nghèo đói, kém văn minh--nơi đó, chó được nuôi chỉ là để giữ nhà, bảo vệ chủ nhân, và được cho ăn thức ăn thừa của chủ (nếu chủ vì lý do gì, hoặc đói thiếu, hoặc quên phứt chuyện ăn của chó, thì chó đi ăn bậy!). Thế nên, chó bị rủa là không có trí tuệ (ngu như chó), nhơ nhớp (dơ như chó), ít sướng (khổ như chó)...

May ra thì chó hãy còn một đức tính tạm xem là tốt: chung tình. Ửm hừm (lại tằng hắng), chung tình chứ không phải chung thủy (vì không có 'chung' nên cũng chẳng có 'thủy'). Tình yêu của nó không có sự bắt đầu, nên không có sự chấm dứt sau cùng; không có sự chấm dứt sau cùng nên không thể gọi là có sự bắt đầu. Tình yêu đó chỉ tùy theo duyên mà khởi phát, chứ không phải là trước đó không có gì hết rồi tự dưng lại có. Nếu tình yêu đó không có sẵn, không bàng bạc ở khắp nơi, thì khi gặp duyên nó không thể nào xuất hiện. Nó không có sự bắt đầu, nên không có sự kết thúc. Là như vậy. Nói lòng vòng, loanh quanh, cũng chỉ vì nó vốn không đầu không đuôi...

Ngày xưa, thầy căn dặn tôi rất chí tình: "Mai sau con có dấn thân vào đời thì cần phải tuyệt đối tránh xa hai điều: danh vọng và nữ sắc. Vướng vào hai thứ đó thì không làm được việc lớn." Tôi mê muội không theo được lời thầy dạy. Lý do là những gì mình muốn làm, thực ra cũng chẳng có gì được coi là "việc lớn" (*sanh tử đại sự* - người học đạo, hành đạo, dù ở nơi chốn và thời gian, hoàn cảnh nào, chỉ có việc thoát ly sinh tử mới là việc lớn mà thôi! Nếu không lo chuyện thoát ly sinh tử thì có việc gì khác quan trọng đâu mà gọi là "lớn"!). Bởi không làm được việc lớn, nên chỉ làm những điều thật nhỏ, trong khả năng, trong giới hạn tầm tay của mình. Hai thứ mà thầy dạy phải tránh xa, chỉ tránh xa được thứ đầu (có thể tự tin để nói ra được điều này), còn điều thứ hai, tưởng rằng dễ hơn, nhưng lại khó thay! Tránh không được, thì thôi, cứ theo cái mạng tuổi Tuất mà hành sự.

Thế thì, vào ngày sinh của chó, cũng xin viết vài dòng tâm sự... Ngày sinh của chó chẳng được thơ mộng triết lý gì như ngày sinh của rắn, của rồng, của cọp... Chỉ được cái là chung tình, vâng, chung tình lắm ạ! Thương ai thì thương hoài, dù gần dù xa, dù sống chung sống riêng, dù còn liên lạc hay hết liên lạc, dù biết mặt hay không biết mặt, dù đã sinh ra rồi hay chưa sinh ra, dù già hơn tuổi hay nhỏ thua tuổi, thì cũng vậy thôi, vẫn cứ thương hoài, không có lúc nào gọi là hết thương. Đó, là như thế. Ngày sinh của chó, ghi bậy vài hàng...

Nhưng mà hãy khoan, xin ghi thêm mấy điều, gọi là *tái bút quan trọng*, hay nói đúng hơn, *đính chính quan trọng*: không phải chó nào cũng ngu (nếu mà ngu thì làm sao biết và nhớ được ngày sinh của nó, và làm sao hiểu được thế nào là tình yêu...!?); không phải chó nào cũng dơ (tự biết tắm rửa kỳ cọ cho thân và cho tâm ít nhất một lần mỗi ngày thì không đến nỗi dơ tệ!); và không phải chó nào cũng khổ *("to love and to be loved is the greatest happiness on earth"* - yêu và được yêu là sướng nhất đời rồi còn gì! - xin lỗi, tạm thời không nhớ đại văn hào hay triết gia nào đã nói câu này và chẳng biết trích dẫn như vậy có đúng nguyên văn hay không. Ai biết thì xin mách bảo, cám ơn)...

(viết cho ngày sinh của chó, 30/11/2005)

60

VỀ VƯỜN

Về đây, sáng sớm mặt trời soi nơi vườn trước, buổi chiều nắng xiên ở vườn sau. Trên cao độ của vùng đồi núi chập chùng, mây trắng giăng ngang tầm mắt. Chung quanh trống trải, nhìn đâu cũng thấy trời xanh. Gió lồng lộng xua cây lá lao xao. Hàng xóm dăm ba căn nhà đất rộng thênh thang. Lũ trẻ chơi đùa trên con đường nhỏ chỉ rộn lên một lúc rồi trả lại không khí êm đềm của khu ngoại ô im vắng.

Bên nhà người hàng xóm, con ngựa con mấy tháng tuổi trông thật dễ thương; nó cuồng chân chạy rông trong khoảng chuồng rào bằng lưới mắt cáo, trong khi ngựa mẹ thì sục đầu vào cái thùng phuy nhựa tìm nước uống. Thùng trống, ngựa mẹ dùng mõm hất qua hất lại lăn lóc, tạo tiếng kêu lục cục để nhắc nhở chủ quan tâm. Ha, mấy nhà hàng xóm này nhà nào cũng nuôi ngựa. Ít nhất cũng hai con. Thế mà chưa ai làm cái chuồng cho đàng hoàng. Họ mượn hàng rào mắt cáo của vườn nhà để làm chỗ "nhốt" ngựa. Trong khi đó, sân sau của mình lại có cái chuồng ngựa thật rộng đóng bằng loại nhựa đặc màu trắng. Chuồng ngựa kiên cố, có cổng cài then đàng hoàng, mới tinh au, sáng lên giữa nền đất vàng sậm. Ừ, thì có chuồng, để làm chi đây? Người có ngựa lại không có chuồng; người có chuồng lại chẳng nuôi ngựa! Đâu phải mình cố ý sở hữu cái chuồng ngựa này đâu. Chỉ tại chủ nhà trước đóng chuồng nuôi ngựa, bây giờ bán nhà, mang ngựa đi, bỏ lại cái chuồng nơi đây, thế thôi!

Nếu không thích khuôn khổ thì đừng bày chuyện đặt ra những khuôn thước đạo đức, những điều lệ nội qui, những đường hướng, qui tắc, qui luật... đòi hỏi hoặc ép buộc người này người kia phải nghiêm chỉnh tuân theo, trong khi chính mình lại bê bối, lem nhem, chẳng tôn trọng ngay cả những điều lệ căn bản tối thiểu! Còn nếu không theo được qui ước chung thì hãy im lặng, sống nơi hoang vu rừng rú, chẳng cần luật tắc gì của tổ chức con người và xã hội. Ngựa hoang thì cần gì chuồng. Ngựa nhà thì phải có chuồng tươm tất. Không đủ khả năng làm chuồng thì đừng nuôi ngựa. Không thích nuôi ngựa thì đừng làm chuồng. Chuyện chỉ có vậy thôi, sao lại làm cho trở thành rối rắm cuộc đời!

Lâu lắm rồi mới trở lại công việc cuốc cỏ, dọn vườn. Khu vườn người trước để lại sao mà um tùm, rậm rịt. Vườn trước họ còn cố gắng cắt tỉa, dọn dẹp cho được mắt và tránh sự phiền hà của hàng xóm cũng như của sở vệ sinh thành phố--nhưng cũng chỉ được xem là tàm tạm thôi--còn vườn sau thì quả là giống một khu rừng thu gọn. Cỏ gai và những giây leo tràn lan, lấn lướt những giống cây quý. Đồ đạc trong nhà không dùng được nữa cũng vất bừa đâu đó chung quanh, bất cứ chỗ nào còn được khoảng trống. Hì hục cả tháng trời dọn dẹp, khu vườn vẫn chưa gọn sạch như ý muốn.

Chẳng phải sự ngăn nắp, gọn gàng, thứ tự, sạch sẽ... là điều mà ai cũng ưa thích, mong muốn. Có khi sự bừa bãi, vô trật tự, dơ nhớp, bầy hầy... lại cho người ta niềm thú vị, thoải mái nào đó. Như ý của mình không hẳn sẽ như ý người khác, ngược lại cũng thế. Cứ theo tính khí và thói quen của mình mà tạo nên thế giới của riêng mình, như ý mình; rồi hồn nhiên mà sống trong sự bày vẽ đó. Trật tự không hẳn là tốt đẹp; vô trật tự cũng không hẳn là tồi tệ. Trật tự là sự bày biện theo công thức; vô trật tự là thứ trật tự ngoài công thức qui định của con người và xã hội. Có thể nào chọn một trong hai thứ trật tự này không nhỉ? Nếu được thì tại sao phải lo vườn trước tươm tất để che mắt thiên hạ, còn vườn sau thì bừa bãi, luộm thuộm, hoàn toàn trái ngược? Hay là sống ở cuộc đời này phải đi hàng hai, bề ngoài sống với thiên hạ, bề trong thì sống cho mình? Ôi, chẳng lẽ con người trong tư cách một phần tử của xã hội và nhân loại, đều phải như thế? Và ngay cả những người lãnh đạo quốc gia, tôn giáo, đoàn thể... cũng phải như thế? Nếu phóng khoáng với người, khắc kỷ với mình thì là điều đại hạnh cho cuộc đời. Chỉ sợ là ngược lại. Mà thực tế đã cho thấy, chỉ toàn là ngược lại.

Mùa đông, mặt trời lặn sớm. Mới năm giờ chiều mà mây xa đã tím ửng cả nửa vòm trời. Ngồi ở hiên sau, lắng nghe âm thanh của hoàng hôn rơi xuống theo gió nhẹ. Tiếng chó sủa đâu đó khi xe chạy qua đường. Một đàn chim bay vội về phương bắc, nơi dãy núi trùng trùng giăng ngang ẩn hiện sau màn mây mờ đục. Cuộc sống của con người dường như ngưng tụ trong khoảnh khắc, nhường chỗ cho sự tịch lặng của màn đêm huyền diệu. Muôn sao bắt đầu ánh lên những chớp lòe linh động của những thế giới bí ẩn xa xăm.

Về vườn, vui thú điền viên, thực chất chỉ là ảo vọng sắp xếp cuộc đời theo ý mình, trong khả năng giới hạn của mình. Một mảnh vườn nhỏ bừa bộn cỏ gai và rác rưới không hẳn là phải cần đến sự chăm sóc của bàn tay và khối óc con người. Dọn dẹp sắp xếp thì là vườn. Để cỏ cây tha hồ trỗi dậy thì là rừng. Có gì đẹp, xấu, sạch, dơ? Chỉ là theo ý mình hay không mà thôi. Nhưng nếu chủ tâm tạo dựng vườn tược thì cũng nên chăm sóc vườn sau như là vườn trước, trong nhà cũng như ngoài sân. Không phải vì bên trong và bên sau, khuất mắt thiên hạ thì cẩu thả bê bối; không phải vì bên ngoài và đàng trước trình diện láng giềng mà cẩn trọng vun quén chăm lo. Cỏ rác, bụi bặm, có bao giờ ngưng sinh sôi, tràn lấn? Cuộc đời và thuộc tính của nó có bao giờ là sự bất hoại, thường nhiên? Chính sự bất toàn khổ đau là trật tự muôn đời của con người và xã hội. Vô trật tự là trật tự của nó. Ai cũng hiểu điều này và đã từng phát biểu nhiều lần về điều này. Như thế, nguyện làm giảm thiểu khổ đau cho cuộc đời, có thể nói nôm na chỉ là ước vọng dọn vườn: không phải để có một mảnh vườn tuyệt đối đẹp đẽ, ngăn nắp, sạch sẽ, không bao giờ có rác rưởi, cỏ gai... mà để tiếp tục công việc của một người dấn thân đi trên con đường dài bất tận. Còn cỏ rác thì còn dọn dẹp, chẳng làm sao mà gọi là về vườn, vui thú điền viên được. Cũng vậy, cuộc đời còn khổ đau bất toàn, thì chẳng làm sao mà nghỉ ngơi, hưởng nhàn được.

Về đây, một mình ngồi lặng ở hiên sau ngắm bóng chiều tà mù lạnh hơi sương và những đêm dài huyền hoặc bóng ngàn sao. Trong bóng đêm, không có sự sạch-dơ, tốt-xấu; không có vườn hay rừng; không có phố thị hay ngoại ô. Chỉ có niềm tịch lặng. Và tôi, tuy về vườn, lại chẳng có vẻ gì là cách xa với con người và cuộc đời bên ngoài thềm hiên nhỏ nơi đây. Con đường vẫn như thế, dài bất tận. Không thể không đi.

(Chiều ngoại ô, San Bernardino, California, 12-2005)

MỞ CỬA CHO MỘT
PHƯƠNG TRỜI CAO RỘNG

Lời ghi của tác giả:
Tạp chí Phương Trời Cao Rộng do Vĩnh Hảo chủ trương, vừa là Chủ nhiệm, vừa là Chủ bút, ra mắt vào tháng 5.2006. Đây có thể nói là tạp chí "Văn học Phật giáo" đầu tiên xuất hiện trong ngành báo chí, kể cả hải ngoại lẫn trong nước. Ước vọng của người chủ trương có lẽ là quá sớm đối với tâm thức và thị hiếu của giới Phật giáo; và cũng vì thiếu thực tế, bị xem như thất bại đến nỗi phải đình bản sau 2 năm có mặt. Đúng một năm sau khi tạp chí này đình bản, Vĩnh Hảo được mời làm Chủ bút cho Nguyệt san Chánh Pháp. Qua nguyệt san này, Chủ bút được trọn quyền quyết định về nội dung, nhờ đó đã gửi gắm phần nào ước vọng và hướng đi của tạp chí đã đình bản.
Bài sau đây là Thư Người Chủ Trương Tạp chí Phương Trời Cao Rộng, số ra mắt, tháng 5.2006.

Phật giáo Việt Nam đã và đang trải qua một giai đoạn cực kỳ đen tối theo vận mệnh của đất nước. Bao lâu dân tộc còn thống khổ, Phật giáo vẫn tiếp tục trầm mình trong dòng nghiêng ngửa chênh vênh của thế cuộc.

Không riêng gì đất nước Việt Nam băng hoại đạo đức, hụt hẫng hướng đi, cả thế giới điên đảo mộng tưởng này cũng rất cần sự đóng góp của Phật giáo để "trao cho thời đại" một nền đạo lý cao đẹp, trong sáng, trí tuệ, hầu kiến tạo một hành tinh hòa bình, an lạc thực sự.

Đáp ứng sự mong đợi đó, Phật giáo Việt Nam trong nước và hải ngoại, từ những giáo hội và tông phái khác nhau, đã cố gắng thật nhiều trong những năm qua trong việc tu tập và hoằng pháp. Kết quả như chúng ta thấy, các tu viện, tự viện, các trung tâm sinh hoạt Phật giáo, được tạo dựng khắp nơi. Ngay ở hải ngoại đã có khoảng 300 ngôi chùa của Phật giáo Việt Nam được dựng nên bởi chư Tăng Ni và phật-tử tị nạn. Trong nước thì các chùa cũ trước năm 1975 cũng được trùng tu, và một số chùa mới cũng được kiến tạo với sự tài trợ đáng kể của phật-tử hải ngoại.

Dù vậy, không thể vội vàng cho rằng Phật giáo cực thịnh khi nhìn thấy những biểu tướng của chùa chiền nguy nga, tăng lữ đông đảo trên đất nước cũng như tại hải ngoại ngày nay. Tất cả những biểu hiện ấy đều chỉ là sự ngoi dậy trên bề mặt của những nỗ lực gian khó nhằm tự khẳng định sự tồn tại của mình trong dòng sinh mệnh dân tộc, cũng như trong dòng sinh hoạt chính của các vùng đất lạ ngoài quê hương.

Khẳng định sự tồn tại của mình là một chuyện, truyền bá và phát triển đúng mức lại là chuyện khác.

Ở hải ngoại, do khác biệt về ngôn ngữ, Phật giáo Việt Nam vẫn còn như một người khách đang chào hàng, giới thiệu một sản phẩm xa lạ, khó hiểu. Những tăng sĩ có khả năng hội nhập (bằng ngôn ngữ) thì cũng chỉ giới thiệu được một phần nhỏ trong gia sản khổng lồ của Phật giáo.

Trong nước thì do hạn chế của bộ máy cầm quyền khắc nghiệt, một giáo hội thì bị ngăn cấm sinh hoạt, một giáo hội thì bị thúc đẩy phải làm những điều không muốn làm bên cạnh những phật-sự hình tướng bề ngoài.

Việc hoằng pháp vì vậy, có những khập khiễng, cục bộ không thể tránh. Nhưng điều không ai có thể phủ nhận được là tăng ni và hàng cư sĩ phật-tử Việt Nam, dù ở bất cứ hoàn cảnh nào, cũng thiết tha góp sức mình cho việc hoằng truyền Phật đạo. Biểu hiện rõ nét của ý nguyện này được nhìn nhận qua các phương tiện truyền thông đại chúng như báo chí, truyền thanh, truyền hình và mạng lưới điện toán toàn cầu.

Truyền thanh, truyền hình thì hãy còn yếu kém, không kể ra nơi đây. Còn mạng lưới điện toán thì có thể nói là khá phong phú. Hầu như mỗi ngôi chùa lớn nhỏ tại hải ngoại đều có thể tự thiết kế và chủ trương một trang lưới. Cá nhân một số cư sĩ phật-tử cũng góp phần không nhỏ trong việc hình thành các trang lưới Phật giáo. Nhưng không phải ai cũng có cơ hội và khả năng truy cập mạng lưới điện toán để đọc báo Phật giáo; cũng không phải ai thường sinh hoạt điện toán cũng thích đọc Phật Pháp trên mạng.

Riêng về báo chí (báo giấy - để phân biệt với báo điện tử) của Phật giáo Việt Nam:

- Tại hải ngoại, có thể nói là chưa đủ tầm vóc để có một chỗ đứng vững vàng trong nền báo chí của cộng đồng. Hầu hết các tờ báo Phật giáo đều được xuất bản như là tiếng nói của một giáo hội, hoặc của một ngôi chùa, cho nên, thường mang giá trị thông tin hơn là hoằng pháp. Dù vẫn có chủ trương hoằng pháp, nhưng lại bị vấn đề thông tin tràn lấp đi. Nhu cầu thông báo về giáo hội, tông phái, về sinh hoạt của cơ sở địa phương vẫn cao và nặng hơn nhu cầu hoằng pháp. Tờ *Phật Việt* gần đây xuất hiện tại Hoa Kỳ, được xem là tờ báo tầm cỡ với sự cọng tác của nhiều tôn đức và học giả Phật giáo lẫy lừng danh tiếng, nhưng bài vở nặng tính khảo cứu, cũng chưa tiếp cận được quần chúng. Mặt khác, Phật giáo Việt Nam tại hải ngoại chưa có tuần báo, bán nguyệt san, hay nguyệt san, mà hầu hết đều phát hành mỗi năm vài ba số nhằm vào các dịp lễ lớn: Phật Đản, Vu Lan và Tết. Nếu có phát hành định kỳ và thường xuyên mỗi tháng thì trong hình thức bản tin sinh hoạt của tự viện địa phương mà thôi.

- Trong nước, báo *Giác Ngộ* là tờ duy nhất được phổ biến công khai là do trực thuộc giáo hội nhà nước. Được "lợi thế" này thì tờ báo sống dai, số lượng in khá cao, nhưng lại phải chấp nhận những điều tiêu cực miễn cưỡng khác: không thể nói hết những gì mình muốn nói, mà có khi lại phải nói điều mình không muốn nói. Còn một số tờ báo khác không trực thuộc nhà nước như tập san *Nghiên cứu Phật Học Thừa Thiên-Huế, Pháp Luân, Nội san Hoằng Pháp, Sen Trắng,* v.v... với nội dung thuần túy Phật Pháp, bài vở súc tích, giá trị, thực sự nhắm vào việc văn hóa, giáo dục, hoằng pháp đúng như sở nguyện của Sứ giả Như Lai, thì phải chịu giới hạn khác: phổ biến nội bộ! Ngoài ra, những vị chủ trương các tờ báo "phổ biến nội bộ" này còn phải luôn ở trong tư thế: bản thân sẵn sàng chịu bị bắt, báo chí sẵn sàng chịu bị tịch thu và đình bản vĩnh viễn.

Điểm qua tình trạng báo chí truyền thông của Phật giáo Việt Nam như thế, để thấy rằng nhu cầu có một tờ báo Phật giáo là cần và cấp thiết, không những để đáp ứng việc hoằng pháp trong hiện tại, mà còn để dọn đường cho các thế hệ con Phật tương lai.

Đó là lý do tạp chí *Phương Trời Cao Rộng* ra mắt, như là nơi nối kết và qui tụ những cây bút Phật giáo khắp nơi trên thế giới trong ước vọng chung là hoằng truyền Chánh Pháp.

Phương Trời Cao Rộng đăng tải những sáng tác mới đồng thời sưu tập những bài viết được tìm thấy từ các báo chí và trang lưới điện tử khác nhưng phổ biến rất giới hạn vì lý do này hoặc lý do khác.

Nội dung *Phương Trời Cao Rộng* số này sẽ gửi đến độc giả ước vọng nhỏ của người chủ trương. Ước vọng nhỏ, vươn đến chỗ bao la vô tận của Phật Pháp.

(California, ngày 05 tháng 5 năm 2006)

TIẾNG CHIM

Buổi sáng mùa thu, nắng vàng lung linh trong vắt nhưng trời hãy còn lạnh. Mọi người đều phải mặc hai lớp áo, dù văn phòng có vặn máy sưởi.

Tôi đang ngồi gõ chữ bỗng một con chim vụt bay vào, đậu ngay trước mặt, rồi nhảy vài bước trên bàn phím, đứng im, ngước nhìn tôi, kêu chíu chít. Con chim thật đẹp, không biết giống chim gì. Tôi chưa từng gặp một con chim đẹp lạ như thế. Nó không có sắc màu sặc sỡ. Toàn thân nó khoác lớp lông trắng như tuyết, làm nổi bật hai đôi mắt tròn nhỏ đen láy và cái mỏ màu cam nhạt thật xinh. Phải chăng là chim oanh vũ? Con chim này trông giống con chim trắng tha xâu chuỗi trong hình vẽ đức bồ-tát Quán Thế Âm; chỉ có điều là thân nó thật bé nhỏ. Vừa kinh ngạc, vừa thích thú, tôi nói chuyện với nó:

"Gì đó chú? Muốn gì đây?"

"Chíp, chíp, chíp chíp..."

"Sao lại chui vào tới đây? Có chuyện gì? Chú bị lạnh phải không?"

"Chíp, chíp, chíp, chíp..."

Lạ chưa! Từ ngoài bay vào đây, phải qua phòng tiếp khách có một người đang trực, lại ngang qua hành lang nhỏ cũng có một người đang ngồi xếp giấy, thẳng đường vào trong là phòng rộng của nhà in, có hai người thợ đang chạy máy, sao chim không ghé thăm người nào theo "đường chim bay" lại 'quẹo' vào phòng làm việc của tôi, đậu trên bàn phím mà làm quen!

Chim đậu ngay trên bàn phím, không thể gõ chữ được. Tôi thử đưa nhẹ bàn tay thăm dò chú: nếu chú sợ mà bay thì thôi, làm việc tiếp; nếu chú không sợ thì có thể làm bạn. Chú không sợ chút nào, mà còn nhảy phóc lên lòng bàn tay tôi, vẫn cứ ngước cổ nhìn tôi với hai đôi mắt tròn đen láy, miệng liên tục kêu chim chíp. Ngay khi ấy, một cảm xúc trong sáng dâng nhẹ trong lòng tôi, rồi tràn ngập bằng một nỗi hân hoan vô bờ. Tưởng chừng ước mơ một thế giới hòa bình đã thành tựu. Tưởng chừng chúng sanh các loại vui hòa chung sống, chẳng còn biên giới của chủng loại, ngữ ngôn.

Thương và tin nhau, có gì là khó. Tại sao chúng ta đã mất hết lòng thương yêu và niềm tin cậy giữa người với người trong cuộc sống? Giữa người và người như thế, giữa người và muôn loài sẽ ra sao? – Hoàn toàn ly cách! Tham vọng, thù hận và u mê khiến chúng ta xa nhau, nghi ngờ nhau. Mỗi cá thể trở thành một đảo nhỏ giữa đại dương mênh mông, hay như một con ốc bé mọn trên bãi dài hiu quạnh. Tiếng nói giữa chúng ta, dù được thông dịch bằng những phương thức khoa học và hữu hiệu nhất, thông minh nhất, giản lược nhất, vẫn không dẫn chúng ta đến gần nhau, vẫn không đưa chúng ta đến sự cảm thông, hòa hợp. Cả thế giới này, chỉ là sản phẩm từ sự manh động cuồng điên của những tham vọng, kiêu hãnh. Tiếng nói, trở thành huyễn ngữ. Văn tự trở thành vọng ngôn. Nhan nhản chung quanh chỉ còn là những khẩu hiệu, bích chương dẫy chết...

"Chíp, chíp, chíp, chíp..."

"Sao đó, muốn gì hả chú chim oanh vũ? Chú đói rồi hả? Muốn ăn chút gì không? Được rồi... để tôi tìm bánh mì và nước uống cho chú hỉ?"

Tôi đem chú chim ra khỏi phòng, khoe với mấy người cùng làm việc. Ai cũng thấy lạ, thấy thương chú chim bé nhỏ trắng phau như tuyết.

Tôi lấy thùng giấy làm cái nhà tạm cho chú chim. Đặt vào thùng một cốc nước nhỏ, một mẩu bánh mì bẻ vụn, rồi đặt chú vào thùng. Chú không chịu rời, hai chân với tám cái móng dài thanh thanh cố bấu lấy lòng bàn tay tôi.

"Sao vậy, chú ở tạm đây đi, có thức ăn thức uống đàng hoàng rồi, còn muốn gì nữa. Tôi phải làm việc, không có chơi với chú suốt ngày được đâu. Chiều sau 6 giờ mới đem chú về nhà, chịu không?"

Chú chim vẫn bám lấy tay tôi, dụi cả đầu và cổ vào cườm tay tôi, luôn miệng kêu lên chim chíp.

Thấy thương quá, tôi cũng không muốn rời chú, nhưng công việc nhiều, tôi đành quyết định gỡ chú ra khỏi tay mình, đặt chú vào thùng, đóng vội bốn nắp lại. Trước khi đóng nắp, tôi thấy chú đứng giữa thùng, ngước nhìn tôi, tiếp tục kêu những tiếng chim chíp. Đôi mắt có vẻ hờn trách, thật tội nghiệp. Nhưng tôi đành vậy. Phải làm việc.

"Chú ở đó chơi chờ tôi đem chú về nhà chiều nay hỉ? Bay lang thang bên ngoài coi chừng người ta hay là mấy con chim lớn ăn hiếp chú đó. Tôi thực sự muốn mang chú về, ráng chờ đợi tôi nha."

Tôi tiếp tục làm việc, gõ chữ, trình bày sách báo. Thỉnh thoảng tôi ngừng tay, im lặng lắng nghe động tĩnh từ cái thùng. Không gì hết. Không có tiếng kêu. Không có tiếng cục cựa. Lại làm việc. Một lúc, thấy im quá, rón rén đến bên thùng, nhìn vào khe hở. Trong khoảng tối mờ mờ, chú chim đứng im như là đang ngủ. Tôi yên tâm trở lại bàn làm việc.

Tại sao chúng ta cứ phải làm việc, làm việc, làm việc? Nếu không làm thì không sống được. Không sống được thì không thể hiểu nhau được. Làm việc là động năng kinh tế, là nhịp cầu tương quan xã hội. Người ta luôn nói vậy, nghĩ vậy. Không làm việc thì không ai hiểu mình, không ai thấy mình hiện hữu. Không làm việc thì coi như đứng ngoài lề. Người ta chỉ hiểu được mình khi mình đứng vào trong vòng đai của xã hội. Nhưng mặt khác, khi tất cả thời giờ của mình dồn vào cho công việc, mình cũng cắt đứt cơ hội để tiếp xúc nhiều hơn với con người, với muôn loài, với thiên nhiên...

Bỗng nhiên, chú chim vung cánh, đập vẫy rột rạt trong thùng. Dường như chú muốn bay, muốn ra khỏi cái thùng ấy. Tôi vội đến bên:

"Gì đây? Ngột ngạt muốn ra phải không? Được rồi, được rồi, đừng có vùng vẫy nữa, tôi cho ra nè."

Nhẹ nhàng mở nắp thùng, nhìn vào. Chú chim thấy tôi mở nắp thì ngưng đập cánh vung vẫy, từ một góc thùng, quay người lại, bước vài bước ra giữa thùng, ngước nhìn tôi, kêu chíp chíp. Tôi khẽ đưa bàn tay xuống, chú nhảy phóc lên ngay, rồi bấu hai chân chặt vào lòng bàn tay tôi, kêu lên chíu chít, với giọng khẩn khoản, van nài.

"Được rồi, ở đây buồn lắm phải không, ra ngoài chơi với tôi nè. Ái cha, sao chú run dữ vậy, bị lạnh phải không?"

Tôi bụm hai bàn tay lại với nhau, cho chú chim nằm gọn bên trong, hà hơi ấm cho chú. Chú nằm im một lúc, rồi cựa quậy, ngúc ngoắc cái đầu như muốn nói gì đó. Tôi hé hai bàn tay ra, thấy chú ngước nhìn tôi, vẫn đôi mắt đen tròn dễ thương, nhưng lần này, đượm vẻ khẩn cầu, tha thiết lắm, khiến tôi bất giác muốn rơi lệ. Tôi nâng chú lên gần sát mặt, hôn nhẹ lên đầu chú; rồi một tay vuốt nhẹ trên gáy chú, tôi đổi giọng hỏi:

"Con cần gì? Con có bệnh hả? Con... sắp đi rồi sao?"

Chú chồm lên, chồm lên, kêu chíp chíp liên tục, có vẻ gấp rút, thành khẩn lắm. Tôi không còn nghi ngờ gì nữa. Tôi biết chú sắp hóa kiếp.

"Con biết niệm Phật không? Niệm Phật theo nha. Nam mô Phật, nam mô Phật, nam mô Phật..."

Nghe tôi niệm Phật, thân chú như an tịnh, không run rẩy, không vùng vẫy chồm lên nữa. Chú đứng im, vẫn ngước nhìn tôi, đôi mắt đen láy ươn ướt, há mỏ kêu chíp, chíp, chíp... từng tiếng nhịp nhàng, chậm rãi, hòa nhịp theo tiếng niệm Phật của tôi, rồi thưa dần, nhỏ dần, rồi duỗi hai chân, xuôi hai cánh, hạ thân phóng ra một viên phân trắng tinh như tuyết, tròn nhỏ như hạt ngọc.

Tôi mang chú ra khỏi phòng, vừa bước đi vừa lớn tiếng niệm Phật. Những người cùng làm việc thấy chim nằm bất động trên tay tôi, lại nghe tôi niệm Phật như thế, biết là chim đã hóa kiếp, nên đều niệm Phật theo.

Buổi chiều, trước khi rời chỗ làm để về nhà, tôi và người bạn thân đem chôn "chim tuyết oanh vũ" dưới gốc cây phượng tím trước sân.

Đã chín năm trôi qua kể từ khi chim oanh vũ hóa kiếp, tôi vẫn không sao quên được đôi mắt thành khẩn và tiếng kêu tha thiết của chú. Người ta nói, chim sắp chết thì tiếng hót thảm thiết, người sắp chết thì nói lời chân thành. Tôi không nghe được tiếng hót của chú thế nào trước đó. Chỉ nghe được những tiếng kêu ngắn, đứt quãng, của một mạng sống khi sắp lìa đời. Tiếng kêu ấy, không khác gì tiếng kêu của đồng loại tôi trên thế giới này. Van vỉ, tha thiết, chân thành. Nhưng đồng loại của tôi, không lẽ chỉ đến khi sắp chết mới có lời chân thành? Vậy suốt thời gian sống mạnh chỉ dùng những lời đãi bôi, ngụy trá để tiếp xúc với nhau và không bao giờ nói hết sự thật hay sao? Và làm sao biết được mình sắp chết? Có ai thường trực sống, có ai thường xuyên nghiệm thấy cái chết có thể đến với mình bất kỳ lúc nào?

Nhu cầu sống là bản năng. Nhu cầu bám lấy sự sống bằng sự chuyển kiếp, tái sanh, cũng là bản năng. Chẳng riêng gì loài người mới có nhu cầu ấy. Loài khác cũng có. Nhưng có nhiều nhu cầu của loài người mà loài khác không có, không cần có: danh vọng, thịnh vượng và sự tiện nghi. Từ những nhu cầu này mà con người miệt mài sống trong chấp tranh, hận thù, đố kỵ, hèn kém...

Chim oanh vũ trắng chỉ đến với tôi trong vòng vài giờ đồng hồ ngắn ngủi, nói với tôi rất ít; nhưng tiếng chim ngân mãi trong tôi như tiếng chuông đồng chiều hôm buông xuống đời thống khổ. Tôi không làm sao quên được đôi mắt đen tuyền long lanh, cái mỏ màu cam nhạt dễ thương, đôi chân nhỏ móng dài xinh xắn. Chim đến, trao cho tôi vẻ đẹp mong manh, kỳ ảo của muôn sự muôn vật trên thế gian này. Những tiếng kêu ngắn mà lại đi vào nơi sâu thẳm, dài lâu, bất tận.

(15/5/2006)

VIẾT VỀ CHA MẸ VÀ
NHỮNG ĐỨA CON BẤT HẠNH

Quà tặng của những đứa con trên cuộc đời với hai con người vĩ đại như cha mẹ, thật không gì có thể sánh bằng. Cho nên kinh Phật nói *"cha mẹ còn ở đời chẳng khác chi Phật còn tại thế"* (phụ mẫu tại tiền như Phật tại thế) không những khẳng định tính cách bình đẳng trong lý thuyết phật-tánh mà còn là một sự tôn vinh đầy ý nghĩa dành cho những bậc sinh thành của tất cả mọi nơi chốn và mọi thời đại.

Nhưng thấp thoáng đâu đó đằng sau những bài viết vinh danh ân tình cao cả của cha mẹ, người viết vẫn nhìn thấy những thực tế đau lòng về phía những người con. Hạnh phúc có cha mẹ, không may thiếu cha mẹ; hạnh phúc có cha mẹ hiền đức hiểu đạo, không may có cha mẹ sống không đạo đức. Hạnh phúc có cha mẹ thương con vô điều kiện; không may có cha mẹ chẳng thương con, hoặc thương con với bao điều kiện. Hạnh phúc có cha mẹ chăm lo cho con, thương yêu con hết mực; không may có cha mẹ bỏ bê con, ganh ghét thù hằn với con... Đó là sự thực, chẳng phải là cường điệu hoặc bôi bẩn bức tranh phụ tử, mẫu tử vốn được trân quý từ thuở tạo thiên lập địa.

Trước đây đã có một vài độc giả gửi thư riêng tham khảo ý kiến với người viết sau khi đọc một vài bài văn hay thơ ca tụng ân sâu nghĩa nặng của cha mẹ, nhất là đọc những bài nói về hiếu đạo. Theo những người con trong các trường hợp đặc biệt này, có những cha mẹ sinh dưỡng con cái có vẻ như mong đợi sẽ được con cái nuôi nấng trả ân lại khi mình về già. Mục đích sinh dưỡng con cái như thế nói trắng ra chỉ là một cách đầu tư, có điều kiện. Cũng có những bậc cha mẹ vây chắn hàng rào để giữ con cho đời mình, chỉ muốn con cái học hành, sinh nhai, cưới hỏi theo ý của mình, không quan tâm ý thích và quan niệm sống thật sự của con. Khi con cái làm điều gì trái ý cha mẹ, lập tức bị gán cho tội "bất hiếu." Những đứa con của các bậc cha mẹ như thế, nhất là những đứa con Á-đông được sinh trưởng ở xã hội Âu-Mỹ, đã đặt những câu hỏi nghe rất thương: "Em nghĩ về cha mẹ như vậy có mang tội bất hiếu không?" hoặc "Cha mẹ em làm những điều trái đạo đức, nhưng sao mỗi lúc nghĩ đến điều sai và xấu của cha mẹ, em lại cảm thấy khó chịu và ray rứt trong lòng, tại sao vậy? Không lẽ con lúc nào cũng sai, cha mẹ lúc nào cũng đúng?"

Những câu hỏi khó trả lời. Làm sao có thể thẳng thắn nói rằng ở đời có những người làm cha mẹ nhưng không xứng đáng làm cha mẹ! Mà không nói ra điều đó, hóa ra toàn bộ hệ thống kinh điển, văn hóa, giáo dục, sách báo, nghệ thuật, v. v… của đông-tây, kim-cổ, đều tế nhị né tránh vấn đề này như cách người ta không bao giờ nói sự thực với trẻ con rằng Santa Claus (ông già Noel) không có thực?

Nếu chúng ta, cộng đồng nhân loại, có chủ trương chỉ ca tụng cha mẹ thôi, không nên lộ ra bất cứ một điều gì làm mờ nhạt đi tính cách thiêng liêng cao cả của cha mẹ, có nghĩa là chúng ta bỏ rơi một số những đứa con bất hạnh. Hãy cho một con số ví dụ cụ thể và rất khiêm tốn: trong 100 bậc cha (hoặc mẹ), chỉ có một bậc cha/mẹ không xứng đáng là cha/mẹ. Vậy, trong 100 triệu bậc cha/mẹ cao cả thuần túy, sẽ có 1 triệu bậc cha/mẹ làm khổ con cái. Trong 1 tỉ bậc cha/mẹ tốt, sẽ có khoảng 10 triệu bậc cha/mẹ không tốt. Với 10 triệu bậc cha mẹ không tốt, không thương và chăm lo cho con đúng chức năng làm cha/mẹ, sẽ mang lại khổ đau cho khoảng từ 10 đến 20 triệu đứa con trên hành tinh này. Con số này ít, nhưng không nhỏ. Đó là nói con số của những người hiện tại, chưa tính kể quá khứ và tương lai.

Vậy, hãy trở lại với ý nghĩa của câu dạy trong kinh Phật: *"Cha mẹ còn ở đời, chẳng khác chi Phật tại thế."* Điều dạy này trao cho những đứa con niềm tin 'vô điều kiện' rằng cha mẹ là những vị Phật từ bi, khoan dung, độ lượng, cao cả, sống ngay trong ngôi nhà thế tục của mình, rất gần gũi mình. Cũng từ điều dạy này, khi đứa con không hiểu Phật là gì, có thể mượn nhân cách và tình cảm của cha mẹ để so sánh và hình dung ra một đức Phật trong tâm thức của chúng. Nếu bậc cha/mẹ không sống tốt, tức là đã gieo cho con một hình ảnh không đẹp về đức Phật mà mình tôn thờ, qui ngưỡng; như vậy, nhìn qua tư cách của cha/mẹ mình, đứa con cũng không có lý do nào để phát sinh lòng ngưỡng mộ, tôn kính đức Phật. Đó là so sánh tương đồng, còn nếu so sánh dị biệt thì càng so sánh cha mẹ với Phật, niềm thương quý đối với cha mẹ càng giảm đi. Bài học ý nghĩa rút ra được từ đây là người con Phật, muốn xứng đáng là cha mẹ, xứng đáng để được ca tụng như những vị Phật tại thế, tất phải tu và học để có nhân cách cao đẹp sáng ngời và tâm lượng từ bi không bến bờ, không điều kiện, đối với những đứa con của mình. Hạnh phúc của gia đình và xã hội, và của nhân loại, bắt nguồn từ đây. Khi làm con, hãy làm những người con chí hiếu; khi làm cha mẹ, hãy làm những vị Phật tại thế.

Cho nên, trong mùa Vu Lan, không phải chỉ kêu gọi nhắc nhở những đứa con làm bổn phận báo hiếu, mà cũng chính là dịp để những bậc cha mẹ nhìn lại mình, tu chỉnh nhân cách, bồi dưỡng đạo đức, phát khởi từ tâm vô lượng đối với con cái, cũng như đối với cuộc đời, để không phụ lời dạy vàng ngọc của đức Phật. Xây dựng hạnh phúc gia đình và kiến tạo trật tự xã hội, không phải bắt đầu từ những đứa con, mà chính là từ nơi những bậc cha mẹ, bởi vì ai cũng biết rằng, không có cha mẹ, làm sao con cái có thể hiện hữu! Trong ý nghĩa cao cả và thiêng liêng nhất mà đứa con có thể nghĩ đến, cha mẹ là tạo hóa. Vì thế, hãy bắt đầu tất cả công trình xây dựng, vun bồi hạnh phúc thế gian, bằng bàn tay và trái tim của cha mẹ.

Hạnh phúc thay có những ơn lớn trên đời để được ghi nhớ và báo đáp: ân cha mẹ, ân thầy dạy, ân chúng sinh và ân Tam Bảo.

Hạnh phúc thay có cha mẹ là suối nguồn thương yêu vô tận, là trời biển mênh mông của nhân từ độ lượng, là chốn trở về cho bầy trẻ vụng dại sau những lầm lỡ khổ đau trong cuộc đời.

Xin hướng về và chia sẻ nỗi bất hạnh với những đứa con mồ côi cha mẹ, những đứa con có cha mẹ hiền đức đã qua đời hoặc phải xa cách nghìn trùng, cũng như những đứa con có cha mẹ mà không thể đón nhận được tình thương yêu và lòng bao dung.

Xin hướng về cúi lạy cha mẹ hiện tiền và quá vãng như những vị Phật cao cả nhất của đời chúng con với niềm tri ân, hãnh diện và chia vui cùng tất cả những người con diễm phúc trên khắp thế gian này.

(California, ngày 01 tháng 8 năm 2006)

SUY NGHĨ VỀ
VĂN HỌC PHẬT GIÁO

Đây là điều người viết từng ưu tư khi nhìn lại quãng đường trên một phần tư thế kỷ của nền văn học Phật giáo trong nước cũng như hải ngoại. Những ưu tư này đã được trình bày một cách sơ sài qua buổi thuyết trình với một số Tăng Ni tại trường hạ Chùa Phật Tổ, Long Beach, California, Hoa Kỳ vào ngày 25/6/2006, chủ đề "Mấy suy nghĩ về văn học Phật giáo Việt Nam tại hải ngoại." Thời gian ít ỏi chưa đầy hai giờ đồng hồ không đủ để nói và lắng nghe được những gì cần thiết liên quan đến chủ đề. Đa số Tăng Ni đã chia sẻ với người viết về những thao thức và hoài vọng đóng góp cho văn học Phật giáo, nhưng đi vào đường hướng và hành động cụ thể thì dường như không có gì, bởi vì, có thể nói rằng, Phật giáo Việt Nam tại hải ngoại không có một tư tưởng chủ đạo hay một hướng đi rõ rệt nào trên phương diện văn học. Nói theo ngôn ngữ chuyên khoa thời thượng, điều này có nghĩa rằng chúng ta chưa có một 'định hướng văn học' Phật giáo.

Thực ra, Phật giáo có cần một định hướng văn học chăng? Đây là một chủ đề lớn, vượt khỏi tầm mức của người viết, cần được thảo luận và học hỏi nhiều hơn từ những bậc cao minh thức giả có thẩm quyền về phật học và văn học. Nhưng có thể từ vị trí của một người sáng tác, xin đưa ra một vài nhận xét có tính cách gợi ý để mong cầu sự hồi ứng từ những người làm văn học Phật giáo:

- *Sự dậm chân của sáng tác:* Không khác những người làm văn học ở thế tục, những người sáng tác Phật giáo bị khựng lại một thời gian khá dài sau biến cố lịch sử của đất nước từ năm 1975. Liền sau đó là một nền văn học bị phá sản và o ép đi vào 'định hướng xã hội chủ nghĩa' trong nước, trong khi ngoài nước là một nền văn học tạm dung, rồi văn học lưu vong, văn học hoài niệm, văn học hội nhập... có vẻ như không dính dự và theo kịp các trào lưu văn học thế giới mà chỉ là những diễn đạt có tính cách phản ứng theo tâm thức và hoàn cảnh của mình. Theo cách ấy, có thể nói là chính từ biến cố và hoàn cảnh mà bộc phát những "trào lưu" của một nền văn học khu biệt, dậm chân tại chỗ. Từ khuynh hướng cho đến thể loại sáng tác, những phật-tử nghệ sĩ và những nghệ sĩ phật-tử của 30 năm qua tại hải ngoại không có gì khác hoặc khá hơn so với những người sáng tác trước năm 1975. Trong nước bị hạn chế vì "quan điểm và lập trường" và chính sách độc quyền tư tưởng, bưng bít thông tin đã đành, ngoài nước quá tự do thì sự dậm chân không thể qui lỗi cho hoàn cảnh được nữa. Thiếu nhân lực chăng? Thiếu tài lực chăng? — Không phải. Thế thì, làm thế nào để phát huy một nền văn học Phật giáo Việt Nam rực rỡ không chỉ cho chính nó mà còn đi vào dòng chính của văn học dân tộc, văn học thế giới?

- *Mục đích và định hướng văn học Phật giáo:* Mục tiêu tối hậu của hành giả Phật giáo là giải thoát, giác ngộ thì mục đích của tam tạng thánh điển hoặc văn học Phật giáo cũng qui vào đó. Nhưng có chăng một con đường dẫn đến mục tiêu ấy? Đứng về mặt chân đế (cứu cánh) mà nói, chẳng có thứ phương tiện ngữ ngôn văn tự nào có thể chạm đến tuyệt đối. Vậy thì, mọi cố gắng của tam tạng kinh điển cũng như các thể loại và văn bản Phật giáo được sáng tác đều chỉ mang tính cách ước lệ, tương đối, giới hạn, nhằm gợi ý hoặc hướng dẫn sự trực nhập chân lý chứ không phải tự thân chúng là chân lý. Không có con đường dẫn đến thực tại tối hậu. Giới hạn của văn học như thế, đã được đề cập qua bài "Dẫn vào thế giới văn học Phật giáo" của Tuệ Sỹ: *"...mọi diễn tả của ngôn ngữ không được phép vượt qua giới hạn của tri thức thường nghiệm. Chân lý chỉ tuyệt đối ở tự thân của nó, nhưng là tương đối ở lãnh vực diễn đạt của ngôn ngữ. Vì vậy, các tác giả của Phật học có thói quen mở đầu tác phẩm của mình bằng một thái độ khiêm tốn: những gì họ sẽ trình bày không liên hệ đến tự thân của chân lý mà họ muốn hướng đến."* Hệ luận có thể rút ra từ đây là, khi văn học được xem là 'phương tiện' để thuyết minh cứu cánh, văn học không còn là văn học. Bởi nếu tự thân văn học không là cứu cánh, nó không quan hệ gì đến chân lý; còn nếu chỉ là phương tiện cho một cái gì ngoài nó, muôn đời nó chỉ là xác khô. Thế nhưng, ai cũng biết là tam tạng kinh điển đã được thuyết minh, là một kho tàng văn học đồ sộ của Phật giáo. Tam tạng kinh chỉ là phương tiện, không phải là cứu cánh, nhưng qua đó, thế giới tịch lặng linh động của bản thể có thể được trình hiện bởi sự trực nhận sâu sắc của người nghe (đọc). Không thể vì giới hạn của ngôn ngữ mà không thuyết giáo. Đức Phật đã kinh qua con đường ấy, và người sau cũng cứ thế mà đi. Có nghĩa là vẫn có mục đích và định hướng hay một phương thức nào đó để diễn đạt chân lý. Mục đích là giải thoát giác ngộ. Định hướng hay phương thức diễn đạt chính là Tứ Diệu Đế. Phật giáo đã có sẵn một khuôn mẫu, một định hướng rõ rệt cho giáo điển. Văn học Phật giáo mọi thời mặc nhiên đi theo định hướng ấy.

- *Định mà bất định:* Tứ Diệu Đế không phải là một khuôn mẫu cứng ngắt. Đó là cánh cửa tóm thâu hai vòm trời chân đế và tục đế. Như hai mặt gương soi chiếu vào nhau, mở vào tương quan vô tận. Từ chỗ này, chẳng có biên giới giữa phương tiện và cứu cánh; cũng chẳng có giới hạn của tư tưởng, phương thức và thể tài văn học. Nói theo ngôn ngữ của Kim Cang bát-nhã thì cứu cánh chẳng phải là cứu cánh thì mới là cứu cánh; định hướng chẳng phải là định hướng thì mới là định hướng. Tất cả các pháp đều chẳng phải là pháp, đồng thời, không có pháp nào mà chẳng là Phật pháp. Từ không tính mà phủ nhận tất cả, cũng từ không tính mà xác lập tất cả. Lấy diệu hữu mà phô diễn chân không; từ chân không mà trình bày diệu hữu. Nói mà thực ra chẳng nói gì cả. Định hướng mà kỳ thực là bất định hướng. Như vậy, một hướng mà mở ra muôn hướng. Đó là con đường thênh thang của văn học Phật giáo.

Nhưng cần gì phải lý luận dông dài! Vẻ mênh mông tráng lệ của tư tưởng văn học Phật giáo dường thế, nhưng đâu là thực tế của nền văn học Phật giáo Việt Nam tại hải ngoại (và trong nước)?

- *Văn học kinh viện:* Văn học Phật giáo Việt Nam 30 năm nay có vẻ khép kín, thầy-trò trong chùa đóng cửa nói nhau nghe, dường như không liên hệ tới nền văn học dân tộc. Văn học dân tộc ở đây là nói một nền văn học của một cộng đồng con người dùng chung một ngôn ngữ, có những sinh hoạt sáng tác nghệ thuật, góp phần tạo nên bản sắc của một nền văn hóa đặc trưng, có thể thăng trầm đổi thay, nhưng nhất quán. Ở đây không dám vượt qua lằn ranh tính thể của văn học, mà chỉ xin xét nơi hiện tượng sinh hoạt của văn học. Có thể nói sinh hoạt văn học Phật giáo Việt Nam 30 năm qua là sinh hoạt *"cửa tùng đôi cánh gài."* Thử nhìn lại thời kỳ 1964-1975, những Nhất Hạnh, Huyền Không, Bùi Giáng, Phạm Công Thiện, Tuệ Sỹ, Lê Mạnh Thát, Doãn Quốc Sỹ, Trịnh Công Sơn, Phạm Thiên Thư… không những là văn thi sĩ lỗi lạc của Phật giáo mà còn là những danh tài nghiễm nhiên chiếm lĩnh những vị trí hàng đầu trong vuông chiếu văn học nghệ thuật miền Nam Việt Nam. Những văn thi tài ấy cùng những tác phẩm cũ hoặc mới của họ cho đến ngày nay, vẫn còn là những ngôi sao sáng ảnh hưởng sâu đậm trong nền văn học dân tộc (và trong một vài trường hợp đặc biệt, văn học thế giới). Nhưng sau năm 1975, ở trong và ngoài nước, sao lại có hiện tượng vắng hoe nhân tài văn học trong giới Phật giáo như thế? Chúng ta có thể tính kể cho nhau nghe, nào là nhà

văn A, nào là nhà thơ B, nào là nhạc sĩ C, nào là họa sĩ D...
nhưng tại sao những văn nghệ sĩ ấy nổi danh trong Phật
giáo lại không hề được biết đến trong giới văn nghệ sĩ cũng
như giới thưởng ngoạn văn học nghệ thuật bên ngoài? Khi
họ vào chùa, nhìn kinh sách báo chí nhà chùa thì họ biết
thoáng qua những tên tác giả, nhưng ra khỏi chùa thì không
còn nhớ đến nữa. Điều này có nghĩa gì? - Một là, Phật giáo
thiếu những nhân tài văn học nghệ thuật kiệt xuất; hai là
các nhân tài văn học Phật giáo chỉ sáng tác với mục đích
truyền bá Phật Pháp, không quan tâm đúng mức chức năng
thực sự của văn học, cho nên, không có tác phẩm xuất sắc;
ba là sinh hoạt văn học Phật giáo rất cục bộ, không tiếp cận
cuộc đời. Ba lý do ấy tác động hỗ tương với nhau, cô lập
nền văn học Phật giáo khỏi dòng chính của văn học nhân
gian.

- *Nghệ sĩ phật tử và phật tử nghệ sĩ sáng tác gì?* Báo
chí Phật giáo kêu gọi sự góp mặt của những 'nghệ sĩ phật
tử' có tiếng tăm, nhưng những nghệ sĩ này không biết phải
góp mặt bằng cách nào. Nhà thơ tìm trong tập thơ trăm bài
của mình xem bài nào có vẻ thuần tịnh, tả cảnh chùa với
tiếng chuông mõ, hoặc phảng phất bóng dáng từ bi. Nhà
văn tìm bài nào có liên hệ tới Phật và Bồ-tát hoặc một vị sư
nào đó. Không tìm được bài thích hợp thế giới chay tịnh
của thiền môn, các nghệ sĩ phật tử đành bó tay, im lặng, và
đôi khi phải lánh mặt không bén mảng đến chùa. Còn
những 'phật tử nghệ sĩ' thì lúc nào cũng hăng say sáng tác,
nhưng bài vở chỉ rập khuôn một công thức "văn dĩ tải đạo."
Viết cho báo chùa thì phải viết về chùa. Ăn chay, trì chú,
tụng kinh, niệm Phật, hình như là đề tài muôn thuở không
thể thiếu trong các sáng tác Phật giáo. Thế nên, số lượng
sáng tác thì nhiều mà phẩm chất lại kém, thơ văn của người
này sàng sàng na ná của người kia, chẳng có cá tính, chẳng
có sự đặc thù. Một nền văn học đầy dẫy những sáng tác có
vẻ "vô ngã" tương tự nhau như thế, không thể gọi là một
nền văn học thuần túy, mà chỉ là phòng thông tin của một

cơ quan truyền giáo. Thiền sư nghệ sĩ như Nhất Hạnh có thể dùng văn học làm phương tiện truyền đạo mà phương tiện ấy vẫn cứ là tối hảo; nghệ sĩ thiền sư như Tuệ Sỹ sáng tác hào hoa cách nào cũng thể hiện lồng lộng cung trời tính Không. Nhưng đó là những tài năng ngoại hạng. Nơi họ, văn học cũng là phương tiện, cũng là cứu cánh. Nói cách nào cũng là đạo, mà im lặng cũng là đạo. Còn những người nghệ sĩ phật tử và phật tử nghệ sĩ 'tầm tầm bậc trung' như chúng ta, tất phải vạch một "khởi điểm" nhắm đến một "đích điểm." Tức là cần phải có một định hướng văn học với những chủ đề mở rộng, được khai triển từ Tứ Diệu Đế, gọi tắt là nền 'văn học Tứ Đế.' Các nghệ sĩ phật tử và phật tử nghệ sĩ có thể bổ túc cho nhau, học hỏi và trao đổi nhau về tư tưởng phật học và các thể loại sáng tác văn học. Mà quan trọng nhất là từ phía hàng tăng sĩ lãnh đạo Phật giáo, cần phải có một cái nhìn cởi mở đối với văn học, từ nội dung đến hình thức, từ ý tứ đến thể tài. Một nền văn học khởi sắc rực rỡ chỉ có thể nẩy mầm và vươn cao từ mảnh đất tự do. Chất liệu giải thoát và tư tưởng mênh mông khoáng đạt của Phật giáo là nguồn tài nguyên vô tận cho cảm hứng sáng tạo của nghệ sĩ. Những nhà lãnh đạo Phật giáo không thể không quan tâm.

Với mấy suy nghĩ và nhận xét khái quát về hiện trạng văn học Phật giáo Việt Nam tại hải ngoại (và trong nước) như thế, người viết luôn kỳ vọng báo chí Phật giáo sẽ là những quán trọ ở ngã tư đường, mở toang bốn hướng cửa để tiếp đón lữ khách bốn phương, là chỗ nối kết cho các khuynh hướng sáng tác văn học Phật giáo, là viên gạch lót đường cho những khai phá, sáng tạo, tìm tòi, thử nghiệm… như là khởi điểm cho một viễn trình làm mới bộ mặt văn học Phật giáo. Sẽ có ít người đồng tâm hưởng ứng. Sẽ có khá nhiều người bảo thủ chống đối. Nhưng không sao. Chẳng có cuộc cách mạng nào có thể diễn ra một cách êm thắm xuôi thuận.

Mở hướng mới không thể không nhìn lại chặng

đường đã qua. Tản mạn đôi điều về văn học Phật giáo Việt Nam như thế nếu có làm phật lòng ai, cũng là điều vạn bất đắc dĩ.

Bởi vì, đích điểm của văn học Phật giáo là gì?

Là sự vượt qua.

Ma ha bát nhã ba la mật.

(California, ngày 01 tháng 9 năm 2006)

NHỮNG GÌ CÒN LẠI

(Bài viết này là Thư Số 5 của Người Chủ Trương Tạp chí Phương Trời Cao Rộng, tựa bài là "Chuyện Những Nhà Lãnh Đạo". Ở đây xin lược bớt một vài đoạn mang tính cách nội bộ Phật giáo cũng như việc riêng của tạp chí PTCR vào giai đoạn ấy, và xin đặt lại tựa đề cho thích hợp)

Chuyện những nhà lãnh đạo:

- Một cuộc biểu tình kéo dài nhiều ngày tại một nước Đông Âu đòi Thủ tướng nước này từ chức sau khi đài phát thanh tiết lộ câu nói của chính vị thủ tướng này trong một cuộc họp nội bộ của đảng cầm quyền. Câu nói chỉ là thú nhận sự báo cáo láo thành tựu của chính phủ trong vận động bầu cử trước kia. Phản ứng của quần chúng trước một câu dối có thể làm lung lay và đổi thay cơ cấu quyền lực.

- Một cuộc đảo chánh êm thắm không đổ máu của quân đội tại một quốc gia Phật giáo ở châu Á, lật đổ một thủ tướng bị xem là có can dự vào hệ thống tham nhũng và gây bất ổn chính trị tại nước này. Cuộc đảo chánh thành công, đa số quần chúng vui mừng. Điều tuyệt vời là quân đội đảo chánh mà lại không tốn một viên đạn, không rơi một giọt máu.

Hình ảnh hai vị thủ tướng nói trên đã nói lên được gì cho con người hôm nay, trong thế giới đầy biến động bất an này?

Sự dối trá và tham nhũng chỉ là kết quả của tâm thức vị kỷ, tham lam, được hỗ trợ bởi một hệ thống quyền lực luôn có khuynh hướng tạo những đặc quyền đặc lợi cho cá nhân và vây cánh. Hai vị thủ tướng quyền uy có thể bị lật đổ bất cứ lúc nào. Chẳng có chế độ chính trị nào bền vững muôn đời. Ba phần tư thế kỷ cũng chưa phải là dài cho sự sụp đổ của liên bang Sô-viết; nửa thế kỷ chỉ là thoáng chốc cho các nước cộng sản Đông Âu. Cho đến một trăm năm đi nữa cũng chưa phải là dài lâu. Chỉ có "thiện tâm" mới sống mãi theo thời gian. Súng đạn và quyền lực không thể bảo đảm cho sự trường tồn của cái ác. Không nên chờ đợi đến khi sụp đổ tan tành mới sực tỉnh về tính cách phù hư huyễn mộng của những gì mình tóm thâu, nắm bắt.

Bia đá, bia miệng:

Học cái gương thiện-ác ở trên, cũng không thể quên tục ngữ nôm na của tổ tiên:

"Trăm năm bia đá thì mòn
Nghìn năm bia miệng hãy còn trơ trơ"

Có sự nối kết nào chăng, giữa câu chuyện hai thủ tướng với bia đá và bia miệng?

Bia đá, dinh thự, thành quách, lầu đài, điện các, đền thờ, giáo đường, chùa chiền… là biểu tượng của tâm thức cá nhân, hay tâm thức của một cộng đồng. Bằng các công trình kiến trúc nguy nga, hoành tráng; bằng các vật liệu bền chắc của gỗ, đá, sắt thép, xi măng… con người xây dựng vun đắp niềm tự hào và tin tưởng của mình trong ước vọng gửi lại chốn nhân gian chứng tích của một thời vẻ vang, thành tựu. Nhưng tuổi thọ của các chứng tích này vẫn thường đi theo tuổi thọ của con người, hay của chế độ chính trị. Một tư dinh thủ tướng có thể bị tịch biên. Một tượng đài lãnh tụ có thể bị kéo sập. Một đền đài có thể bị tiêu hủy bởi chất nổ. Một tượng Phật có thể bị đập phá. Cái gì có sắc tướng, có thể nhìn, nghe, ngửi, sờ được… đều có thể bị tiêu hủy, hao mòn theo thời gian, theo tuổi thọ con người, theo tuổi thọ chế độ. Người ta biết vậy, nhưng khuynh hướng xây dựng "bia đá" lúc nào cũng vượt trội hơn "bia miệng." Bia đá ai cũng thấy được, sờ được, dù có khi không hiểu. Còn bia miệng thì ngược lại, nó có để truyền đạt thông tin, cảm thức và hiểu biết; qua cảm thức và hiểu biết của con người, nó tồn tại. Và tuổi thọ của nó không đếm bằng thế kỷ mà bằng thiên kỷ. Thế nên, trăm năm bia đá, ngàn năm bia miệng. Bia miệng là gì?

Bia miệng chính là văn học.

Văn học truyền khẩu hay văn học chữ viết dù vẫn nương cậy nơi tuổi thọ con người và vật liệu giấy mực để hiện hữu, nhưng tác dụng lan truyền của nó bao trùm cả bề rộng của không gian và bề dài của thời gian, một cách nhanh chóng, và một cách trường kỳ. Sâu bên trong, chất liệu cốt lõi để tạo nên bia miệng không phải là lời nói, ngôn ngữ hay giấy mực, mà chính là cảm thức và trí tuệ của con người vạn đại.

Sự việc là như thế. Chẳng có gì quá uẩn khúc, gay go. Ai cũng có thể hiểu được, thấy được tầm quan trọng của văn hóa, văn học. Thế mà, trong khi những dinh thự, đền đài, tự viện, giáo đường… được sự hậu thuẫn không giới hạn của quần chúng để hiển bày những biểu tướng tráng lệ trong cõi nhân gian vô thường, thì những người làm văn hóa, văn học, vẫn tiếp tục bước những bước đi âm thầm, lặng lẽ, và thường khi, thật cô đơn…

Một việc riêng tư tháng 9:

Máy chụp hình thời nay thật gọn nhẹ. Là digital camera, không cần phim. Một chuyến du hành đi qua bảy quốc gia châu Âu, ghi lại bao cảnh đẹp, người đẹp. Người đẹp dường như đẹp hơn khi đặt mình vào những phông cảnh mỹ miều, màu sắc, thiên nhiên hoặc hoa lệ. Tâm tình người đẹp rạng ngời ảnh hiện nơi những thắng tích và lầu đài cổ xưa. Hoa nở trên những rừng hoa. Người vui nơi những rừng người. Từ nam thành Luân-đôn có cô bạn nhỏ lái xe nhiều giờ đến thăm, đi ăn tối, tặng quà, chụp hình lưu niệm ở China town. Đến Thụy Sỹ lại có bạn hiền năm xưa, ban đêm lái xe đến khách sạn, hàn huyên bên vỉa hè sương lạnh của Lake Lucerne. Du thuyền đưa người qua những con sông nổi tiếng. Thames của Anh, Rhine xuyên qua

Đức-Áo, Ruess của Thụy Sỹ, Seine của Pháp. Ở Hòa Lan đi thuyền nhỏ vòng quanh Amsterdam; ở Ý ngồi ghe chèo tay đi luồn trong phố biển Venice...

Mỗi nơi chốn, mỗi cuộc gặp gỡ, đều được ghi lại bằng vài tấm hình kỷ niệm. Buổi tối ở Paris xem lại máy hình để chuẩn bị cho ngày kế tiếp, lỡ tay, bấm nút, vài giây ngắn ngủi, gần 500 tấm hình bị xóa sạch. Tiếc ngẩn tiếc ngơ chẳng nói nên lời. Kỹ thuật hiện đại quả là nhiều tiện ích. Nhưng cũng từ tiện ích, có thể xóa hết những kỷ niệm trong nháy mắt. Đến nước này thì chỉ còn biết mượn câu nói của một văn hào phương tây: *"Tất cả đều qua đi, chỉ có kỷ niệm là còn mãi"* để tự an ủi. Máy hình hiện đại không lưu giữ được gì, nhưng ở tâm khảm này, hầu như những kỷ niệm và hình ảnh đẹp vẫn còn nguyên vẹn.

Trở lại với bia đá và bia miệng. Máy hình cũng là một thứ bia đá. Còn tâm tình, cảm thức và trí tuệ của một người chính là bia miệng. Bia miệng không ghi lại một cách máy móc những ảnh tượng rồi tráng rửa thành hình như là máy chụp hình, như là bia đá. Nó thu vào tâm khảm một vài đường nét tượng trưng, có khi chỉ là thoáng âm thanh mơ hồ, và khi cần thiết, phóng hiện thành những thế giới mênh mông diệu vợi. Chức năng của văn học là thế. Nó vừa là phương tiện để ghi chép, diễn đạt chân lý, vừa là cửa ngõ mở vào nơi chốn thẳm sâu toàn vẹn của chính chân lý ấy.

Phương Trời Cao Rộng mở hộp thư ở "thành phố giữa đàng" hay "thành phố trung đạo" (Midway City)[1]; nó đi giữa lòng trời đất và những tâm tình muôn hướng. Còn-mất, được-thua, vinh-nhục, chẳng qua cũng chỉ là bèo mây bọt nổi. Chỉ có kỷ niệm là còn mãi.

(Midway City, đầu tháng 10 năm 2006)

---

[1] Hộp thư liên lạc của tạp chí Phương Trời Cao Rộng do Vĩnh Hảo chủ trương chính thức mở tại Midway City, quận Cam, tiểu bang California vào tháng 10.2006.

TRONG NHỮNG THOÁNG CHỐC

Có những thoáng chốc trong đời thật đẹp.

Khi những giọt nước tụ lại thành khối, chúng gom thành giòng, chảy và rơi xuống thật nhanh, ào ạt, cho đến khi lơi dần, cạn dần... rồi cuối cùng là sự rơi thong thả của từng hạt nước. Ở những khoảnh khắc ngưng tụ và rơi xuống nhẹ nhàng, cô liêu của từng hạt nước, có lẽ là những khoảnh khắc đẹp nhất. Nơi đó, mọi thứ lăng xăng, chộn rộn, manh động, hoạt náo... đều lắng xuống, lắng xuống, cô đọng lại ở điểm, một thoáng chốc. Thoáng chốc vô tận.

Người mẹ ngồi xe lăn, được người con tiễn đưa đến tận cổng vào máy bay. Cô tiếp viên hàng không nhẫn nại chờ đợi hai mẹ con ôm nhau, nói lời từ biệt trong nước mắt, rồi mới đẩy chiếc xe lăn qua cổng. Người mẹ trông rất yếu, có vẻ đang bệnh nặng. Người bà xọp đi, mềm nhão, mong manh, ngồi thõm vào giữa chiếc ghế bành rộng dành cho hành khách thượng hạng. Bà mặc áo thun cổ cao màu hường và áo len màu đỏ sậm, cả hai đều rộng xùng xình, có lẽ vì bà đã gầy đi nhiều so với lúc mới mua áo. Khoác thêm bên ngoài là một cái áo lông choàng màu đen, bà mặc luôn khi ngồi vào ghế, từ chối cởi ra để treo nơi tủ gần lối đi theo đề nghị của cô tiếp viên hàng không. Bà ngước nhìn từng người bước vào, đi ngang chỗ ngồi của bà. Đôi mắt mệt mỏi, quầng thâm, nhưng vẫn cố gắng mở lớn, quan sát những gì xảy ra chung quanh.

Hành khách từ khắp nơi đổ về sân bay, hối hả, lăng xăng... Tùy theo chuyến bay mỗi người đã chọn lựa trước, họ chọn hãng hàng không, bãi đáp, cổng, giống hoặc khác nhau. Cuối cùng là những giòng người, như những giọt nước tụ lại với nhau, được phân loại, xếp thành hàng. Sẽ đi chung trên một chuyến bay với một cộng nghiệp. Sẽ chia tay nhau với những biệt nghiệp. Cái chung và cái riêng, chẳng biết đâu mà nói. Như những giọt nước, rơi đọng trên chiếc lá, bay giữa hư không. Nước rơi, nước đọng, chỉ là duyên riêng của mỗi giọt. Khi máy bay chuẩn bị cất cánh, mới thấy rõ sự ngưng đọng của những phận người. Kể từ giây phút ấy, họ không còn gì để phải bận rộn nữa. Tất cả những thủ tục, bổn phận và trách nhiệm cần thiết đối với an ninh phi trường và phi cơ đã hoàn tất. Tất cả những lời nhắn nhủ, dặn dò, tạm biệt... đã làm xong. Người tiễn đưa đã xa khuất. Điện thoại cầm tay cũng đã tắt trước giờ khởi hành. Bây giờ là giây phút của lữ hành trên những dặm dài; của từng giọt nước đọng lại từng cõi riêng. Từng giọt nước, từng giọt sương long lanh, lấp lánh trên đầu lá cỏ. Ban đêm, nó hút cả màu đêm xám nghịt mịt mùng; ban ngày, nó thu cả đất trời mênh mông xán lạn. Tất cả tụ lại nơi một điểm. Từ một điểm sáng lên tất cả. Chẳng có giọt nước nào mà không phản hiện hình sắc và tinh hoa của những giọt nước khác.

Mỗi phận người trong giòng sông đời cũng thế. Trôi lăn. Bươn bả. Đêm về, đọng lại trong giấc cô miên, với màn đêm tịch lặng. Sớm mai thức dậy, soi chiếu ảnh tượng muôn vẻ của đất trời. Có ai ngăn được mưa rơi. Có ai ngăn được ánh mặt trời chiếu rọi.

Khi chuyến bay sắp hạ cánh, có thông báo của phi hành đoàn về một người bệnh nặng cần y sĩ cứu chữa. Một bác sĩ có mặt trên chuyến bay đã xăn tay cứu giúp. Người ta kéo tấm màn ngăn giữa toa thượng hạng với toa hành khách thường. Không khí im lặng nặng nề, căng thẳng kéo dài gần một giờ đồng hồ. Nguyện cho mọi người đều được bình an, ngày cũng như đêm, giữa hư không hay trên đất liền, nơi biển cả hay nơi rừng núi. Phi cơ đáp một lúc lâu mà hành khách vẫn được yêu cầu ngồi yên tại chỗ. Có đoàn cấp cứu và cảnh sát tiến vào toa thượng hạng. Một thủ tục gì đó đang được tiến hành sau bức màn kéo hờ. Cuối cùng, người ta thoáng thấy cô tiếp viên hàng không dùng một tấm vải đen nhỏ phủ lên một người nào đó. Rồi hành khách được ra dấu, lục tục rời khỏi phi cơ, tiến về cổng hải quan và khu nhận hành lý. Đoàn lữ hành như giòng nước tản ra, mỗi người một hướng, để lại sau lưng người đàn bà mặc chiếc áo thun hồng và áo len đỏ sẫm với áo khoác dày và chiếc khăn đen trùm lên mặt. Chiếc phi cơ, như chiếc lá từ hư không đậu lại nơi bờ thinh lặng. Có một giọt nước đọng lại trên chiếc lá ấy khi tất cả những giọt nước khác đều tuôn rơi.

Có những thoáng chốc trên đời thật đẹp, khi người ta ngưng hết những lăng xăng, toan tính, buông xả tất cả những giận hờn, oán trách, thị phi…, khi người ta ôm chặt người thân bằng vòng tay tràn ngập thương yêu. Là phút tạm biệt hay vĩnh biệt, nào ai biết được. Đôi mắt, như hai giọt nước, cô đọng tất cả tinh anh của một kiếp người. Vẻ đẹp tráng lệ huyền ảo của con người, của cuộc đời dường như chỉ sáng lên trong niềm cô tịch. Nó thật là mong manh, thoáng chốc, nhưng đọng lại cả thiên thu.

LỜI CA CHO KẺ LÊN ĐƯỜNG

Mạnh dạn lên đường sá gì những chông gai
Ơi người viễn hành lang thang cô độc
Dù trái đất ngửa nghiêng, dù biển cạn núi mòn
Bước chân không thể hoang mang bối rối
Trên con đường này, và ở nơi chốn ấy
Có hàng triệu bạn đồng hành hay không có một
người nào thì vẫn như thế

Chỉ có ngươi, nên tự thâm nghiệm cái cùng đích của cuộc lên đường

Nơi chốn bao la vô cùng tận tất không phải là chỗ họp chợ đông vui

Khi chân trần chạm đến chóp đỉnh tịch liêu hiu hắt nhất, ngươi sẽ nhìn ra tất cả những gì kiếm tìm

Những thứ ấy chưa hề biến mất trong giòng tạp nhạp bẩn thỉu của trần gian

Hãy tha thứ và hãy nhẫn nại bước tới

Bằng những bước cô liêu lãng đãng như sương như khói

Chẳng có gì được hay mất trong những xó xỉnh mộng huyễn chiêm bao

Ơi kẻ lữ hành đáng thương, có gì phải băn khoăn thức dậy từng đêm

Nghi ngại chi mà nhìn sâu trong bóng tối mịt mùng

Hãy hùng dũng bước tới bằng những bước nhẹ tựa hư không

Chỉ như thế ngươi mới trở về nơi thinh lặng tột cùng...

Ơi kẻ lữ hành, ơi kẻ lữ hành

Lên đường, hãy cứ lên đường!

(Midway City, ngày 01 tháng 11 năm 2006)

TÌM, NHÌN VÀ THẤY

Sáng nay trời lành lạnh. Mưa thu phơ phất bay. Chung trà, nóng. Hương trà, thơm. Một mình thanh thản, ngồi nhìn bâng quơ ra cửa sổ. Có những lúc thật bận rộn, đến nỗi chỉ thấy công việc, không thấy mình. Cũng có những lúc thật vô vi nhàn rỗi, chỉ thấy mình với dòng suy tư lặng lờ lãng đãng, chẳng thấy công việc.

Con mèo trên nóc nhà xe cũng đã phóc xuống tìm chỗ trú ẩn từ lâu, dưới mái hiên, bên những chậu lan đất. Có tiếng người vừa đi vừa nói chuyện, bước chân nhanh vội. Mưa vẫn lất phất bay. Mưa, cho phép nhàn rỗi mà cũng khiến cho vội vàng, thúc bách hơn.

Có gì phải vội vàng chứ, mà sao cứ vội vàng! Người trần vội vàng hoàn tất công việc để còn làm việc khác. Càng hoàn tất nhiều việc, càng thành công, có thể ổn định, hạnh phúc. Nhà đạo vội vàng thoát ly sinh tử bằng cách tu tập, thiền định. Càng vượt qua nhiều giai đoạn, càng gần với phật quả. Có điều gì mâu thuẫn trong sự vội vàng tu tập với sự thúc bách của vô thường. Chính vì cuộc thế vô thường mà không thể sống lây lất qua ngày đoạn tháng. Phải nỗ lực, tinh tấn, không được chểnh mảng, bởi vì một khi quỷ dữ vô thường kéo đến, sẽ không kịp hoàn tất lộ trình giải thoát giác ngộ, sẽ không có cơ hội để tấn thủ đạo nghiệp. Nhưng làm thế nào mà sự nôn nả, háo hức, phấn khởi, vội vã có thể tìm thấy cho mình một cái gì vô hạn?

Tìm, có thể được thấy. Nhưng cái kết quả 'thấy' của sự tìm kiếm luôn luôn là một cái gì hữu hạn đã thấy, đã biết, đã nghe, đã ngửi, đã nếm, đã nhìn… trong quá khứ.

Cái vô hạn thì không thể tìm. Vì nó hiện hữu ở khắp nơi. Nhìn ở đâu cũng thấy nó thì không cần phải tìm, không phải nhọc công đi tìm.

Lý luận như thế không sai, nhưng nguy hiểm. Bởi vì, ở đời sống này, con người luôn có khuynh hướng tìm một cái gì cụ thể, có thể thấy được, nắm bắt được. Người ta thà đi tìm cái hữu hạn, có đó rồi mất đó, còn hơn không tìm gì cả, mà rồi cũng chẳng thấy đâu là cái vô hạn. Mà vô hạn để làm gì! Nói theo tâm lý thế tục thì, chẳng xài được chi trong cuộc sống hữu hạn vô thường! Con người thích được vài ba cái hữu hạn hơn là một cái vô biên vô lượng. Thứ gì mà tính được, đếm được, sẽ cho cảm giác hạnh phúc mạnh hơn, phấn khích hơn, chẳng hạn như đếm tiền đếm bạc. Còn cái vô hạn đó hả? Nếu ai cũng sẵn có, không bao giờ mất, thì cứ để yên đó đi, cần chi phải lôi ra mà lý luận, bàn bạc!

Thật là thảm sầu đến tội nghiệp.

Thế nên, từ việc đạo bắc qua việc đời, có khi chẳng ăn nhập. Không ăn nhập ở đây, chẳng phải đạo-đời không liên quan, mà chính là nhà đạo ly khai cuộc đời, và người đời không thèm nhập đạo.

Lại là một cái thảm sầu tội nghiệp khác.

Vậy thì, nói như Trịnh Công Sơn, *"sống trên đời này, cần phải có một tấm lòng."* Một tấm lòng, chưa đủ. Phải tìm, phải thấy cái đã, thì mọi việc mới có thể được bắt đầu. Ở đời này, người ta phải bắt đầu bằng cuộc tìm và thấy.

Tìm gì, thấy gì hỡi những người bôn ba, chộn rộn trong giòng chảy xiết của cuộc tồn sinh huyễn hóa?

Chẳng lẽ lại không thấy gì trong cuộc đời?

Chẳng lẽ chỉ thấy đời trong đời?

Chẳng lẽ lại không thấy gì trong đạo?

Chẳng lẽ chỉ thấy đạo trong đạo?

Chứ không phải rằng pháp phật không lìa pháp thế gian?

Chứ không phải rằng mưa bay lất phất hôm nay cũng là pháp phật?

Chứ không phải rằng lá thu rơi cũng thuyết giảng về vô thường hoại diệt?

Chứ không phải rằng một chung trà nóng cũng là pháp phật, một bãi phân trâu cũng là phật pháp?

Chứ không phải rằng những phóng ảnh của tình yêu, con người, từ bi và thù hận, bao dung và cố chấp, xả lợi và tham lam... đều không ngoài phật pháp?

Đọc một đoạn văn, một bài thơ, để tìm gì, để thấy gì? Nếu tìm cái đã từng thấy, thì có cần phải tìm chăng? Nếu tìm cái chưa bao giờ thấy, làm sao biết được khi nào nó xuất hiện để nhận ra nó!

Như thế, người làm văn học và người thưởng thức văn học Phật giáo trước hết phải trang bị cho mình sự thấy, rồi từ đó, nhìn và quan sát tất cả. Không thể đi theo cái vết muôn thuở của cuộc đời là *phải đi tìm để thấy.'*

Ngược lại, phải thấy tất cả các pháp thế gian đều là phật pháp. Từ cái thấy này, nhìn ở đâu cũng thấy đạo, nhìn ở đâu cũng thấy Phật. Không thấy pháp phật trong pháp thế gian, không thấy thế gian trong pháp phật, thì cần phải xét lại thái độ và sở tri phật-học của mình.

Cánh cửa của văn học, báo chí Phật giáo cần phải khai thông, không thể 'bế quan tỏa cảng' mãi được.

Đọc văn thơ Phật giáo mà cứ đòi hỏi lúc nào cũng phải trang nghiêm, đạo mạo, cân xứng, chuông bên phải, mõ bên trái, bát nhang ở giữa, chân đèn hai bên, đông-bình tây-quả... thì thôi, tốt nhất lật Tam Tạng kinh điển ra đọc, cần gì phải đọc văn thơ!

Hãy đọc một đoạn trong kinh Hoa Nghiêm.

"Ngày kia, Bồ tát Văn Thù bảo Thiện Tài đi hái thuốc, dặn:

"Cái gì không phải là thuốc, hái đem về đây."

Thiện Tài tìm khắp không được, bèn trở về bạch:

"Không gì chẳng phải là thuốc cả."

Văn Thù bảo:

"Cái gì là thuốc, hái đem về đây."

Thiện Tài hái đem về dâng lên Văn Thù. Văn Thù cầm mớ thuốc nói với đại chúng:

"Thuốc này cũng có thể giết người, cũng có thể cứu sống người."

Dĩ nhiên cái gì cũng có điều thuận và nghịch, lợi và hại của nó. Giống như thuốc, có thể chữa bệnh, có thể gây bệnh. Nhưng không thể vì vậy mà không hái thuốc, nấu thuốc.

Nhìn đâu cũng thấy thuốc, là nền tảng của y học. Dùng thuốc một cách khéo léo và thích ứng, là dụng hạnh và tài năng của y sĩ.

Mưa bên ngoài đã tạnh và nắng đã lên cao. Có thể ngồi bên cửa sổ mà thấy cả bầu trời xanh ngát của một ngày thu đẹp.

(Midway City, ngày 01 tháng 12 năm 2006)

HƯƠNG VỊ XUÂN

Những ngày cuối năm dương lịch, cũng nhằm vào dịp lễ Giáng sinh, thiên hạ thật rộn ràng, nô nức. Các thương xá và siêu thị tràn ngập khách hàng. Hoa trái, bánh kẹo, quần áo, mỹ phẩm, đồ gia dụng và đủ loại hàng hóa tranh nhau khoe sắc, khoe hương, khoe mỹ vị. Thiệp Giáng sinh và năm mới bán đắt hơn hết, dù rằng thiệp điện tử (e-card) khá phổ biến hiện nay đã làm giảm đi một số lượng lớn thiệp giấy và phong bì. Giấy gói quà, nơ xanh nơ đỏ, cũng là những thứ mà ai cũng cần đến trong mùa lễ cuối năm, đầu năm.

Tại sao phải mua sắm và tặng quà nhiều đến thế? Có những gia đình mở quà tặng từ nửa đêm 24, hoặc rạng ngày 25/12 cho đến bảy, tám giờ, thậm chí đến giờ ăn trưa của ngày Giáng sinh mới hết quà! Quà chất một núi, dưới gốc cây thông trang trí đèn hoa rực rỡ; không đủ chỗ, phải để tràn lan hoặc sắp thành từng lớp dọc theo tường. Để biểu lộ tình cảm và ân nghĩa gia đình, ông-bà, cha-mẹ, anh-chị-em, tình cảm đôi lứa, tình đồng nghiệp, đồng đạo, đồng môn, đồng hương, hàng xóm láng giềng, ông đưa thư, người hốt rác, người giữ trẻ, người dọn vệ sinh văn phòng... mỗi người phải tốn biết bao là quà cáp và thiệp chúc, giấy gói, thời gian suy tính ngẫm nghĩ (xem ai là người đáng tặng quà, ai là người đã tặng quà mình năm trước, ai có thể là người sẽ tặng quà mình năm nay), đắn đo ghi chú (người này thích hợp món quà nào, tốn bao nhiêu tiền cho quà tặng người này, người kia), rồi thời gian mua sắm, gói quà, xếp hàng bưu điện để gửi, lái xe đến tận nhà hay sở làm để trao… Công ty UPS dự đoán năm nay sẽ nhận chuyển trên 70 triệu gói hàng. Đó chỉ là quà hàng qua một công ty trong nước Mỹ, chưa kể nhiều công ty chuyển hàng khác, và nhất là bưu điện, của Mỹ và của các nước khác, hẳn nhiên là nhiều gấp năm cho đến gấp mười lần hơn. Và đã có một số trường hợp giá trị món quà không bằng phí tổn gửi đi. Ôi chao! Chỉ là tặng quà nhau thôi mà thật là tốn kém thời gian, tiền bạc và tâm trí.

Trong ý nghĩa biểu lộ tình thương và niềm tri ân giữa người với người, giữa cá nhân với gia đình và xã hội, sự trao tặng quà quả là một mỹ tục quý hóa. Nhưng khi sự trao tặng đi đến chỗ tính toán, đổi chác, so đo, có qua có lại mới toại lòng nhau, thì mỹ tục sẽ trở thành hũ tục mà nếu hời hợt vô tình, sẽ không sao nhận biết. Đừng bao giờ cho rằng sự việc gì xảy ra ở xứ sở văn minh đều là văn minh. Văn minh, nếu được xem như là cao điểm thành tựu của con người và xã hội trong dòng văn hóa của họ, thì văn minh đó, trong thế giới hiện đại, phải là nền văn minh tình người. Chỗ cao tột của con người vạn đại chính là thương yêu và mang lại hạnh phúc cho nhau, không kể màu da, tôn giáo, chủng tộc, xứ sở.

Có những quà tặng thừa thãi, bồi đắp thêm cho những vật dụng đã có rồi. Có những quà tặng không biết phải đặt ở đâu vì trong nhà không còn chỗ chứa hay trang trí. Có những quà tặng không biết sẽ dùng vào việc gì và lúc nào sẽ dùng đến. Có những quà tặng áo quần nhận rồi cứ để nguyên trong hộp vì không còn chỗ để treo trong tủ áo.

Trong khi đó, có những người, những gia đình, những làng xã, những đất nước nghèo đói hãy còn thiếu ăn, thiếu mặc, không đủ ấm mùa đông, không đủ mát mùa hè, không có trường để học, không có sách vở báo chí, không có tiện nghi gia dụng… không có tất cả những gì mà những người sung túc dư dả hả hê 'bóc và lột' từng gói giấy màu trang trọng lịch sự để đón nhận những món quà bất ngờ.

Như thế, 3 tỉ người (nếu không dám chắc là 5 tỉ) tạm ngưng không tặng quà cho nhau (vào cuối năm, đầu năm, Tết tây và Tết ta) mà dành tiền tặng quà hay lì xì đó để tặng cho người đói nghèo, thì ít ra có thể cứu sống 100 triệu người trong ba tháng, thậm chí trong vòng một năm, hai năm, ba năm! Con số phỏng chừng này là dựa vào lời kêu gọi của một tổ chức từ thiện xã hội: "chỉ cần một đô la của bạn thôi, có thể cứu đói cho một trẻ em ở châu Phi trong một tuần!"

Nhưng điều "nếu" này, chắc chắn là không thực hiện được. Người ta có nhiều lý do để làm ngơ trước những điều cần làm và những điều không xảy ra trước mắt. Ý của thượng đế đã an bài như thế. Nghiệp riêng và nghiệp chung của con người và đất nước này, đất nước kia, là như thế.

Kỹ thuật điện tử hiện đại có thể nối kết con người trên thế giới gần lại với nhau, thấy rõ nhau hơn. Người bên Âu thấy người bên Á; kẻ bên Á biết người bên Phi… Nhưng ở những bộ lạc hoặc làng xã hoang sơ, nghèo đói, lấy phương tiện gì để mà nối kết với thế giới bên ngoài? Mà thấy biết nhau nhưng không hiểu và không thương nhau thì thấy biết để làm gì! Những kẻ đói nghèo có cần thấy biết sự ăn sung mặc sướng, thừa mứa phủ phê của những người giàu có chăng?

Đặt vấn đề như vậy vào những ngày đầu năm có lẽ sẽ làm mất hứng và giảm đi ý vị xuân của nhiều người, trong đó có người viết, người đọc. Nhưng xét cho cùng, lòng thương cảm hay nỗi xót xa đối với con người và cuộc đời cũng là một trong muôn ngàn hương vị mùa xuân.

Trước vẻ phong quang xán lạn của đất trời, khi cỏ cây đâm chồi nẩy lộc, khi nắng ấm chan hòa reo vui trên những ngả đường thôn quê và phố thị, khi lòng người hân hoan tở mở như sẵn sàng tiếp nhận sinh quang của hy vọng và tin yêu trong mùa mới, thì việc trải lòng mình ra đối với những nỗi đời bất hạnh, nghèo khó, tủi nhục, bất an, tù hãm… cũng là một món quà cao đẹp của mùa xuân. Món quà ấy, ai cũng có sẵn, có thể mang ra bất cứ lúc nào. Món quà ấy không cần phải gói, mà cần phải mở; không cần gửi đi, mà chỉ cần khơi dậy; không cần trao đổi, chỉ cần trang trải; không cần tính toán, chỉ cần cảm thông; không cần đối diện, chỉ cần thương yêu. Món quà ấy cũng không cần phải dùng đến phương tiện truyền thông kỹ thuật hiện đại, vì nó nối kết con người trên hành tinh này bằng sợi dây thiêng liêng của lòng thương yêu không bến hạn.

Mỗi người chúng ta, luôn sẵn sàng một món quà như thế: luôn tin yêu và hy vọng, ước mong người nghèo đói có đủ cơm ăn áo mặc, kẻ tù đày được trả tự do, trẻ em khắp nơi đều được đến trường, người già neo đơn được chăm sóc chu đáo, kẻ bệnh tật được thuốc chữa thầy hay, người không bức hiếp người, xã hội công bằng, đất nước phồn vinh no ấm.

Luôn tin yêu và hy vọng như thế thì khi việc đến, mỗi người tự biết phải làm gì. Băng giá hay ấm cúng chỉ là do đóng hay mở. Đóng lại là mùa đông, mở ra là mùa xuân. Hương vị xuân, theo ý nghĩa đó, không phải chỉ lan tỏa theo thời tiết, mà hiển hiện trong từng phút giây thực tại.

Ở một không gian nhỏ, nơi bàn viết có cửa sổ mở ra hiên sau với những nhánh phong lan phơi mình trong nắng sớm, lòng không tân toan vướng bận. Chỉ thương một nỗi nhân sinh khổ lụy vô thường.

Nguyện cầu nhân gian khắp chốn vui đón một mùa xuân trường cửu bất diệt.

(Midway City, ngày 01 tháng 01 năm 2007)

CẢM ƠN HOA ĐÃ VÌ TA NỞ

Muôn hoa có vẻ nở sớm vào mùa xuân năm nay. Hoa mai đã trổ từ hai tuần trước, trên những nhánh khô gầy, trơ trụi, trong tiết trời bất thường, lúc lạnh căm, lúc nóng hâm hấp. Nay thì đất trời có vẻ như chuyển dần vào xuân với những buổi sáng ngập nắng, và đêm về với màn trời trong vắt lung linh ánh ngàn sao. Nơi bàn viết, chậu thủy tiên nứt mười hai nhánh, mỗi nhánh nở đều bốn đóa hoa. Nói theo pháp số nhà Phật thì 12 nhánh và 4 đóa hoa ấy, hẳn là những con số đầy ý vị. Nào là mười hai nhân duyên; nào là tứ đế; nào là tam chuyển pháp luân... Bao nhiêu ấy đã đủ cho một mùa xuân đầy thiền vị.

Chưa hết. Ngoài hiên, các giò lan lủng lẳng cùng các chậu lan đất, cũng đều đã vươn chồi, trổ hoa. Tết chưa đến mà hương xuân đã tỏa khắp rồi.

"Cảm ơn hoa đã vì ta nở." Tô Thùy Yên đã nói thế trong bài thơ 'Ta Về'. Nhưng, có thật là hoa đã vì ta mà nở chăng? Hoa có chủ tâm nở cho người thưởng thức không? Nếu tin là hoa có tình như người, có thể hoa đã nở cho người, không những vậy, còn nở cho thú, cho vật, cho cỏ cây, cho mây, cho gió, cho sông, cho suối, cho núi, cho biển, cho muôn loài hoa khác, và cho đất trời. Nếu tin hoa chỉ là vật vô tri, thì không thể nói là hoa đã vì ta mà nở. Hoa nở chỉ vì hoa phải nở. Khi thời tiết và nhân duyên chín muồi, hoa sẽ nở, phải nở, không thể không nở.

Dù sao, hoa nở vì ta hay nở cho vũ trụ vạn vật, hay chỉ nở tự nhiên theo thời tiết chứ không vì ai, vẫn cứ chân thành cảm ơn. Bởi vì sự hiện hữu của hoa đã là một hiến dâng, một sự trao tặng vô điều kiện đối với muôn loài, nhất là đối với con người trong cuộc đời này.

Có thể hoa đã không tự nhận phẩm cách cao quý ấy. Nhưng loài người không thể không học về phẩm tính của ngàn hoa.

Dù được chăm sóc kỹ lưỡng và thưởng thức từng ngày từng giờ nơi những vựa hoa, chợ hoa, cửa tiệm, hoặc ngoài vườn, trên bàn viết, hoặc không bao giờ được chăm sóc ngó ngàng đến nơi rừng sâu, trên non cao, bên bờ suối vắng, trên những cánh đồng bạt ngàn, nơi những hốc đá bờ tường… hoa vẫn phát tiết và trọn vẹn mở hết lòng mình ra, không thắc mắc chọn lựa, không phân biệt so đo. Từ anh nông dân đến vị quốc vương, từ người tỉ phú đến kẻ ăn mày trắng tay, từ những hồng nhan kiều nữ cho đến kẻ bạc phận kém duyên, từ chị gánh hoa cho đến anh mua hoa, từ người tử tù đếm thời gian qua khung cửa sổ cho đến kẻ giang hồ phóng túng ngoạn thủy du sơn, từ cụ lão trầm ngâm nhấp chung trà lim dim nhìn ngắm cho đến em bé lăng xăng chạy nhảy nơi công viên, từ kẻ cực ác cho đến người hiền lương, từ những đấng thiêng liêng như Phật – Chúa cho đến những ma vương, ác quỷ… hoa vẫn nở trong cùng một thể cách. Không phải vì đối với Phật mà hoa nở đẹp hơn; không phải vì đối với ma mà hoa nở xấu hơn. Xấu – đẹp, thơm – không thơm, là do nơi người thưởng lãm, không phải do nơi hoa. Dù có đầy đủ hương sắc hay chỉ có sắc không hương, hoặc có hương không sắc, dù được ngắm hay không được ngắm, hoa vẫn nở như thế và như thế.

Phẩm tính cao đẹp ấy của hoa, trao tặng và hiến dâng không điều kiện, loài người đã học đến đâu? Hoa, đối với muôn loài, và nhất đối với người, vốn keo sơn với nhau từ thuở tạo thiên lập địa, có lúc nào thay lòng đổi dạ đâu! Nhưng con người thì đã thay đổi quá nhiều, và thường khi chỉ dùng hoa để trang sức, tô điểm cho hương và cho sắc, mà chưa hề học được gì nơi phẩm cách của hoa. Con người chỉ biết hưởng dụng, lợi dụng, và lạm dụng.

Thoảng khi có kẻ phát tiết anh hoa, trao tặng cuộc đời những gì đẹp đẽ, cao quý nhất, thì bao người xúm nhau lên tiếng chỉ trích bôi nhọ, gán cho những tội danh và nhãn hiệu thế này thế kia, giam hãm họ vào tù ngục hoặc vòng vây của thị-phi, thành kiến, vô minh.

Từ những cội cây ẩm ướt hay khô mục, những nhánh phong lan vươn lên, lộng lẫy, thanh cao. Từ những ao đầm sình lầy nhơ nhớp, những đóa sen trỗi dậy, thơm ngát cả từng không. Dù ta chê hay khen, đón nhận hay chống báng, hoa vẫn cứ nở, và phải nở, ngay nơi thời tiết nhân duyên thích hợp nhất.

Hoa, trong bất kỳ dạng thái, chủng loại, khung cảnh, thời tiết nào, cũng mang theo vẻ đẹp nội tại của nó. Đừng trách hoa sao nở quá sớm hay quá muộn. Đừng trách hoa sao lại đành để cho người ta ngắt mà chưng bày nơi này chỗ kia. Đừng trách hoa sao lại để con người lợi dụng, lạm dụng, hưởng dụng. Hoa chỉ biết nở, có thể nở vì người, vì muôn vật, nhưng trước tiên là nở cho chính nó, cho chính phẩm hạnh bồ-tát của nó là trao tặng và hiến dâng cái đẹp cho cuộc đời.

Hoa nở đúng thời, đúng lúc, không kỳ thị ai. Hoa nở không phải để dành riêng cho kẻ ác, cũng không phải ưu tiên cho người thiện tâm. Hoa nở không phải để tán dương người lành, cũng không phải để tiêu diệt kẻ ác, nhưng vẻ đẹp của hoa có thể làm cho người lành hưng phấn với điều chân, và kẻ ác rung cảm, bừng ngộ với lẽ thiện. Hoa cũng không chờ đợi tất cả người ác bị tiêu vong rồi mới nở, mà hoa nở ngay ở nơi chốn này, ngay ở thời gian hiện tiền, để không ai bị tiêu vong và không ai làm tiêu vong, mục rữa con người và cuộc đời.

Dâng đời trọn vẹn hương sắc trung thực tự nhiên, cùng tấm lòng thương yêu, tha thứ, một cách không điều kiện và không một kỳ vọng được đền đáp, những đóa hoa của quá khứ, hiện tại và tương lai, sẽ tiếp nối nhau, kết thành tràng hoa nhân ái tuyệt mỹ, tô điểm cho mùa xuân xán lạn của quê hương. *Cảm ơn hoa đã vì ta nở.*

(Midway City, ngày 01 tháng 02 năm 2007)

CHỈ LÀ CHIÊM BAO

Mấy ngày Tết đã qua. Những lăng xăng rộn ràng của báo chí, hội chợ và sạp hoa đã lắng dịu, nhường chỗ cho những sinh hoạt bình thường, thật bình thường. Nhưng ngàn hoa nội cỏ hãy còn tươi thắm rực rỡ dưới nắng xuân ấm áp. Và đâu đó, trong khi hoa hãy còn trên cành thì vẫn liên tục diễn ra những xung đột, xâu xé nhau, giữa những lý tưởng, chính nghĩa, quan điểm, lập trường chính trị hay tôn giáo. Những dị-đồng sinh ra bè phái và thành kiến. Những thắng-bại sinh ra kiêu hãnh và đố kỵ. Những được-mất sinh ra đắc chí và thù hận. Nhỏ nhoi sinh ra tầm thường. Tầm thường sinh ra cay đắng và tàn hại nhau. Bom nổ vung vãi những xác người trong sự đổ vụn của gạch ngói. Khói lửa ngút trời dường như chưa đủ để bày tỏ mối hờn căm và sự hăng say chém giết... Và đâu đó, trên những tờ báo và những diễn đàn ngôn luận liên mạng, người ta tranh cãi, tung ném vào nhau những ngôn từ và ý tưởng nhơ bẩn, thấp kém, ngoa ngụy, man trá để cố tình dìm chết danh dự kẻ khác, chứng minh 'chính nghĩa' của mình và phe phái của mình...

Nhân loại ở thế kỷ 21 tự hào với nền văn minh khoa học kỹ thuật, nhưng thực tế nhãn tiền chỉ cho thấy thế giới hôm nay là cả một hành tinh ngập tràn thống hận, cuồng tín, cố chấp, và đầy tính khủng bố. Người ta thích đe dọa nhau, hãm hại nhau hơn là sự vỗ về ban phát hạnh phúc. Nhà văn hóa đánh mất phẩm cách văn hóa. Nhà chính trị chỉ biết đặc quyền và đặc lợi cá nhân phe đảng. Người hô hào cho dân chủ tự do thì ôm chặt quan điểm độc đoán và thế đứng độc quyền độc tôn của mình. Nhà tôn giáo thì lại bỏ quên vai trò lãnh đạo tinh thần để vui say với quang vinh hào nhoáng của những thành tựu chính trị thế tục…

Một thế giới như thế, càng lúc càng bộc lộ rõ tính chất đảo điên và huyễn ảo mà kinh Phật thường nhắc đến. Nhưng con người, ngay cả những người con Phật chúng ta, vẫn thường không nhìn nhận bản chất không thực ấy của cuộc đời, hoặc biết nhưng cố tình lãng quên, bám chặt vào chính cái huyễn ảo ấy để tồn tại, nuôi lớn những phiền não, và tiếp tục gieo rắc khổ đau, oán kết cho mình, cho người, cho cuộc trầm luân dằng dặc qua-lại, đi-về trong biển lớn sinh tử.

"Tất cả các pháp hữu vi đều như chiêm bao mộng mị, như trò huyễn thuật, như bọt nước trôi, như bóng lồng sương, như hạt sương sớm, như ánh chớp ban chiều…"

Lời của kinh Kim Cương đọc lên mỗi ngày, nghe như tiếng thơ ru êm những lần khổ nạn, nghe như sấm nổ vang trời giữa đêm dài mờ mịt u mê. Lời kinh cứu lấy ai những đêm lang thang tìm nơi ẩn trú. Lời kinh cứu lấy ai trong những ngày dài nơi lao tù khổ nhục. Lời kinh cứu lấy ai trong cơn đói khát, vật vờ trên biển nước mênh mông. Lời kinh cứu lấy ai khi đời gán cho gánh nặng oan ức và những lời nguyền nghiệt ngã. Lời kinh cứu lấy ai trong những cơn tủi nhục, khốn cùng, bế tắc, không còn lối nào để đi… Những oan kết, oan nghiệt, oan ức, oan khiên, tích lũy từ nhiều đời và nhiều người, như sức nặng của núi lớn đè lên phận người bé nhỏ, nếu không nhờ câu kinh thơ mộng và thượng thừa kia thì làm sao có thể vươn mình đứng dậy!

Khổ đau, oán hận kết thành những ấn tượng nặng nề gieo vào đất tâm. Ấn tượng phả hơi thở nóng bừng vào đời sống, và đôi khi ảo hiện trong những giấc mộng mịt mùng, để rồi chính ta, trong đêm dài u u minh minh, đã phải một mình đối đầu với trùng trùng ách nạn, và ngay cả phải đối diện với thần chết. Trong ảo thời và ảo cảnh ấy, tất cả đều như thật. Không ai có thể can thiệp hay cứu giúp. Chỉ có ta, đơn thân lẻ bóng, mặt đối mặt với nguy nan, bất trắc, đớn đau và thống khổ. Lối thoát duy nhất trong lúc ấy là tự đánh thức mình ra khỏi cơn mộng hãi hùng. Thức dậy, thức dậy mau, đây chỉ là giấc mộng, không phải là sự thực! Giật mình tỉnh giấc rồi, chẳng thấy đâu là điều hiểm nguy ách nạn, chẳng thấy ai là kẻ làm mình hoảng sợ hay oán ghét. Nỗi vui mừng thoát nạn thoát khổ cũng chỉ một thoáng khởi lên, rồi qua đi; vì trên thực tế, cũng chẳng có gì phải vui mừng với khổ nạn không thực và sự thoát nạn không thực.

Hạnh phúc cũng đến và đi trong thể điệu mơ màng chiêm bao như thế. Chúng rất thực, và cũng rất ảo. Đắm mình trong khổ đau huyễn hóa hay trong hạnh phúc mộng ảo, đều là thể cách mê mờ rất buồn cười của chúng ta khi đi qua cuộc đời này.

> *"Thế gian ly sinh diệt*
> *Do như hư không hoa*
> *Trí bất đắc hữu vô*
> *Nhi hưng đại bi tâm."* (kinh Lăng Già)

Thực chất của thế gian, vốn vượt khỏi hiện tượng của sinh-diệt, còn-mất; bởi vì tướng sinh-diệt, còn-mất cũng chỉ là hoa đốm giữa hư không.

Quán sát thâm sâu về bản chất của thế gian như vậy bằng trí tuệ giác ngộ siêu việt lên trên có-không và tất cả các tướng đối đãi, từ đó, phát khởi lòng thương vô hạn đối với chúng sinh, với cuộc đời.

Nếu trí không vượt ngoài có-không, thì lòng thương và mọi hoạt dụng nhằm cứu khổ ban vui, tranh đấu cho nhân quyền, vận động cho dân chủ, tu nhân tích đức, tu đạo, hành đạo, hoằng pháp, giáo dục, từ thiện xã hội... đều chỉ là những trò chơi ma thuật của trường mộng vô minh.

Nắng lên cao. Hoa cỏ nghiêng mình theo gió sớm. Gió từ phương đông làm lung lay những nhánh bạch đàn ở vườn trước và khua rộn tiếng phong linh ở vườn sau. Dấu hiệu của mùa xuân sắp qua đi. Xuân đến, hoa nở; xuân đi, hoa sẽ tàn. Vận hành tự nhiên ấy là vận hành của sinh-diệt, của biến thiên vô thường, mà cũng là minh chứng cho sự hiện hữu một dòng tiếp nối luân lưu bất tận của thế gian. Tiếp nối của những đối đãi, nhị nguyên. Sinh và diệt. Có và không. Dơ và sạch. Tăng và giảm. Đoạn và thường. Sinh-tử và niết-bàn. Khổ đau và hạnh phúc. Dòng tiếp nối luân lưu bất tận ấy, nói một cách tiếp cận hơn, dòng sông đời ấy, dù rằng cưu mang tất cả những hương thơm hay mùi thối, sen thơm hay rác rưởi, lục bình hay gỗ mục… vẫn chỉ là sự chảy trôi của một giấc chiêm bao.

(Midway City, ngày 01 tháng 3 năm 2007)

THÔNG ĐIỆP TỪ BIỂN LỚN

Từ bãi đậu xe bước lên thềm dành cho người đi bộ, người ta vẫn chưa thấy được biển. Phải leo một con dốc thoai thoải với những bụi hoa vàng vươn cao khỏi đầu, dẫn đến một vọng hải đài lộ thiên; từ nơi đây, nhãn quan mới bất chợt mở bừng trước một đại dương xanh thẳm, mênh mông, tráng lệ.

Từng đàn hải âu tung cánh bay lượn trong vũ khúc miên trường của sóng nước và gió lộng thênh thang. Triền núi lởm chởm đá, đổ dài xuống tận bãi cát lao xao bọt nước trắng. Rải rác đâu đó vẫn còn dấu vết của những dòng dung nham đen tuyền đóng thành nhiều tầng lớp, tưởng chừng như những trang giấy dày của cuốn huyền sử đất trời bị thiêu hủy bởi tạo hóa từ hàng triệu triệu năm trước.

Đây là biển. Đây là nước. Biển phương tây nối biển phương đông. Bên này bên kia nhìn nhau không thấy bến bờ, nhưng nước thẳm mênh mông chỉ là một.

Xa hút bên kia, xuyên qua trùng trùng sóng xanh và mây trắng, là quê mẹ. Nơi đó, sau hơn ba mươi năm, đã nhiều đổi thay. Người ta nói vậy. Tất nhiên là phải vậy. Vạn vật và lòng người thay đổi trong từng giây phút, từng sát-na, không lẽ hơn ba mươi năm mà chẳng gì đổi thay? Không gì đổi thay mới là chuyện lạ, và chuyện lạ như thế là điều không thể chấp nhận được. Nhưng mà đổi thay theo chiều hướng nào? Xu hướng văn minh tiến bộ của nhân loại dù nhanh hay chậm thế nào, dù vận dụng chủ thuyết, chủ trương, ý thức hệ nào, tất cũng phải nhắm đến mục đích tối

110

hậu là mang lại hạnh phúc thực sự cho con người, cho xứ sở, cho toàn hành tinh. Hạnh phúc ấy, qua kinh nghiệm dài lâu của lịch sử loài người, đã cho thấy rằng không nhất thiết phải là sự sung túc, tiện nghi của vật chất hay kỹ thuật. Trái lại là đằng khác. Có nghĩa rằng đời sống con người, càng đơn giản chừng nào, càng dễ có hạnh phúc chừng nấy. Nhận thức nầy xem ra có vẻ đi ngược với "xu thế thời đại", khi mà hầu hết con người đều hăm hở chạy đua với thời gian, tiền bạc và kỹ thuật tân tiến. Nhưng kỹ thuật tân tiến chẳng qua cũng chỉ là cách để có nhiều thời gian hơn bằng cách rút ngắn nó lại: trong một khoảng thời gian nhỏ, có thể làm được nhiều việc hơn; nhiều việc hơn có nghĩa là tăng thêm cơ hội cho sự hưởng thụ tiện nghi, cũng có nghĩa là tạo thêm nhiều tiền bạc và tài sản. Băng phương cách ấy, con người lẩn quẩn trong nỗ lực vừa tạo tác vật chất vừa nô lệ vật chất, vừa tạo tác thời gian vừa nô lệ thời gian. Xét cho cùng, con người chỉ tự trói mình trong trùng vây của ràng buộc, phiền não, để làm những kẻ nô dịch suốt kiếp cho vật chất và thời gian.

Hạnh phúc không phải là làm được thật nhiều việc trong một thời gian rất ngắn. Hạnh phúc chính là không cần phải làm gì cả, vô tư vô lự, trong một thời gian rất dài.

Hạnh phúc không phải là có thể sở hữu được rất nhiều thứ, thu gom vơ vét tài sản, vật dụng và tiền bạc đầy dẫy chung quanh mình. Hạnh phúc chính là buông xả tất cả, không còn vướng bận vào bất cứ thứ gì.

Hạnh phúc ấy, nhìn ở mặt chính trị, xã hội, thì đó là tự do; nhìn ở phương diện tâm linh, tôn giáo, thì đó là giải thoát.

Trời cao, biển rộng, sở dĩ đẹp là do ở chỗ bao la bát ngát, không bờ không bến. Không ai trong cuộc đời mà không bị mê hoặc bởi vẻ vô cùng vô tận của trời và biển. Nhưng trời thì xa quá, không chạm đến được, còn biển thì nơi đây, gần gũi, sinh động, chân có thể dẫm lên, tay có thể sờ đến, và thân có thể hụp lặn trong đó. Người ta có nhiều kinh nghiệm, kỷ niệm từ biển, và học từ biển rộng nhiều hơn là trời cao. Hình ảnh của biển được dùng rất nhiều để làm ẩn dụ trong văn chương, trong kinh điển: *Đại dương thống khổ. Biển lớn sinh-tử...*

Và có một số người được sinh ra từ biển không thể không nói tới. Những người này, già trẻ lớn bé, có kẻ già trên tám mươi, có kẻ chỉ là hài nhi còn trong bụng mẹ. Đã một lúc nào đó, họ lần lượt xuống thuyền, ra biển, bỏ lại tất cả sau lưng. Gia đình, bạn bè thân thuộc, tài sản, đất đai, làng xóm, chùa chiền, nhà thờ, đình miếu, ngôi trường cũ, kỷ niệm, kỷ vật, và trên tất cả những thứ ấy: quê hương. Lênh đênh trên biển lớn nhiều ngày để tìm một bến bờ tự do. Tay không tấc sắt, đã không thể tìm được tự do và hạnh phúc nơi chính quê hương của mình dưới một chính thể hà khắc, họ phải gom tài sản tiền bạc để mua một chuyến đi. Lại gom cả sinh mệnh của mình để đánh đổi tự do. Trong đại dương thống khổ ấy, trong biển lớn sinh-tử ấy, nhiều người, rất nhiều người trong số họ, đã bị cướp bóc, hãm hiếp, giết hại, bởi chính nhân viên công lực của đất nước mình cũng như của hải tặc các nước láng giềng, hoặc bị ép bức làm nô lệ tình dục suốt kiếp ở một nơi chốn xa lạ nào đó; nhiều người chết đói chết khát; nhiều người bị bão lớn, sóng to nhận chìm. Lượng máu và nước mắt của họ không sánh được như nước đại dương, nhưng mặn và đau xót hơn rất nhiều.

Những kẻ may mắn sống còn, trôi giạt đến bờ biển của những nước láng giềng, lam lũ, tiều tụy, vật vờ như những hồn ma bóng quế lạc về từ địa ngục. Đặt chân trên vùng đất mới, họ lập tức được người nước ngoài tiếp cứu bằng lòng nhân đạo, mở vòng tay để chào đón như là thành viên mới của xứ sở tự do, mà đồng lúc cũng bị chính quyền trong nước kết án như những kẻ phản bội tổ quốc và quê hương. Bắt đầu từ đây, với hai bàn tay trắng, họ làm lại cuộc đời. Cuộc đời cũ, cuộc đời mới, được chấm dứt và khởi đầu từ biển lớn. Thế nên, lòng không thể không lớn, tình không thể không bao la. Hơn ba mươi năm vật lộn với cuộc sống, từ việc học hành cho đến nghề nghiệp, họ đã trải qua cú sốc văn hóa, tâm lý chao đảo, vượt bao gian khó, khổ nhọc, đắng cay, để từ hai bàn tay không, dựng nên sự nghiệp hiển hách của cá nhân, gia đình, và một cộng đồng lớn mạnh.

Người ta nói họ phản quốc, phản dân tộc nhưng kỳ thực chính họ lại là những người yêu nước, yêu dân nồng nàn nhất. Ngày đêm canh cánh nhớ nước thương nòi. Tháng năm học hành và làm việc để ổn định đời sống mà lòng nào nguôi trước khổ nạn của quê hương. Từ kẻ thành danh giàu có cho đến người già nua yếu kém nhận trợ cấp hàng tháng của chính phủ, lúc nào cũng sẵn dành một phần tiền, một phần quà gửi về quê hương. Từ thiên tai cho đến tai họa gây nên bởi những kẻ bạo ngược vô tình, những người sinh ra từ biển lúc nào cũng tiên phong, mau mắn nhất để dang tay cứu giúp cho nạn nhân quê nhà.

Người ta nói họ là những người đầy căm thù, cực đoan, nhưng kỳ thực họ là những người rất mực từ bi hỷ xả. Họ không vì một thiểu số cầm quyền mà bỏ quên hàng triệu người dân thống khổ. Họ không vì những kẻ tham nhũng, hối lộ, thối nát, mà bỏ mặc đồng bào trước những nỗi nguy nan. Ở nơi chốn tự do sung túc hà tất phải bận lòng thù ghét những ai! Chẳng qua là vì thương dân thương nước mà bất bình với những sai trái tệ đoan. Biển có khi im lặng như tờ, nhưng cũng có lúc thịnh nộ dương oai. Không phải im là nhu nhược hèn yếu; không phải thịnh nộ là căm thù, bạo động. Chỉ là im lặng để lắng nghe, thấu suốt, và lên tiếng là để nói cái khát vọng tự do hạnh phúc của sinh dân.

Sinh từ biển lớn, họ có tấm lòng bao dung như biển: đã từng tha thứ những kẻ đày ải, giam cầm, hành hạ, bóc lột mình, luôn nghĩ đến nỗi đói khổ của đồng bào và luôn sẵn sàng đem tài sức mình để xây dựng quê hương. Họ đã tìm thấy tự do, nhưng ước vọng tự do cho kẻ khác vẫn chưa nguôi. Họ tiếp tục nhẫn nại, chờ đợi sự hồi đầu hướng thiện của những kẻ xấu-ác. Đó là lòng nhân, là trí tuệ, mà cũng là sức mạnh của họ.

Họ, những bé sơ sinh năm ấy bây giờ đã trở thành những bậc cha mẹ của những bé sơ sinh thế hệ mới; những thanh niên nhiệt huyết can trường năm ấy, bây giờ đã đứng trước thềm lão niên. Nhiều người trong số họ đã ra người thiên cổ. Nhưng biển lớn hãy còn đó. Mênh mông, không cùng, không tận.

Từ biển lớn, gửi thông điệp nhân từ, trí tuệ và nhẫn nại về đất mẹ quê cha.

(Laguna Beach, California, ngày 01 tháng 4, 2007)

VƯỢT QUA, VƯỢT QUA, LẠI VƯỢT QUA...

Thời tiết đang chuyển dần sang mùa hạ.

Ban đêm, phòng ngủ có thể mở rộng cửa sổ để đón gió từ hướng biển lùa vào, và cũng để nghe tiếng lá khua lào xào, vui tai, ru giấc ngủ an lành. Khi mặt trời chưa mọc, có thể nghe tiếng chim ríu rít, rôm rả cả chòm cây bạch đàn và những bụi bông giấy đủ màu ở hướng vườn sau.

Chẳng gì thú vị bằng được réo dậy mỗi bình minh bằng tiếng chim reo; cũng không gì khiến lòng lâng lâng thanh thoát cho bằng được tiếng chuông chùa đánh thức mỗi khuya. Tiếng chuông của một ngôi chùa trên núi, hoặc nơi thôn xóm làng mạc. Thức dậy, ngồi im, không cần phải tụng niệm chi; cũng không cần một nghi thức rườm rà nào. Chỉ ngồi im như thế thôi. Lắng nghe từng tiếng chuông thong thả rơi vào đêm thinh lặng. Tựa hồ những đợt sóng phả nhẹ vào bờ. Lan tỏa. Lan tỏa. Âm hưởng của sóng trước chưa dứt hẳn đã nghe sự dâng trào của sóng sau. Tiếng chuông, tiếng sóng. Tiếng trước, tiếng sau. Có khi như là nối nhau, có khi như trườn lên nhau. Nhưng bao giờ giữa hai âm thanh cũng có một khoảng cách nào đó, ngắn hoặc dài. Và bao giờ giữa những âm thanh cũng có một khác biệt nào đó, mạnh hoặc nhẹ. Nghe như là các âm thanh trước và sau đều giống nhau, mà kỳ thực không bao giờ giống.

Nhiều năm rồi, ở nơi này, không còn nghe được tiếng

115

chuông chùa buổi khuya. Đôi khi bỗng nhớ, bỗng buồn man mác. Nhưng nghĩ cho cùng, lẽ nào hạnh phúc của đời người lại tùy thuộc nơi một cái gì đó như là hình sắc, âm thanh? Thiếu vắng nó thì không thể vui được hay sao! Thế thì cứ vui ở những gì đang có. Nói đơn giản là vậy, có vẻ như là một cách an ủi. Kỳ thực không phải là có thể lấy cái này thay thế cái kia để có hạnh phúc. Hạnh phúc chẳng phải là sự hoán chuyển và thay thế bởi đối tượng hoặc cảm giác. Không phải là ở chỗ ngưng đọng, dừng lại nơi một cái gì, dù là đối tượng cụ thể như là không gian, âm thanh, hình sắc, hay trừu tượng như là thời gian, ý tưởng, cảm giác, ý chí, hay thức giác... Chẳng có cái gì thực sự là hiện tiền, hiện tại để mà an trú hay tỉnh giác hoặc nương tựa, bám víu. Hoặc là tất cả đều vụt qua, hoặc là tất cả đều đồng hiện. Không có cái này chuyển động cố gắng dừng lại an trú nơi một cái kia tịch lặng; cũng không có một cái tịch lặng an trú trên một cái chuyển động. Không làm gì có một cái đương hiện, dù là không gian hay thời gian. Cái mà nhà thiền gọi là "hiện tiền", hay "thực tại" chính là nhất như, là bất nhị. Cái đó không thể an trú, bằng ý thức hay bằng cảm giác, hay bằng sự cố gắng gọi là chí tâm, nhất tâm. Chỉ có thể vượt qua, vượt qua, lại vượt qua...

Cơn sóng đã vỗ lên bờ, nhanh chóng trải một làn nước trên bãi cát hãy còn lưu lại nước của đợt sóng trước. Rồi nó thu rút lại về hướng biển, trong khi cơn sóng kế tiếp lại chồm lên, lướt qua... Quan sát kỹ, chẳng thấy đâu là nước của sóng trước hay sóng sau. Nước vẫn là nước, làm gì có sóng. Làm gì có quá khứ, hiện tại và tương lai!

Đã nhiều khi thức dậy nửa khuya, ở nơi này, trong đêm tịch lặng mà nghe được tiếng chuông chùa vang vọng. Tiếng chuông chùa, ở đâu thế nhỉ? Chuông Hải Đức hay chuông Linh Phong? Chuông Diên Thọ hay chuông Linh Sơn? Chuông Long Tuyền hay chuông Linh Ứng? Chuông Già Lam hay chuông Long Quang? Tiếng chuông chùa nào cũng cơ hồ giống nhau mà thực ra mỗi nơi mỗi thời đều khác. Tiếng chuông có lúc rền vang như sấm dậy; có khi tỏa nhẹ như hải triều buổi bình minh. Do kích thước chuông nơi lớn nơi nhỏ. Do người thỉnh chuông, tay đưa lúc nặng lúc nhẹ. Do quang cảnh lúc động lúc tĩnh. Do tâm thức và cảm giác của người lắng nghe lúc vầy lúc kia. Nhưng mà, tiếng chuông nào đây? Từ vô thức, tiềm thức? Ừ, thì chỉ là vọng hưởng từ quá khứ, từ sự níu kéo hoài niệm, từ cảm thức nuối tiếc mơ mòng mộng tưởng. Tiếng chuông xuất phát từ đâu cũng chẳng quan hệ gì. Âm thanh hay tiếng dội cũng đều là những đợt sóng của mộng huyễn vô thường. Cái quan trọng là có thể ngồi một chỗ mà vượt qua, rồi vượt qua, rồi lại vượt qua...

Nghe người ta nói, đã từ lâu chuông chùa Hải Đức không còn gióng lên mỗi sớm tối. Nơi ấy ngày xưa là chỗ tụ hội của hàng trăm tăng sĩ, vang tiếng một thời là trường đào tạo những tăng tài rường cột của Phật giáo. Bây giờ chỉ còn là một ngọn đồi trơ trụi từ cảnh trí đến sinh hoạt. Ngôi chùa cũ, trên trăm năm, với hai gác chuông trống đẹp một cách khiêm nhường lặng lẽ. Bây giờ toàn bộ kiến trúc xưa đã bị san bằng để chuẩn bị cho một ngôi chánh điện khang trang hiện đại. Ngày nào đó, lão ông râu tóc bạc phơ từ phương xa về thăm ắt là người xưa mất dấu mà cảnh cũ cũng không còn. Giống như Từ Thức về trần. Vui chăng, buồn chăng?

Không phải cái gì mới mẻ, tân kỳ thì đều đẹp cả đâu, bạn ạ! Cố nhiên là sóng sau phải dồn sóng trước, trườn lên và vượt qua để khẳng định sự hiện hữu của chính nó. Nhưng vượt qua không phải tàn phá, hủy diệt.

Tôi có một bậc thầy, nhiều bậc thầy. Nói là một cũng đúng, nói là nhiều cũng không sai. Một thầy là nhiều thầy, nhiều thầy cũng là do một thầy đó mà ra. Thầy tôi, từ hơn hai ngàn năm trăm năm trước, trong một bài giảng thuyết cho những người trong bộ tộc Kalama, ở thị trấn Kesaputta, đã dạy rằng:

"Này quý vị Kalama, đừng tin vì nghe truyền khẩu, đừng tin vì đó là truyền thống, đừng tin vì nghe đồn đại, đừng tin vì được ghi trong kinh điển, đừng tin vì lý luận, đừng tin vì suy diễn, đừng tin vì đã tư duy trên mọi lý lẽ, đừng tin vì dựa theo ý kiến đã được cân nhắc, đừng tin vì vị ấy có vẻ có uy quyền, đừng tin vì nghĩ rằng vị ấy là thầy của mình..."

Lời tuyên bố này trở thành một bài kinh bất hủ mà chưa một giáo chủ hay lãnh đạo (tổ chức, giáo phái, tôn giáo, quốc gia) nào dám nói, cũng chưa bậc toàn năng tuyệt đối nào có thể nói ra được. Trong tiến trình tu tập, nó khai mở con đường của thánh trí, của bát-nhã, của sự vượt qua; trên phương diện xã hội, nó đặt nền tảng cho ý thức tự do, dân chủ và quyền hạn tối ưu của con người trước mọi hướng đi của phong tục, tập quán, văn hóa, tri thức, tư duy, niềm tin và kinh nghiệm...

Có được một bậc thầy như thế trong đời, thật là vô cùng hạnh phúc, huống chi lại có nhiều bậc thầy. Vâng, tôi có thật nhiều bậc thầy, những bậc bồ-tát. Có khi họ dạy tôi bằng lời, có khi chỉ im lặng, có khi bằng hành động, có khi bằng sự dấn thân hy sinh, thời gian hoặc mạng sống. Tôi mang nợ của họ rất nhiều. Tôi biết tôi không bao giờ trả hết được cái ân mà họ đã truyền dạy cho tôi. Nhưng tôi vẫn hạnh phúc với sự việc không thể nào đền đáp ấy. Tôi biết khả năng và trí lực của tôi hẳn phải còn vô lượng kiếp, hoặc hàng trăm kiếp nữa may ra bắt kịp họ, nhưng tôi vẫn hạnh phúc là sự việc bắt kịp sẽ không bao giờ thực hiện nổi. Bởi vì, thật là diễm phúc khi có những vị thầy siêu tuyệt mà lúc nào mình cũng chỉ là đứa học trò tồi tệ, không bao giờ sánh kịp! Trong thực tế trường lớp cũng thế, tôi hãnh diện được là người học trò dở của thầy tôi. Bởi vì, học trò dở, biết ít, thực hành ít mà còn có nhiều hạnh phúc như vậy huống gì những người học nhiều, biết nhiều, thực hành nhiều hơn! Có nhiều người được hạnh phúc hơn mình thì còn gì vui sướng cho bằng!

Năm xưa, lần đầu tiên đọc sách thiền gặp câu *"Phùng Phật sát Phật, phùng Tổ sát Tổ,"* tôi đã không cần tham vấn, tra cứu làm gì cho mệt. Tôi chỉ hiểu theo ý của tôi thôi: tất nhiên không phải là giết Phật, giết Tổ; cũng không phải là phải vượt hơn, giỏi hơn Phật và Tổ. Mà chính là vượt qua, vượt qua, lại vượt qua…

Không dính mắc vào bất cứ cái gì. *Ưng vô sở trụ nhi sinh kỳ tâm.* Thực hành chỉ một điểm này thôi, tôi biết có thể phải kinh qua hàng nhiều kiếp. Nhưng ngay bây giờ, tôi đã hạnh phúc rồi, không đợi đến khi thành Phật, thành Tổ. Tôi không cần phải nỗ lực vượt hơn thầy, giỏi hơn thầy. Tôi chỉ cần làm sao đừng vướng kẹt, dính mắc vào thầy của tôi, dù là ở thân giáo hay khẩu giáo.

Và như thế, khi nói về Phật đản, ngày sinh của đức Phật, tôi cũng vui với mọi người trong mùa đại lễ, nhưng tôi ngầm hiểu rằng đức Phật không phải chỉ sinh ra một lần, mà thường sinh ra trong từng giây phút, từng sát-na. Hóa thân của ngài xuất hiện khắp nơi khắp chốn. Nhìn đâu cũng thấy ngài. Nhìn đâu cũng thấy những bậc thầy của tôi. Còn nói theo lý bất sinh thì quả nhiên là ngài chưa từng sinh ra. Ngài có mặt khắp nơi trong mọi thời gian thì không thể nói là có sự sinh ra và mất đi.

Giống như những tiếng chuông lan trong lòng đêm rộng. Từng tiếng, từng tiếng, nối nhau, vượt lên nhau. Tiếng này không hủy diệt tiếng trước, cũng không ngăn ngại gì tiếng sau.

Giống như những đợt sóng vỗ vào bờ rồi rút về lại với đại dương mênh mông. Sóng trước, sóng sau, cũng chỉ là sự luân chuyển của nước.

Và trên cao, giữa bầu trời mùa hạ trong xanh như phản ảnh màu biếc của đại dương, vẫn có những áng mây trắng tụ lại, chồm lên nhau, hòa vào nhau, hoặc tản ra thành những sợi thật mỏng.

Cách thế sinh-diệt của tiếng chuông, sóng và mây vẫn

thường dạy tôi bài học về sự vượt qua, vượt qua, lại vượt qua… như thế. Tôi ghi lại để cúng dường ngày Phật đản sinh năm nay.

(Midway city, Mùa Phật Đản, 15 tháng 5, 2007)

SINH TỬ ĐẠI SỰ

Công viên rộng một dặm vuông. Nhiều cây cao bóng mát vươn lên từ những thảm cỏ xanh mướt. Nắng chưa lên mà đã có người đi bộ hoặc chạy bộ lướt qua khu vực có hồ nước. Hồ nước này chiếm một góc công viên; có nhà thủy tạ và nhiều băng ghế đá dọc theo bờ. Nước hồ không luân lưu nên đục ngầu, thích hợp cho đời sống tù hãm thụ động của một bầy lưa thưa vịt và ngỗng, cá và rùa được nuôi dưỡng bằng ngân sách của công viên thành phố. Có lẽ thỉnh thoảng người ta cũng thay nước mới cho hồ, nhưng thay bằng cách nào và lúc nào thì không làm sao biết được. Chỉ biết là hồ nước hầu như lúc nào cũng đục và khi gió thoảng qua, mùi rong rêu và sình lầy được đưa lên theo hơi nước. Không khí quanh ven hồ vì vậy có vẻ gì như không khí của đồng nội, mặc dù từ góc công viên, nơi ngã tư đường, với tám cột đèn xanh đỏ, xe cộ vẫn nườm nượp qua lại.

Cuộc sống nơi đây có vẻ ổn định. Mọi thứ đã được chuẩn bị kỹ lưỡng, chu đáo, để có thể đi vào một thứ nề nếp tương đối nào đó mà mọi người có thể an tâm để sống được. Chuẩn bị rất kỹ nhưng vẫn không thể không có những lúc bất trắc xảy ra. Khi hệ thống đèn ngã tư bị hỏng, người ta phải cho đèn đỏ chớp lên từ bốn hướng, xe cộ tắc nghẽn, nối đuôi thành bốn con rồng châu đầu vào nhau. Phải lần lượt thay phiên mà vượt qua ngã tư đường, cũng trong một trật tự nào đó.

NGHĨ VỀ SỐNG-CHẾT

Không phải người ta không dự tri về những bất trắc xảy ra trong cuộc đời. Người ta đã chuẩn bị rất kỹ: viết di chúc, mua bảo hiểm sức khỏe, bảo hiểm nhân mạng; lên xe hoặc lên máy bay thì tự động thắt dây an toàn—không thắt cũng được nhắc nhở hoặc ép buộc phải thắt bằng sự nghiêm phạt. Những chuẩn bị như thế đều cho thấy người ta luôn ý thức về một tai nạn, hoặc cái chết, có thể xảy ra bất cứ lúc nào. Nhưng khi tai nạn chưa xảy ra, nhiều lần, nhiều ngày như thế, ý thức kia lờn đi và nhường chỗ cho vô thức, để rồi, khi thắt dây an toàn, người ta chỉ thắt theo thói quen, và thắt để khỏi bị cảnh sát phạt tiền. Người ta thực sự không muốn nhắc đến cái chết dù rằng trong hành động mỗi ngày đều chuẩn bị cho cái chết.

Cuộc sống như thế có một vẻ mâu thuẫn một cách buồn cười. Chúng ta chuẩn bị rất kỹ cho một bất trắc có thể xảy ra bất cứ lúc nào, xem ra thì giống như nhà đạo ý thức về vô thường; mà kỳ thực, những chuẩn bị này chỉ là để tiếp tục vui sống trong ảo tưởng về một cuộc đời chắc thật, bền vững. Chúng ta chuẩn bị, nhưng chẳng chuẩn bị gì cả. Hăm hở chạy theo những kéo lôi của ngoại cảnh và sự thúc giục của dục vọng bản năng. Thành tựu được tí ti đã mừng rỡ, huênh hoang; mất đi chút xíu đã buồn rầu, áo não. Kỷ niệm ngày sinh thì tưng bừng tiệc tùng, quà bánh, rượu chè, chúc tụng không ngớt—làm như là sự có mặt của mình trong cuộc đời đã thay đổi được thế giới tốt đẹp hơn, hoặc mang lại lợi ích cho muôn loài vậy! Ngày chết thì than khóc sầu bi thống thiết—làm như là sinh ra ở đời để mà bất tử trường sanh vậy! Sinh thì cười, tử thì khóc. Được thì mừng, mất thì khổ. Thắng thì vui, thua thì buồn. Sắc thân, cảm giác, tư tưởng, hành nghiệp và ý thức của chúng ta sao mà tội nghiệp, cứ bấp bênh bập bềnh như bèo bọt mây nổi! Vậy mà rồi, sự sinh và sự tử, trong tư tưởng cũng như trong sinh hoạt hàng ngày của chúng ta, trở thành chuyện lớn. Mà

122

chuyện lớn ở đây lại không giống như chuyện lớn của thiền gia. Chúng ta không biết, hoặc giả vờ không hay biết, rằng ngày sinh chẳng qua là ngày đánh dấu một bước gần hơn với ngày tử. Ngày ấy, sau một năm dài, hẳn là thành kiến, tư dục sẽ nhiều hơn năm trước. Những vọng chấp về bản ngã và những thuộc tính của ngã hẳn là dày thêm một lớp. Có chi để mừng vui! Thế rồi, chuyện sinh-tử trong mọi thời đại, mọi xứ sở, luôn là cơ hội cho những thành tựu của thương nghiệp: thiệp chúc, quà tặng, bệnh phí, áo quan và những buổi tiệc vui, buồn…

Một triết gia phương tây từng nói, *"hãy sống như thể ngày mai mình sẽ chết."* Sống như thế nào mới gọi là sống? Hay là ý thức về cái chết của ngày mai như thế chỉ khiến chúng ta mất ngủ từng đêm vì không làm được gì xứng đáng ngày hôm nay?

Người Tây Tạng cũng thường chiêm nghiệm trước giấc ngủ, *"ngày mai hay đời sau, chưa biết cái nào sẽ đến trước."* Thế nhưng, mỗi sớm mai thức dậy, chúng ta tiếp tục một ngày mới với những hăng say miệt mài tom góp, tích lũy, giành giật, tranh thắng, mưu lợi, thù ghét, hờn giận… đâu biết rằng một đêm dài kia có thể là khoảng thời gian bước vào đời sống sau trong mê mờ mộng tưởng.

Đó là nhận thức về vô thường và cái chết. Nhận thức như vậy không phải để buông xuôi, thụ động, hoặc vội vàng thụ hưởng để rồi gieo rắc nhân khổ cho mình và cho người, mà chính là để hướng về cái chân thường, bất diệt, bất sinh. Cái gì có sinh tất có diệt, có tụ tất có tán. Không làm gì có một cái sinh ra mà còn mãi. Cũng không làm gì có một cái mất đi mà vĩnh viễn tiêu tán. Nếu sinh là vô thường thì diệt cũng vô thường. Nếu vui là vô thường thì khổ cũng vô thường. Niềm vui thông thường của chúng ta mà thường hằng thì khi vui sẽ vui mãi; cũng vậy, nỗi khổ mà thường hằng thì khi khổ sẽ khổ suốt không bao giờ dứt. Nhờ vô thường mà có vui có khổ, có sự hết vui và hết khổ. Do đó, cũng nên cảm ơn vô thường, xem vô thường như người bạn thiết trong cuộc đời cũng như trong nẻo đạo.

Nhưng cũng đừng dễ duôi khi gần gũi với người bạn thiết này, vì y có thể mang lại niềm vui đồng thời cũng làm cho ta khổ đau không ít nếu việc sinh-tử không được thấu đạt.

Nhà thiền thường nói *"sinh tử đại sự"* – sinh tử là việc lớn. Không phải là xem trọng cái ngày mình sinh ra hoặc là mừng ngày kỷ niệm tròn tuổi sinh ra, dù là một tuổi, ba mươi tuổi, năm mươi tuổi hay trăm tuổi, với tiệc mừng linh đình, hỉ hả. Cũng không phải lấy làm hệ trọng cái việc tử biệt, bày biện hình thức lễ nghi, chôn cất, xây mồ xây mả uy nghi bề thế. Sinh tử sở dĩ là việc lớn đối với người thế tục là vì nó chi phối hầu hết cuộc sống, bao gồm niềm vui nỗi khổ, thăng trầm, thành bại… từ lúc sinh ra cho đến khi chết; còn đối với nhà đạo thì nó không nằm ở nơi việc sinh hay tử mà chính là "thoát ly sinh tử." Đại sự của hành giả tu tập là vượt lên sống-chết chứ không gì khác. Cho nên, nói "sinh tử đại sự" là vì từ nơi sống-chết có thể liễu ngộ được tính chất không thực, huyễn hóa của mọi sự mọi vật; nói cách khác, từ nơi tính không mà vượt lên sống-chết, bởi vì bản chất của sống-chết vốn là không.

Đức Phật nói mạng sống nằm trong hơi thở. Nói vậy cho dễ hình dung. Còn nói một cách triết lý là sát-na sinh diệt—vạn hữu sinh diệt trong từng sát-na. Người đời đối với việc sống thì ham, đối với việc chết thì sợ; do đó mà bày tỏ cảm giác mừng-lo với sinh-tử. Nhà đạo nhìn thấy sinh-tử trong từng hơi thở, có gì để mừng vui hay lo lắng!

Cho nên, thật là cảm động là trong xã hội hiện đại, có một bậc thầy, khi sống thì mấy chục năm đạm bạc nơi tịnh thất, chỉ chăm lo việc đào tạo tăng tài và phiên dịch kinh điển; trước khi mất thì di chúc là không cần xây tháp mà dùng tiền xây tháp để tài trợ cho việc trước tác dịch thuật và ấn hành kinh sách. Sinh và tử như thế là sự ra-vào tự tại của một lữ khách trong tam giới.

124

NGHĨ VỀ NGÀY TAM HỢP

Theo truyền thống Nam tông (Theravada), cuộc đời đức Phật có ba sự kiện hệ trọng được ghi nhận là xảy ra trong cùng ngày rằm tháng tư (Vesàkha). Ba sự kiện ấy là đản sinh, thành đạo và nhập niết-bàn. Mỗi năm, khi truyền thống Bắc tông tổ chức kỷ niệm lễ Phật Đản vào ngày rằm tháng tư thì cũng trùng hợp với lễ Tam Hợp của Phật giáo Nam tông. Phật-lịch cũng được căn cứ theo Lễ Tam Hợp mà tính.

Cuối năm 1999, vào ngày 15 tháng 12, Liên Hiệp Quốc ra nghị quyết công nhận Lễ Tam Hợp là ngày lễ quốc tế. Như vậy, về mặt nội dung, dù Liên Hiệp Quốc có công nhận hay không, Phật giáo vẫn là Phật giáo, là tôn giáo của từ bi, giác ngộ, khoan dung và hòa bình từ hơn 2500 năm qua; nhưng về mặt hình thức, Phật giáo chính thức bước vào cộng đồng quốc tế vào thế kỷ 21, tức từ năm 2000 trở đi. Đây là một bước đi khá chậm trễ, nhưng trong một ý nghĩa nào đó, người ta có thể suy diễn rằng trong chiều hướng khủng hoảng, xung đột trầm trọng và có nguy cơ cho thế chiến thứ ba phát sinh từ sự bất khoan dung tôn giáo từ đầu thế kỷ này, sự góp mặt lên tiếng của Phật giáo là điều cần kíp, thích ứng, nhằm khai mở con đường của khoan dung, từ ái thực sự.

Nói theo phương châm "sinh tử đại sự" thì sự việc này cũng chẳng có gì đáng để mừng vui hay tủi nhục đối với hành giả đang hạ thủ công phu, quyết tâm giác ngộ. Nhưng trong tâm thức thông thường của người con Phật khắp nơi, Lễ Tam Hợp của Liên Hiệp Quốc quả là dấu hiệu tốt đẹp cho sứ mệnh hòa bình của Phật giáo, và trên hết, cho sự hoằng truyền của chánh đạo trên cõi đời ô trược vô minh.

Sinh được như đức Phật, thị hiện nơi đời để soi sáng con đường giải thoát giác ngộ cho sinh linh vạn đại; tử được như đức Phật, an nhiên dưới cội ta-la với những lời giáo huấn tối hậu khai mở con đường siêu xuất thênh thang, thì hãy vui mừng, ca tụng tán thán, vì cái sinh cái tử như thế, đều là sự tỏa chiếu rạng ngời của tuệ giác siêu việt mà ngài đã chứng nghiệm dưới cội bồ đề.

Lễ Tam Hợp quốc tế lần đầu tiên được chính thức tổ chức tại trụ sở Liên Hiệp Quốc tại Nữu Ước, Hoa Kỳ năm 2004; ba năm tiếp theo, 2005, 2006 và 2007 đều được tổ chức tại Bangkok, Thái Lan.

Nói một cách biểu trưng, hình thức, Lễ Tam Hợp của Liên Hiệp Quốc tổ chức nơi đâu thì ngọn đuốc giác ngộ của Phật giáo soi chiếu nơi đó. Thái Lan là một nước Phật giáo truyền thống lâu đời, thắp ngọn đuốc giác ngộ nơi đó cũng là chuyện bình thường. Cần nhất là thắp lên ở những nơi u tối, nơi mà ánh sáng giác ngộ chưa hề soi đến, hoặc đã được thắp sáng nhưng bị bao phủ bởi cuồng tín, vô minh.

Vậy thì, thật là vui khi nghe tin chính phủ Pakistan chính thức tổ chức lễ Phật Đản tại quốc gia Hồi giáo này trong tháng 5, năm 2007 vừa qua. Chính phủ này cũng đã tài trợ cho việc phục hồi các thánh tích quan trọng của Phật giáo trên toàn xứ sở; ngoài ra, còn sẽ chủ trì cho Hội nghị thường niên của Phật giáo Quốc tế tổ chức tại Islamabad, thủ đô của Cộng Hòa Hồi Giáo Pakistan vào tháng 10 năm 2007.

Và cũng thật là vui khi nghe tin chính phủ Việt Nam đã đăng cai tổ chức Lễ Tam Hợp của Liên Hiệp Quốc lần thứ 5, vào tháng 5 năm 2008 tại Hà Nội, và đã được đại hội chính thức chuẩn thuận thông qua Tuyên ngôn Bangkok 2007.

Người ta có thể nhăn mặt lên án, chỉ trích, xuyên tạc niềm vui này, cho rằng nó thuần túy quá, hoặc không sáng suốt vì chưa được thông qua những lớp vỏ của tính đấu tranh, chiến lược, quan điểm chính trị, xã hội... và bức tường thành của nghi kỵ, ngờ vực, hận thù, v.v... Có lẽ vì e ngại sự lên án này mà thông tin về Lễ Tam Hợp của Liên Hiệp Quốc lần thứ 5 tại Việt Nam không được đón nhận và truyền bá rộng rãi trên các phương tiện truyền thông tại hải ngoại, dù là của Phật giáo hay không Phật giáo.

Riêng tôi, không thể không ghi lại niềm vui của mình nơi đây, niềm vui của một người con Phật, nhìn thấy ánh đạo vàng của bậc đại giác soi tới những nơi cần thiết nhất. Bóng tối đã phủ lấp hơn nửa thế kỷ trên quê hương thống khổ. Bạn đã làm gì để phá đi bóng tối ấy? Nếu bạn không thắp sáng được vì đèn đuốc của mình quá yếu, tại sao không vui khi người trong bóng tối tự thắp sáng cho chính họ bằng ánh sáng của đức Thế Tôn? Phản đối hoặc lên án ngoại đạo và kẻ ác khi họ làm điều lành chẳng khác gì nhân danh người lành mà làm việc ác; cũng chẳng khác gì lên tiếng với kẻ vô minh rằng, này quý vị, đừng sử dụng ánh sáng của Phật, hãy sáng lên hoàn toàn đi, rồi chúng tôi sẽ mang ánh sáng giác ngộ của ngài đến cho quý vị. Nếu họ đã sáng rồi thì không cần ánh sáng của Phật nữa. Chính vì thế gian tăm tối cuồng vọng mà đức Phật thị hiện đản sanh. Ánh sáng giác ngộ của Phật không ngại gì bóng tối thế gian mà không đến. Chẳng có bóng tối nào có thể làm giảm đi năng lượng và giá trị của ánh sáng. Người con Phật với tâm lượng từ bi, khoan dung sẵn có, không thể tự cho mình đặc quyền thủ đắc việc vinh danh những giá trị nhân bản phổ quát mà Phật giáo đã mang lại cho thế gian đầy bạo động và thống khổ này.

Điều cần làm là mỗi cá nhân tăng sĩ hay phật-tử Việt Nam trong và ngoài nước, phát huy nội lực tự thân, tỏa sáng năng lượng từ bi, kham nhẫn, bình đẳng và giải thoát của mình để cúng dường đức Phật trong ngày Lễ Tam Hợp sắp tới, giới thiệu nền văn hóa Phật giáo đặc thù của dân tộc đến với phật-giáo đồ và nhân loại khắp năm châu.

Phật giáo Việt Nam, tự hào với lịch sử 2000 năm và 80 phần trăm dân số, phải là ngọn đuốc sáng ngời phẩm tính giác ngộ giải thoát, trước hết là để chánh pháp xương minh trường tồn, thứ nữa là góp phần kiến tạo một thế giới hòa bình, an lạc tại nhân gian. Được vậy sẽ không cô phụ "đại sự nhân duyên" của đức Phật trong việc thị hiện đản sanh, thành đạo và niết-bàn từ hơn 2500 năm trước.

Một con chim bồ câu đáp xuống bên bờ hồ, lững thững qua lại chỗ mấy con vịt và ngỗng đang chăm chú mổ những mẩu bánh nhỏ của một cụ già ngồi ghế công viên. Bồ câu có vẻ lạc lõng nơi cuộc sống ao hồ tù đọng. Nhưng chỉ một thoáng sau, đã thấy có nhiều bồ câu khác đáp xuống. Chúng đến đây không phải để tìm thức ăn. Có vẻ như là một cuộc ghé ngang, ngơi nghỉ. Những bộ lông trắng sáng lên giữa trời nắng hạ.

Tôi vẫn suy nghĩ về sự đục ngầu của nước hồ nơi đây. Tại sao người ta không làm cho nước lưu thông nhỉ? Nếu được lưu thông, nước hồ sẽ trong mát hơn, và mùi sình lầy sẽ giảm đi. Có lẽ những người có trách nhiệm của công viên thành phố, một lúc nào đó cũng phải tìm ra một phương cách để làm cho nước sạch hơn.

Nơi nhà thủy tạ phơ phất gió, thỉnh thoảng có thể thoáng ngửi được hương mộc lan từ xa lan đến. Nhìn xuống hồ nước đục ở một độ nghiêng, tôi thấy mặt hồ bóng lên như gương; nơi đó, phản hiện một bầu trời xanh ngát.

(Fountain Valley, 15 tháng 6, 2007)

128

CUỘC CHIẾN THẦM LẶNG

Đây là khu phố sầm uất nhất của người Việt di dân tại quận Cam, tiểu bang California. Từ thành phố Midway, trên đường Bolsa, đi về hướng đông chừng nửa cây số đã thấy khu chợ của người Việt phía bên phải. Khu này tập trung nhiều hàng quán, nhà hàng, siêu thị, chợ trái cây tươi, nhà băng, cây xăng, v.v… lại có bãi đậu xe khá rộng, thuận tiện để làm bến đỗ cho một công ty xe đò xuôi ngược Nam - Bắc California. Vượt qua ngã tư, đi thêm một khoảng đường, sẽ đến khu thương xá Phước Lộc Thọ. Bên trái bên phải đều là khu thương mại của người Việt. Thế nên, không khí quanh đây vẫn mang một vẻ gì rất là Việt Nam, dù rằng các tiện nghi về giao thông, truyền thông, kiến trúc, hệ thống điện, nước, ga, v.v… đều ở tiêu chuẩn một quốc gia thịnh vượng bậc nhất thế giới. Phải chăng vì tất cả bảng hiệu của các cửa tiệm đều mang tiếng Việt? hay vì ở một vài thương xá có làm mái cong? hay vì cổng của một thương xá nọ giống như một tam quan vào chùa? hay vì người trên những xe cộ qua lại cũng như khách bộ hành chung quanh đa phần là người Việt Nam? hay vì đâu đó trong đám đông qua đường, vẳng lên những tiếng, những câu, những từ đầy ắp tình tự "mấy nghìn năm tiếng nước tôi"? Có thể là tất cả những thứ trên hợp lại. Nhưng cũng không thể nào bỏ sót nét đặc trưng này: nỗi buồn câm lặng.

Hãy quan sát kỹ những khuôn mặt Việt Nam trên phố Bolsa. Họ thuộc nhiều thế hệ khác nhau đến định cư nơi đất này. Có những người đã trên tám mươi, và có những người còn trẻ, từ sơ sinh cho đến ba mươi, được sinh ra và trưởng thành trên đất nước này. Kẻ già thì rũ người xuống với gánh nặng của thân phận và một quá khứ vàng son đã mất, hoặc vì nỗi bơ vơ lạc lõng ở chốn tha hương, nơi ấy mất dấu những hình bóng thân quen ngày cũ; người trẻ thì vươn mình lên với hứa hẹn tương lai tưởng chừng không có gì ngăn trở trong đời sống phồn thịnh văn minh và đầy đủ những cơ hội tiến thân, đầy đủ những thứ quyền để tự vệ, tự tồn. Nhưng trên những khuôn mặt bi quan hay lạc quan ấy vẫn vương vất một nỗi buồn nào đó. Có thể không phải là nỗi buồn, mà là sự biểu hiện một cách vô thức những phản ứng, tập quán và tập khí với bề dày thời gian mấy nghìn năm của một cộng đồng dân tộc phải đấu tranh, chiến đấu, với thiên nhiên khắc nghiệt, với sự nghèo cùng triền miên, với giặc ngoại xâm, và với những chế độ chính trị tàn độc, phi nhân.

Hãy cứ gọi đó là nỗi buồn. Vâng, nỗi buồn thầm lặng của một đại khối dân tộc đã nhiều năm trôi qua, chưa bao giờ thực sự hoan hỷ, hạnh phúc, vừa lòng với đời sống hiện tại, dù là ở bên bờ này hoặc bờ kia của đại dương Thái Bình. Nỗi buồn ấy được truyền trao từ thế hệ này đến thế hệ kia, như một thứ dưỡng khí mà thiếu nó, dường như sẽ không giữ được vẻ đặc trưng của người Việt. Nỗi buồn ấy có một vẻ câm lặng, sâu hút đến nỗi không thể nói ra được, không thể diễn tả hết được. Nó mờ nhạt, phảng phất, như có như không…

Cũng trên đường Bolsa, nơi cù lao phân chia đại lộ thành hai chiều xe qua lại, người ta trồng một số cây cảnh và sắp một vài tảng đá tạo thành một hòn giả sơn nho nhỏ. Ngay chỗ đó, khách qua lại vẫn thường trông thấy một nhà sư ôm bình bát đứng yên. Đầu đội trời, chân đạp đất. Trời nắng chang chang những ngày vào hạ. Trong các văn phòng, và trên xe, mọi người đều mở máy lạnh. Riêng một nhà sư tuổi trẻ, trang nghiêm đứng ôm bình bát, mắt nhắm lim dim, dáng thẳng, bất động, như một pho tượng. Nơi vị trí của nhà sư, nếu thí chủ phát tâm cúng dường thức ăn hoặc tịnh tài, cũng chẳng làm sao mà thực hiện được, vì chỗ đó không thuận cho người ngồi trên xe, và cũng không tiện cho những khách bộ hành hai bên đường nếu phải băng qua dòng xe cộ nườm nượp. Người ta hoan hỷ cúng dường một vài đồng bạc cho nhà sư chứ chẳng ai vui vẻ chịu bố thí mấy chục (cho đến cả trăm) đồng cho cảnh sát làm biên bản phạt vạ (về tội băng qua đường không an toàn ở quãng đường chỉ dành cho xe cộ). Thế nên, ai cũng thắc mắc, tại sao nhà sư không hóa duyên bằng cách đi từng nhà, từng cửa tiệm mà lại đứng một chỗ như pho tượng ở một nơi mà khó có ai đến gần được! Mấy tháng trước, khi đoạn đường này đang được sửa chữa, người ta thấy nhà sư cũng đứng im bất động như thế trên một tảng đá phía sau thương xá Phước Lộc Thọ. Lúc đó, ông đứng xoay lưng ra ngoài, mặt hướng vào một gốc cây, chung quanh không thấy thùng phước sương hay bình bát gì để tín chủ có thể đặt lễ phẩm cúng dường. Như vậy, rõ ràng là nhà sư đứng mỗi ngày nhiều giờ đồng hồ nơi phố thị xô bồ lao xao với hạnh nguyện nào đó, chứ không phải để hóa duyên.

Đã hơn hai nghìn năm trăm năm trôi qua, có một phần nhân loại tự nguyện chọn lựa đi theo con đường giải thoát giác ngộ của đức Phật. Trong số những người đi theo, cũng có rất nhiều người chỉ nối tiếp con đường mà tổ tiên, ông bà, cha mẹ của họ đã đi; nhưng họ luôn luôn có được sự tự do để quyết định tiếp tục hoặc từ bỏ con đường ấy. Ngược lại, cũng có vô số người, nhất là những người phương tây, đa phần là những người trí thức, có danh vọng hoặc địa vị trong xã hội, đã từ bỏ tôn giáo truyền thống của họ để đi theo con đường của Phật. Sở dĩ phải nêu những cụm từ "trí thức, danh vọng, địa vị" ở đây là để muốn nhấn mạnh rằng, không phải họ đi theo Phật giáo để tìm kiếm những thứ ấy. Chính đức Phật là người từ bỏ vương quyền, sống hạnh khất sĩ, thành lập một cộng đồng tăng-già và môn đồ không phân biệt giai cấp, địa vị xã hội, cho nên con đường của Phật là con đường vượt trên tất cả những gì mà người thế tục trọng vọng, sùng bái. Trong một lúc khốn cùng nào đó, người ta có thể đi theo những tôn giáo khác vì bản thân và gia đình nghèo đói, cần được sự trợ giúp về vật chất, hoặc bị bắt buộc phải theo để bảo vệ mạng sống, bảo vệ tình yêu; nhưng để chọn lựa con đường giải thoát giác ngộ, rất nhiều người đã phủi sạch những gì họ có, để đi theo đức Phật. Từ nội dung giáo lý đến hình thức truyền bá, đạo Phật đã đến với con người ở mọi xứ sở, mọi thời đại, bằng những bước chân trần trụi, nhẹ nhàng, khiêm cung. Đạo Phật chưa hề cưỡng bức, tổn hại ai để phát huy tổ chức hoặc nâng cao nhân số tín đồ; trái lại, chính những người con Phật, trong nhiều thời đại và xứ sở, đã từng là nạn nhân bi thảm của những cuộc xâm lăng tôn giáo, hoặc những cuộc chiến nhân danh thượng đế toàn năng. Đọc lại lịch sử Phật giáo tại Ấn-độ, không ai có thể quên rằng nhiều chùa chiền bị đốt phá, nhiều tăng sĩ và tín đồ bị sát hại. Một số phải cải đạo để sống còn; một số phải sống đời lưu vong. Ấn-độ chỉ là một thí dụ điển hình của lịch sử. Còn nhiều trường hợp ở những quốc gia khác, có ghi hay chưa hề ghi vào sử sách: hoặc bằng hình thức này, hoặc bằng hình thức kia, những người con Phật luôn chịu thiệt thòi về đức tin, mạng sống, tài sản, cơ sở, và ngay cả tình yêu hôn nhân, để cải đạo hay giữ đạo.

Trên bề mặt đời sống và trên mặt phẳng lịch sử ghi bằng giấy mực, người ta sẽ hời hợt không nhìn thấy những cố gắng phi thường của người con Phật để sống còn và phát huy đạo vàng cho đến ngày hôm nay. Nhưng thế giới ngày nay, với kỹ thuật truyền thông rộng mở, và trong nhu cầu bức thiết tìm kiếm một giải pháp hòa bình và ổn định toàn cầu, nhân loại không thể không nhìn ra đâu là sức mạnh dị thường của Phật giáo để tồn tại đến thiên kỷ này mà không cần phải dùng đến bạo lực hoặc sự mua chuộc bằng vật chất trong việc truyền bá.

Sức mạnh ấy, chính là lòng từ bi và đức khiêm nhẫn. Phật giáo tồn tại qua bao biến thiên lịch sử, đổi thay chính trị, là nhờ ở những đức tính ấy.

Nhà Phật thường nêu châm ngôn "Bi – Trí – Dũng" để khuyến khích hành giả vận dụng đầy đủ ba đức tính này trong đời sống, không để khiếm khuyết mặt nào. Nhưng tự thâm sâu mà xét, một kẻ có đại bi thì không thể thiếu trí và dũng, một kẻ đại trí thì không thể thiếu dũng và bi, và một kẻ đại hùng thì không thể thiếu bi và trí. Cho nên, khi hành giả vận dụng lòng từ bi đến mức tuyệt đỉnh thì cũng đồng thời thể hiện cả trí tuệ siêu việt và dũng lực vô biên. Đây là điểm mà người con Phật trao đổi với nhau trong sở hạnh tu tập; còn người bên ngoài, khi nhìn vào Phật giáo, họ chỉ thấy lòng từ bi, đức khiêm nhẫn, và con đường hòa bình bất bạo động.

Điều mà người khác có thể thấy được, cảm được từ những gì người con Phật thực hành, chính là chỗ sở trường của người con Phật. Nhưng vận dụng và phát triển lòng từ bi ấy như thế nào là điều khó nhọc, lắm công phu, chứ không đơn giản là một thứ tình cảm được dạy dỗ, truyền trao hoặc được phát khởi từ sự kêu gọi tương thân tương ái đối với hiện tượng bất toàn của nhân quần và xã hội.

Người ta không thể thấy được là để thể hiện lòng từ bi—hay nói cho đủ là ba đức tính bi, trí, dũng—của người con Phật đối với tha nhân, với muôn loài, trước hết người con Phật phải tự thắng mình, vượt qua bản ngã của mình. Đây là điều đức Phật từng nói *"Thắng vạn quân không bằng tự thắng mình. Tự thắng mình mới là chiến công oanh liệt nhất."* Một lời dạy ấy thôi, có thể phải thực hành nhiều đời kiếp để thành tựu. Nhưng ít ra trong đời sống thường nhật, người con Phật có thể ứng dụng và biểu hiện ít nhiều về khả năng tự thắng mình, cũng đủ mang lại niềm an lạc hạnh phúc chân thật cho mình, cho người; hay ít ra, về mặt xã hội, cũng chuyển hóa phần nào để dân tộc và nhân loại bớt cuồng si, bạo động.

133

Dùng từ nhãn (đôi mắt từ bi) để nhìn con người và cuộc đời, người con Phật không sinh niềm oán hận, thù ghét, khinh rẻ đối với kẻ khác, cũng không hành động hoặc buông lời mạ ly làm tổn thương kẻ khác (bất kể họ là người ác hay người hiền). Kẻ ác không bao giờ sợ hãi sự thù hận và bạo lực. Nếu người con Phật dùng hận thù và bạo lực để đối đầu với kẻ ác, trước hết sẽ không còn là người con Phật; thứ nữa, sẽ hoàn toàn thất bại, bởi vì niềm thù hận và bạo lực mà họ dùng đến chính là sở trường của kẻ ác. Dùng sở trường của kẻ ác để đối đầu kẻ ác chẳng khác gì tiểu yêu dùng xảo thuật để chống chọi với quyền phép vô song của ma vương.

Kẻ ác chỉ sợ và kính những người có lòng từ bi. Ma vương kính quí và cuối cùng quy y đức Phật là vì lòng từ bi của ngài chứ không phải vì ngài có thần thông và năng lực. Kẻ ác chỉ thắng được người hiền trong nhất thời, bằng bạo lực và niềm thù hận; nhưng không thể thắng được mãi mãi. Bởi vậy, khi vận dụng lòng từ bi để cảm hóa kẻ ác, hành giả đạo Phật đồng thời vận dụng đức khiêm nhẫn (dũng) để chịu đựng, đón nhận và chờ đợi, dù trải trăm kiếp ngàn đời, cũng phải giữ tâm bình lặng như thế, tuyệt đối không khởi niệm ác, nhất nhất phải giữ trọn niềm thương yêu không bờ bến của mình đối với tha nhân, dù là những tha nhân đã giết hại thầy-bạn, thân bằng quyến thuộc của mình, dù là những tha nhân đày đọa, bức hại, vu khống, xuyên tạc, giam cầm mình và đồng loại... Khi lòng từ bi được vận dụng đúng mức, nó sinh ra vô số thuộc tính của thiện tâm như sự khoan dung, khiêm nhường, tha thứ, nhẫn nại, hòa hợp, từ tốn, bất bạo động, vô chấp... và ngay cả: có thể cùng lúc tỏa sáng trí tuệ và hùng lực.

Để làm được điều trên là cả một nỗ lực phi thường. Đó là cuộc chiến nội tâm thầm lặng nhưng cam go nhất mà mỗi người con Phật chúng ta phải vượt qua, phải thành tựu, phải tự thắng, trước khi trải lòng mình đến với muôn loài.

Trong cuộc khủng hoảng của thế giới ngày nay với

viễn ảnh không mấy lạc quan về chiến tranh tôn giáo (ẩn nấp dưới danh nghĩa chủng tộc hoặc chống khủng bố), về sự hâm nóng trái đất (global warming) như là mối đe dọa hủy diệt cả hành tinh, nhân loại đang cần một tiếng nói, một triết thuyết, hay cụ thể là một phong trào có tầm ảnh hưởng quốc tế, có thể làm trung gian cho những đối thoại cảm thông và hợp tác hòa bình giữa các thế lực đang đối đầu nhau bằng bạo lực và thù hận, chặn đứng hoặc làm giảm thiểu những sinh hoạt và hành động gián tiếp hay trực tiếp tàn phá thiên nhiên, ô nhiễm môi trường, tác động đến sự tồn tại của địa cầu. Phật giáo qua lịch sử truyền bá một cách hòa bình và thầm lặng hơn hai nghìn năm trăm năm, có thể đóng góp rất nhiều cho sứ mệnh thời đại của thiên niên kỷ này đối với các nan đề nói trên. Lòng từ bi khoan dung, chủ trương hòa bình, bất hại và bất bạo động là chất liệu không cùng tận mà người con Phật có thể vừa ứng dụng vừa trang trải đến với người khác.

Người con Phật không tự hào với tài sản vật chất, điện đài nguy nga; không tự hào với quyền lực chính trị quốc gia hay quốc tế và nhân số tín đồ đông đảo năm châu. Nhưng có thể hãnh diện về kho tàng từ bi khoan dung vô cùng vô tận của mình. Với vốn liếng vô cùng tận ấy, người con Phật phải là đội ngũ tiên phong cho sứ mệnh hòa bình và bảo vệ thiên nhiên của nhân loại. Sứ mệnh ấy, thực ra không cần phải kêu gọi, vì đó chính là một phần nhỏ trong bi nguyện vô biên của người con Phật từ hơn hai thiên kỷ trước rồi.

Với bi nguyện độ sanh, người con Phật tiếp tục những bước đi thầm lặng mà cao cả của mình để cảm hóa, cứu độ bao kẻ ác, thế lực ác. Cuộc chiến thầm lặng của họ, thực ra không thể gọi là "cuộc chiến" như là một trận thư hùng giữa hai đối lực thù nghịch. Đó là nỗ lực để tự thắng mình—một nỗ lực phi thường một cách thầm lặng, kiên cường, với sự ngời sáng của trí tuệ.

Đối với họ, không có kẻ thù: chỉ có kẻ ác, như là

những nạn nhân của tham, sân, si, cần được cảm hóa.

Đối với họ, không cần chiến công hay chiến lợi phẩm nào. Nếu miễn cưỡng mà dùng những từ ngữ này, có thể nói rằng chiến công của họ là sự tự thắng và chiến lợi phẩm của họ là niềm an lạc hạnh phúc thật sự cho mình, cho tha nhân.

Để nuôi dưỡng, bảo vệ lòng từ bi của mình, họ có thể trả giá bằng sự hy sinh cả thân mệnh; mà sự hy sinh vô giá ấy, không có giải thưởng hay lời khen tặng nào của thế gian có thể với tới được.

Mỗi người chúng ta, khơi dậy ánh lửa của từ bi kham nhẫn, dù công khai hay thầm lặng, cũng sẽ thắp sáng được cho vòm trời u tối mê vọng của trần gian.

Bạn tôi, một người năng động, xông xáo, thỉnh thoảng đi ngang thương xá Phước Lộc Thọ và trông thấy vị sư đứng bất động dưới nắng, kể rằng "tôi có đến gần ông ấy để cúng dường ít tịnh tài, nhưng không có cách nào vì bình bát che kín, không mở nắp. Ông ấy đứng im, mắt nhắm, không hay biết những gì xảy ra chung quanh. Có vẻ như đang thiền định. Mồ hôi chảy ướt cả lưng và vai áo. Hai bàn chân ông sưng vù, có lẽ bị bỏng vì đứng chân trần trên tảng đá nóng... Tôi không bằng lòng với hình thức khổ hạnh này. Thấy tội nghiệp quá mà không biết phải làm gì!... Dù sao, hình ảnh ông ấy đứng im như thế cũng làm cho những lăng xăng rộn ràng ở chốn này lắng dịu xuống, phải không?" Tôi gật đầu tán đồng.

Khi chia tay ra về, đi ngang khu thương xá Phước Lộc Thọ, thấy vị sư đứng im nơi ấy, tôi nghĩ thêm: "Lòng từ bi kham nhẫn đã được đúc thành một pho tượng sống để an trí nơi phố thị phù hoa này."

(Westminster, 15 tháng 7, 2007)

LÒNG TỪ CỦA CHA MẸ

Kinh điển nhà Phật thường nói lòng từ bi của Phật và các vị bồ-tát đối với chúng sinh giống như lòng thương của cha mẹ đối với con cái. Nói ngắn gọn, Phật thương chúng sinh như cha mẹ thương con.

Chúng ta được Phật thương như con, và muốn học theo con đường của ngài, nên được gọi là con Phật.

Con Phật, muốn được như Phật, phải chuyên tu giới, định, huệ, phá được ngã chấp, pháp chấp, dứt trừ các phiền não, xa lìa mọi mộng tưởng điên đảo, đạt đến trạng thái tịch tĩnh, ái diệt, vô tham... Con đường từ vị trí một đứa con phàm phu tiến đến nơi chốn của người cha trí đức cao dày, là con đường dài xa vời vợi, không thể nghĩ bàn, vì có thể ngắn trong gang tấc mà cũng có thể đi suốt những kiếp số vô tận của thời gian. Không thể trong ba tạng kinh mà bàn nói hết được, huống chi vài ba dòng của ngôn ngữ đời thường.

Nhưng hãy trở lại vấn đề lòng từ bi của Phật đối với chúng sanh, hay lòng thương của cha mẹ đối với con cái. Đây là một ví dụ sống động, cụ thể, đối với những người đã từng là cha mẹ, và tất nhiên là rất mơ hồ mông lung đối với những người chưa hề có kinh nghiệm sinh dưỡng và nuôi dạy con cái. Những người ấy, là những tăng ni đồng chơn xuất gia, sống đời phạm hạnh. Cũng có thể kể thêm một số trường hợp đặc biệt khác là trường hợp những người thế tục không thể có con, hoặc không muốn có con, hay vì lý do nào đó, chưa muốn có con. Không có kinh nghiệm thương yêu con cái thì nếu muốn phát khởi và ban rải lòng

137

từ bi đến với người khác hay chúng sinh khác một cách bình đẳng, vô điều kiện—như là cha mẹ đối với con cái— tất phải thực tập. Phương pháp thực tập ấy của hành giả đạo Phật, căn bản thì có "từ bi quán" (một trong ngũ đình tâm quán), ở mức rộng sâu hơn thì phát triển toàn mãn bốn tâm vô lượng (từ, bi, hỷ, xả). Ở cảnh giới ấy, lòng từ bi đối với tha nhân và chúng sinh là vô hạn, ngay cả tình thương của cha mẹ đối với con cái cũng không thể nào sánh được. Nhưng chưa đạt đến thì ở giai đoạn thực tập, với cương vị và tâm cảnh của người xuất gia đồng chơn phạm hạnh nói trên, khó mà khởi động thứ tình cảm đòi hỏi sự thực nghiệm bản thân, là tình cảm cha mẹ. Tình cảm ấy tràn đầy một cách tự nhiên, gần gũi, thuần túy gia đình, gắn bó từ máu huyết, không chứng nghiệm bằng cả thể xác lẫn tinh thần thì không thể cảm thấu trọn vẹn. Thế nên, trừ khi hành giả đạt đến trình độ vô ngã, thực chứng trọn vẹn bốn tâm vô lượng, còn không thì vẫn tiếp xử với chúng sanh bằng một lòng thương tuy cũng to lớn, nhưng không thoát khỏi những điều kiện và giới hạn.

Có lẽ vì vậy mà Mục-kiền-liên trở thành nhân tố quan trọng để đức Phật khai thị một con đường cứu khổ lợi sinh bằng phương thức quán tưởng khác, dựa trên tình cảm của người con đối với cha mẹ thay vì ngược lại. Như thế, để thực hiện con đường bồ-tát, cứu độ chúng sinh với lòng thương yêu vô hạn và không phân biệt, người xuất gia khởi đi bằng tình cảm thương yêu và báo hiếu đối với cha mẹ đời này, rồi từ cha mẹ đời này, liên tưởng đến cha mẹ nhiều đời, và từ cha mẹ nhiều đời liên tưởng đến vô lượng vô số chúng sanh trong khắp ba cõi và ba thời gian (quá khứ, hiện tại, tương lai), tất cả đều là cha mẹ.

Còn những người thế tục thì thế nào? Chúng ta đã có sẵn câu trả lời, không cần đắn đo suy nghĩ: cũng thực tập thương yêu kẻ khác, chúng sinh khác, như là cha mẹ của mình, y như cách thế mà tôn giả Mục-kiền-liên đã làm. Nhưng thực tế cho thấy, hiếu cảm và lòng thương yêu của người con dành cho cha mẹ rất giới hạn. Cha mẹ thương con, nghĩ đến con thường xuyên hơn là người con thương nghĩ đến cha mẹ. Chính vì vậy mà kinh điển nhà Phật cũng như các tôn giáo khác, hoặc các nền văn hóa đạo đức khác nhau ở đông cũng như tây phương đều không ngớt kêu gọi, nhắc nhở, khuyến khích con cái về lòng hiếu thảo và sự thương tưởng đến cha mẹ. Kinh Phật thường khuyên nhắc sự báo hiếu, tức là nhằm giáo dục khuyến hóa những người con. Tây phương có ngày dành cho cha và cho mẹ rất trang trọng, nhưng không cần phải có một ngày đặc biệt dành cho con cái. Là con thì cần phải nhớ, thương, nghĩ đến ân đức cha mẹ mà báo đền. Còn đối với cha mẹ thì không cần phải kêu gọi nhắc nhở gì cả, bởi vì tình thương của cha mẹ dành cho con là không giới hạn, và không gián đoạn. Hầu như tất cả thời gian, và trọn cuộc đời, tâm tư và tình cảm của cha mẹ đều dành cho người con.

Là một người đã từng làm cha trước khi xuất gia và chứng thành đạo quả, cố nhiên đức Phật đã cảm nhận sâu sắc tình phụ tử mà ngài dành cho La-hầu-la, con ngài; do đó, khi so sánh lòng từ bi của Phật dành cho chúng sinh với lòng thương yêu của cha mẹ dành cho con cái, ngài đã nói sự thực nghiệm của ngài: tấm lòng của bậc đại giác, cũng như của người cha. Đó là kinh nghiệm thật, sống động, không phải lý thuyết suông. Sự so sánh như thế cũng gợi ý cho ta một phương pháp thực tập, lấy con cái làm đề mục quán tưởng, liên tưởng, và lấy lòng thương của cha mẹ làm chất liệu, làm động lực thúc đẩy, từ đó mở ra cánh cửa của lòng từ vô hạn.

Có thể nói là chưa có giáo chủ, hoặc những nhà lãnh đạo của tôn giáo nào nâng vị trí của cha mẹ đến chỗ cao tột như là trong Phật giáo. Kinh Phật nói, gặp thời kỳ không có Phật, có thể thờ cha kính mẹ trong nhà, cũng được phước báo như cúng dường Phật; cha mẹ còn sinh tiền cũng không khác chi Phật còn tại thế. Không còn so sánh nào xứng đáng hơn. Nhưng chúng ta cũng phải hiểu rằng tất cả các so sánh đều mang tính tương đối: chỉ mượn cái mình biết để mô tả, hình dung về cái chưa biết. Như vậy, Phật và cha mẹ chỉ tương đồng ở một mặt nào đó thôi. Phật không thể thay thế cha mẹ, và ngược lại, cha mẹ cũng không thể thay thế Phật. Chỉ có tính cách thương yêu con không điều kiện và không giới hạn của cha mẹ là điều đáng trân trọng, khắc ghi, cần học hỏi; còn ngoài ra, cha mẹ vẫn là những con người bình thường, sống trong thế giới của phiền não, uế trược, cũng có hỉ, nộ, ái, ố như ai. Có những bậc cha mẹ thường trách cứ người con tội bất hiếu, cho rằng một khi chúng lập gia đình, sinh dưỡng con cái thì quên cha mẹ, chỉ lo cho gia đình của chúng. Trách như vậy thì cũng có nghĩa là tự trách, vì cha mẹ cao cả cũng đã từng là những người con bất hiếu, chỉ biết chăm lo và thương yêu chồng (vợ) con mà lãng quên cha mẹ của mình (ông bà nội, ngoại). Cái mâu thuẫn ấy, là thực tế nói lên giới hạn của con người thế tục. Cha mẹ chỉ có thể là Phật, là bồ-tát, đối với chính những đứa con của mình mà thôi.

Dù sao, ngần ấy tình thương, so với lòng từ bi của Phật thì không lớn, nhưng đối với những người con, là biển, là trời cao rộng, thật quá đầy đủ để sống, vươn lên, và đi suốt đoạn đường trăm năm của chúng trên cuộc đời đầy hương sắc tình yêu mà cũng không thiếu những cạm bẫy, chông gai, những tình cảm tráo trở, lọc lừa, man trá, từ cá nhân hay từ tập thể.

Trên tất cả những tình cảm thế nhân là tình cảm cha mẹ. Lòng thương của cha mẹ dành cho con là lòng từ bi của bồ-tát đối với chúng sinh. Lòng thương ấy không phân biệt con đẹp hay xấu, hiền hay dữ, thông minh hay ngu độn, ngoan ngoãn hay cứng đầu… Cha mẹ chỉ biết thương. Ngay cả đứa con tật nguyền, bệnh hoạn, nằm vạ suốt đời, cha mẹ vẫn thương, chăm sóc từng li từng tí, ôm hôn, vỗ về, nựng nịu, tưng tiu như viên ngọc quí. Cha mẹ luôn là bóng mát, là chỗ dựa cho con trong mọi hoàn cảnh. Cha mẹ nghĩa là như thế, là nơi mà đứa con, dù đã có tóc bạc trên đầu, vẫn có thể tự nhiên quay về để nũng nịu, vòi vĩnh, đón nhận tình thương và tấm lòng bao dung cao cả.

Ở nhà, tài sản cha mẹ để lại cho con có khi to lớn, có khi chẳng bao nhiêu, có khi không có gì; nhưng gia tài thương yêu thì vô hạn. Ở đời, chúng sanh cũng khao khát một thứ gia tài từ bi, cứu khổ như thế từ Phật và những vị bồ-tát. Những ai muốn học hạnh Phật để thương yêu tất cả chúng sinh, có thể khởi đầu bằng cách học từ cha mẹ. Tình thương yêu ấy không bến bờ. Có thể gọi đó là lòng từ bi. Lòng từ bi mà diễn giải và chú thích theo chân nghĩa của Phật giáo thì rộng lắm, nói không cùng. Nhưng chúng ta có thể sà vào lòng cha mẹ để thương và được thương, sẽ cảm nhận tính cách bao la của từ bi mà ta muốn trang trải cho kẻ khác như thế nào.

Bồ-tát thương chúng sinh không thể khởi bất cứ một ý niệm phân biệt, so sánh nào. Giống như cha mẹ đối với con cái, chỉ có một thứ tình thương. Thương kẻ hiền trí, thuần thục đã đành; thương và đối xử bình đẳng với người hiểm ác, bất lương mới là khó. Nhưng cha mẹ làm được đối với con cái thì bồ-tát cũng phải làm được đối với chúng sinh.

Đức Đạt-lai lạt-ma, người được tôn sùng như là hóa thân của bồ-tát Quán-thế-âm theo truyền thống Tây-tạng, nói rằng khi thực tập trải rộng lòng từ bi, trước hết hành giả phải thực tập với những người "dễ thương," như cha mẹ, con cái, anh chị em, bạn bè thân, các thiện tri thức, người hàng xóm tốt bụng… rồi sau đó, mới tiến đến giai đoạn thực tập gay go hơn, đó là thương yêu một đối tượng nào mà trong cuộc sống thực tế, là một kẻ "đáng ghét' của mình, của mọi người.

Không thương được đứa con hư thì không phải là cha mẹ; cũng vậy, không thương yêu được kẻ xấu ác thì không thể gọi là bồ-tát.

Hơn ba mươi năm trước, khi còn bé xíu, tôi nghe được một câu chuyện ẩn dụ sâu sắc trong một buổi thuyết

pháp của một vị giảng sư. Rất tiếc vị giảng sư này không
nói là câu chuyện trích dẫn từ kinh sách nào, hoặc có nói
nhưng tôi không nhớ.

Chuyện kể rằng, ở làng nọ có một con rắn độc to lớn,
thường cắn người hại vật, ai gặp cũng hãi sợ né tránh. Một
hôm có nhà sư đi ngang, rắn định tấn công nhưng thấy ông
bình tĩnh không kinh khiếp mà còn tỏa ra một thứ tình
thương không bến bờ đối với nó, rắn qui phục xin được
giáo hóa để chuyển kiếp. Nhà sư dạy rắn về lòng từ bi và
nhẫn nhục, không tổn hại đến mạng sống kẻ khác. Dạy rồi,
nhà sư tiếp tục lên đường du hóa. Rắn ở lại theo lời thầy
dạy, không cắn người, không ăn thịt loài thú khác, chỉ ăn
rau cỏ. Bọn trẻ chăn trâu trong làng ban đầu gặp rắn cũng
sợ hãi bỏ chạy, nhưng sau nhiều lần, thấy rắn có vẻ hiền
lành và không có ý cắn, chúng hết sợ; không những vậy,
còn quay trở lại ném đá, đánh đập rắn đến độ thương tích
đầy mình. Rắn nhớ lời nhà sư, không tỏ bất cứ thái độ hằn
học, dữ dằn nào, chỉ nhẫn nhục chịu đựng những trận đòn
của lũ trẻ. Một ngày, nhà sư lại có dịp đi qua làng, thấy rắn
nằm bất động bên đường, trầy vi tróc vảy, nhà sư hỏi: "Con
sao lại ra nông nỗi này?" Rắn than khóc: "Thưa thầy, chính
vì lòng từ bi nhẫn nhục mà con phải chịu sự tấn công hành
hạ của kẻ khác như thế này. Con không muốn tổn hại bất
cứ ai nên lại bị mọi người hiếp đáp." Nhà sư nói: "Con lầm
rồi. Từ bi nhẫn nhục không có nghĩa là thụ động như đất đá
để hứng chịu sự tấn công của kẻ khác. Với nhẫn nhục, con
có thể chịu đựng mọi bất hạnh và bất trắc trong đời mà
không khởi niềm oán hận; với từ bi, con luôn thương yêu
và không làm tổn thương đến kẻ khác. Nhưng con có thể tỏ
một thái độ nào đó để tự vệ, để kẻ khác biết rằng con có
khả năng và bản lĩnh để giết họ nhưng vì lòng từ bi, con
không làm. Tuy thế, con cũng không nhất thiết phải để họ
hại con đến mức phải tuyệt mạng." Nghe lời nhà sư, sau
này mỗi lần bị lũ trẻ xúm lại bức hại, rắn làm bộ phùng

mang, trợn mắt, nhe răng khiến cho chúng hãi sợ mà tránh xa. Từ đó, rắn được yên thân, giữ được mạng để tu hành.

Đó là câu chuyện nghe được từ hơn ba mươi năm trước. Cách đây mười năm, tôi cũng đã kể lại câu chuyện này trong một tác phẩm truyện dài. Sở dĩ nhắc đến ba mươi năm và mười năm, là muốn nói dù thời gian thế nào, đối với tôi, ý nghĩa và phương thức thực hiện lòng từ bi cũng không thay đổi.

Khi cần thiết, người con Phật có thể cất lên tiếng nói của lẽ phải. Tiếng nói ấy phát xuất từ lòng từ bi, không phải bởi niềm sân hận. Vì lòng từ bi mà lên tiếng bênh vực những kẻ không phương tự vệ. Vì lòng từ bi mà lên tiếng khuyến hóa kẻ ác, điều chỉnh những sai lầm của họ. Tất cả đều vì lòng từ bi muốn làm lợi ích cho tha nhân. Giống như cha mẹ dạy con khi hư: thương mà dạy. Không đánh đòn, la trách, kết tội bất hiếu chỉ vì con không làm theo ý mình. Kẻ ác đối với người con Phật giống như lũ trẻ vui thích đánh đập rắn. Nếu không làm bạn để tìm cơ hội cảm hóa lũ trẻ, rắn cần lánh đi để không bị hại; nếu không lánh được, có thể giả vờ nhe răng, trợn mắt để tự vệ. Nhưng rượt đuổi lũ trẻ đến tận cùng làng xóm thì đã đi quá mức cần thiết rồi; không còn là một biểu hiện để tự vệ hay bảo vệ kẻ khác, mà chỉ là sự manh động khởi xuất từ lòng sân hận, hiểm ác, tâm lý báo thù.

Cậu bé thật kháu khỉnh. Tôi biết và làm quen với cậu khi cậu mới mười tháng tuổi, còn đi chập chững. Đến lúc ba cậu mang đến gửi tôi giữ hộ để đi làm xa, cậu đã được mười bốn tháng. Ban đầu tôi cũng ngại, vì chưa có kinh nghiệm làm cha, làm sao biết chăm sóc. Nhưng chỉ một vài ngày thì đã quen. Mấy ngày đầu, có khi cũng sinh bực bội, khó chịu, đến nỗi tôi phải bật lên tiếng than với vài người bạn. Sau một tuần, sự quấn quít, nũng nịu, cũng như tiếng khóc của cậu bé đã hoàn toàn chiếm ngự tôi, chuyển hóa tôi, làm bừng tỏa trong tôi tất cả tình thương của một người cha. Tắm rửa, thay tã, pha sữa, hâm sữa, cho bú, mớm ăn, bồng ẵm, đùa giỡn, dắt đi chơi, ru ngủ... tất cả những gì tôi làm, ngày cũng như đêm, đều tràn ngập lòng thương. Khi cậu bé làm điều hư, tôi học theo cách giáo dục của người tây phương, chỉ dùng ngón tay trỏ khẽ nhẹ trên bàn tay của cậu bé, vừa khẽ vừa dạy, dù cậu bé chưa biết nói. Nhưng cũng có khi rất bực bội vì cậu bé không chịu nghe, cứ thường vặn lò bếp, tôi có ý muốn xử phạt nặng hơn thay vì dùng ngón trỏ gõ nhẹ trên bàn tay làm sai. Tôi nói, giọng có pha chút giận, "con à, tại sao cứ vặn lò bếp hoài vậy! Đưa tay đây." Cậu bé ngơ ngác đưa bàn tay mũm mĩm ra cho tôi. Chỉ mới tưởng tượng là sẽ dùng chiếc đũa khẽ trên bàn tay ấy thôi, thì nước mắt tôi đã chực rơi rồi, không thể đánh phạt được, dù là đánh phạt với lòng thương dạy con. Tôi biết ba mẹ thương tôi biết dường nào.

Sau hai tháng, tôi đưa cha con cậu bé ra phi trường. Cậu bé có vẻ linh cảm được sự chia xa. Suốt những giờ còn lại, cậu buồn, không cười. Trước khi chia tay ở phi trường, tôi hôn lên trán cậu; cậu cũng hôn lại trên má tôi. Tôi ứa lệ và thấy đau thắt trong lòng. Tôi biết ba mẹ tôi cũng đã từng nhớ thương tôi biết bao khi tôi xa gia đình, xa biền biệt phương trời từ những ngày thơ ấu.

Cảm ơn ba mẹ đã là những vị bồ-tát đầu đời của con. Lòng từ bi của ba mẹ đã dạy con rất nhiều và đã hướng dẫn con điều gì nên làm, điều gì không nên làm. Khi làm cha, dù chỉ là cha nuôi, con mới thực sự cảm nhận được thế nào là sự bao la, không bến bờ của tình thương ba mẹ; và cảm nhận được thế nào là lòng từ bi của những vị bồ-tát. Lòng từ bi ấy tỏa đến đâu, mang lại sự trong mát, dễ chịu đến đó.

Con biết ba mẹ thương con, không đòi hỏi bất kỳ sự báo đáp nào, và cũng chưa hề một lần trách con bất hiếu. Nhưng ở phương xa, con vẫn muốn làm một điều gì đó để báo đền. Có lẽ chỉ cần một điều đơn giản thôi: giữ được lòng từ của mình đối với kẻ khác, như là ba mẹ đã thương yêu con suốt đời vậy.

(California, 15 tháng 8, 2007)

VỀ NƠI BIỂN LỚN

*Xông trầm cẩn bút, kính dâng chư tôn đức
Tăng Ni Việt Nam Hải Ngoại tham dự "Ngày Về Nguồn"
tổ chức tại Chùa Pháp Vân, Mississauga, Canada
vào các ngày 21-23/9/2007*

CHỚP MẮT SINH TỬ

Con đường dù đã được tráng nhựa thật tốt vẫn cứ là con đường của sa mạc với nhiều đoạn nhấp nhô, ngoằn ngoèo nương theo độ dốc của trùng trùng đồi núi. Gần một giờ đồng hồ, chiếc xe chạy tốc độ một trăm hai mươi kí-lô-mét mới vượt hết vùng sa mạc hừng hực bỏng cháy. Lác đác đâu đó dưới chân những ngọn đồi trọc có niên đại hàng mấy chục triệu năm, hoặc trên những bãi cát vàng mênh mông, là dấu vết để lại của những dòng nham thạch đen tuyền.

Nơi này, triệu triệu năm trước là biển; chỗ kia, triệu triệu năm trước là sông. Những ngọn núi lửa đã tắt ngấm từ mấy chục triệu năm trước. Nước biển đã từng dâng lên ở những khoảng này. Sóng biển đã từng vỗ lên ở những bờ đá kia. Có lẽ đã từng có ghe thuyền qua lại nơi đây. Có lẽ đã từng có những làng mạc hay bộ lạc nào đó định cư chỗ này. Cũng có thể không hề có bóng dáng con người sinh hoạt trên một vùng chỉ thấy đá tảng và cát vàng trải rộng mênh mông.

Các nhà địa chất, nhân chủng, sinh vật, xã hội học… thời nay, hẳn đã từng nghiên cứu và đưa ra những ước đoán, giám định hoặc kết luận nào đó về đời sống của con người, muông thú, và thực vật nơi vùng này từ hàng triệu năm trước. Nhưng tài liệu sách vở của họ không liên hệ gì với người lái xe băng qua sa mạc vào một buổi trưa đứng bóng. Chỉ có chiếc xe phăng phăng phóng tới, và con đường trước mặt như cuốn nhanh vào ở mũi xe. Chung quanh, trùng trùng những ngọn núi cổ sậm màu gạch và ở trên, vẫn là trời cao xanh ngát dợn một vài đám mây trắng nhỏ bềnh bồng.

Tài liệu, chứng liệu lịch sử, cũng không gì thực bằng những lùm cây bụi cỏ bên đường và trong những hốc đá, cũng không gì thực như viên sỏi nhỏ hay những hạt cát vàng trên tay. Ở nơi trời đất mênh mông với chứng tích của đồi núi cổ đại, mới cảm nghiệm nỗi lòng của Trần Tử Ngang ngày xưa. Thường khi, cái mênh mông của không gian gợi cho mình cái mang mang của thời gian, hoặc ngược lại, nghiệm về cái vô cùng của quá khứ tương lai mà cảm cái vẻ vô hạn của mười phương đất trời.

"Tiền bất kiến cổ nhân
Hậu bất tri lai giả
Niệm thiên địa chi du du
Độc thương nhiên nhi lệ hạ."
                    (Trần Tử Ngang)

Ngoảnh trước người xưa không thấy
Ngoái sau người mới chưa sinh
Nghiệm lẽ mang mang trời đất
Bất chợt lệ sa một mình.
                    (Vĩnh Hảo tạm dịch)

Trong cái vô tận của không gian và thời gian, thấy đời mình nhỏ nhoi như hạt bụi. Ba mươi năm, năm mươi năm, một trăm năm, có nghĩa gì đâu. Hàng hàng lớp lớp những núi đá bên đường đã có mặt từ nhiều triệu năm trước. Sau lưng, trước mặt, là cái mịt mùng sâu thẳm của bóng thời gian. Cuộc sống trăm năm, xem lại thì chỉ là một chớp mắt trong dòng biến dịch hun hút không cùng của lũy kiếp luân hồi sinh-diệt, diệt-sinh. Một chớp mắt có là bao mà kết thu cả nghìn trùng khổ lụy, hạnh phúc, hận thù, yêu đương, đấu tranh, an phận, nỗ lực, mỏi mệt, tự ái, tự trọng, tự vệ, tự đại, tự vấn, tự do (nói năng, khóc, cười, im lặng, sáng tạo và suy tư)… Mới hôm nào còn ngồi trên bãi biển nhìn ngắm những con tàu xa khơi, ước mơ một chuyến hải trình đi khắp những đại dương bát ngát và các lục địa xa xôi. Nhìn cánh chim bay, ngắm áng mây trời, mơ ước từng ngày theo gió cuốn đi. Tuổi thơ vụng dại chỉ biết làm bạn với biển xanh và cái gì cao rộng. Biển chưa đủ sâu. Trời chưa đủ rộng. Lòng thành ấu thơ dâng hết cho thiền môn thanh vắng. Ê a kinh kệ sớm hôm. Xào xạc mỗi ngày quét lá. Tương chao thấm nơi xương tủy. Áo vải bảo vệ thân, tâm. Tiếng chuông ngân lời tỉnh thức. Đèn tuệ khơi sáng đêm ngày…

Rồi cũng chưa đầy chớp mắt của cuộc tồn sinh mộng ảo, thương sinh linh thống khổ điêu tàn, có khi phải đốt thân cho chánh pháp cửu trụ, có khi phải dấn mình vào chỗ ngục tù lao lung, có khi phải ẩn nhẫn để bảo vệ đạo vàng trong thời buổi nhiễu nhương. Động-tĩnh, tiến-lui, im lặng như núi tảng, gầm thét như hải triều, đều chỉ vì đại nguyện hoằng truyền đạo lớn. Lau bát nhang đầy bụi, quét một sân ngập lá, kinh kệ sớm chiều, đi đứng nằm ngồi có lúc nào rời khỏi cội nguồn chân tâm! Trong cái chớp mắt của sinh tử, làm tất cả phật-sự mà không động khởi một niệm vấn vương thủ đắc. Những thăng-trầm, vinh-nhục, còn-mất, được-thua, chẳng qua chỉ là bọt nổi trên mặt đại dương tịch lặng bao la. Cuối đời ngoảnh lại, vẫn chỉ là hai bàn tay không của người hương đăng, quét lá. Một chớp mắt hay một chuỗi dài mộng mị trăm năm, đã làm được gì, chưa làm được gì? Cái làm được có mang lại lợi lạc cho mình cho người, cho sự hưng thịnh của chánh pháp không, hay chỉ là những vọng động nhất thời làm tổn hại tín tâm của đồ chúng, dìm đạo lớn vào chỗ lụn tàn suy vi?

NGÀY VỀ NGUỒN

Thao thức gì mà đêm đêm chong đèn không ngủ? Đau thương gì mà lệ nóng chực rơi? Đạo pháp suy vi đâu phải chỉ vì tà ma ngoại đạo quấy phá! Sư tử trùng đục khoét còn bi lụy trầm thống gấp trăm. Hai nghìn năm chưa phải là dài đối với vô lượng kiếp huân tu. Ba mươi năm hoạn nạn lại càng ngắn ngủi hơn. Nhưng một chớp mắt mê mờ có thể chôn vùi cả nghìn năm của lịch sử hoằng truyền chánh pháp. Còn gì, mất gì? Nửa khuya thức dậy, xông trầm đốt hương, khoác ca-sa mà nhớ lời nguyền ban sơ, tụng câu kinh không khỏi tâm tư bàng hoàng chấn động.

"Hủy hình thủ chí tiết
Cát ái từ sở thân
Xuất gia hoằng Phật đạo
Thệ độ nhất thiết nhân"

Từ bỏ dáng đẹp nêu nguyện lớn
Xa lìa cha mẹ, xa người thân
Xuất gia giốc lòng truyền Phật đạo
Đời đời kiếp kiếp độ quần sinh.
(Vĩnh Hảo dịch thoát)

Lịch sử không phải lúc nào cũng một đường thẳng tắp. Mà thường khi là khúc đường xuống lên của vinh quang và khổ nhục. Có khi là sự uốn lượn của con đường ngoằn ngoèo vượt qua những chập chùng oan khiên. Máu rơi. Lệ đổ. Thầy-trò, huynh-đệ chung một màu áo, cùng một đức điều-ngự bổn sư, vì nguyện rộng mà xuất thế ly gia hoằng truyền chánh đạo, không lẽ vì những đảo điên nhất thời của thế cuộc mà tổn hại nhau, chia lìa nhau? Hơn ba mươi năm, như những giòng sông chia nhánh, chảy qua những đồng bằng hay len lỏi qua hốc đá cheo leo. Lớn-nhỏ, đục-trong, cũng là tùy nhân duyên mà tuôn chảy. Không có chân lý tuyệt đối của giòng sông. Cũng không có gì gọi là chính danh, hay chính nghĩa độc tôn của các phương tiện. Chỉ có chánh pháp tối thượng khai mở con đường viễn ly xuất thế, đoạn trừ phiền não, chứng ngộ giải thoát. Xa lìa thật nghĩa của chánh pháp mà bày vẽ phương tiện thì chỉ là chắp vá vô hồn lạc điệu của ngoại đạo tà ma.

Hơn ba mươi năm qua, những giòng sông càng lúc càng khô cạn, đẩy đưa những con thuyền lớn-nhỏ đi vào tuyệt lộ hoặc chơ vơ mắc cạn trên sa mạc hoang vu khô khốc. Vét đáy, khơi nguồn, là nỗ lực để mở hướng cho sông, và cho thuyền về nơi biển lớn. Ở nơi chỗ tận cùng của chia lìa, suy vi, tất phải mở mắt vươn mình đứng dậy. Lịch sử đóng lại hay mở ra, chẳng qua chỉ là sự mấp máy chuyển động của trùng trùng nhân duyên tương sinh tương diệt; mà trên tất cả những biến động, chấp tranh, tồn-vong, thăng-trầm ấy, là sự bất khả hoại diệt của Phật tâm, của chánh pháp, và của bản thể thanh tịnh hòa hợp của Tăng đoàn.

Sông có thể khô cạn nhưng biển lớn hãy còn đó. Hướng đi của Phật giáo tùy thuộc nơi sự cất bước một cách trí tuệ, dũng mãnh và từ bi của Tăng đoàn. Tăng là đại hải thanh tịnh, là chỗ nương của thất chúng, là ngõ về của muôn sông. Không có giòng sông đúng hay sai. Không quan trọng giòng sông lớn hay nhỏ. Cũng không miễn cưỡng trăm sông phải thống hợp thông thương. Chỉ cần làm sao, mỗi giòng sông phải cưu mang bản thể thanh tịnh và hòa hợp của biển lớn.

Ngày Về Nguồn là dấu hiệu khởi đầu cho sự trở về của trăm sông vào biển lớn. Một khi biển lớn mở ra, chắc chắn tà ma ngoại đạo và những ác đảng đều sẽ ra sức cản ngăn, chống phá, xuyên tạc. Nhưng với niềm tin bất hoại đối với Tam bảo, người con Phật khắp nơi đều hân hoan khấp khởi, kỳ vọng nơi sự kiên trì, dũng mãnh, sáng suốt và đạo tình gắn bó của những trưởng tử Như Lai để có thể mở ra lộ trình cao đẹp của Phật giáo Việt Nam tại hải ngoại.

Vượt trên tất cả những danh xưng và tổ chức, vượt trên tất cả những đối nghịch mâu thuẫn nhất thời của trăm sông trong dòng huyễn dị cuộc đời, xin hãy vì sự hưng long của Phật Pháp, vì lòng mong đợi của hàng phật-tử khắp năm châu, hãy cất những bước đi của voi chúa, dẫm trên gai góc và bùn nhơ thế gian để mở hướng cho tương lai sáng ngời của Phật giáo Việt Nam trong thế kỷ mới.

Được vậy thì, một chớp mắt phù du cũng có thể mở toang cánh cửa vô tận cho người sau noi dấu, và cho sự lợi lạc của khắp muôn loài chúng sinh.

(Arizona, ngày 10 tháng 9, 2007)

ĐÊM HUYỀN THOẠI

Chiều qua có gió lạnh và mây đen vần vũ báo hiệu sẽ có mưa buổi đầu thu.

Nửa đêm mưa bắt đầu rơi. Cơn mưa thật nhẹ nhưng kéo dài.

Nằm nghe mưa rơi trên lá phong trước sân, lòng chợt buồn.

Giấc ngủ ngắn, nhè nhẹ lướt qua đêm u tịch. Tỉnh giấc cũng nhè nhẹ, vì ngủ với thức không khác nhau chi mấy. Nhưng mộng thì thật dài.

Giấc mộng dài cùng trôi với cơn mưa nhẹ, đánh thức mình chong mắt giữa đêm sâu.

Nằm nghe mưa rơi trên đọt lá.

Có những giọt thì thầm như tiếng tình tôi.

Tình yêu ơi, tình bao nhiêu tuổi mà đi một đời chưa thấy cạn vơi?

Tình đưa tôi đi hay tôi đưa tình đi?

Đi qua những êm đềm và biến động của quê hương.

Đi qua một thời cặp sách ê a, bắn bi, tạt lon, trốn học xem phim và ngồi lặng trước biển.

Đi qua một thời bừng bừng nhiệt huyết, dấn mình vào nơi hiểm nạn, một thân nhỏ bé không ngại gánh sức nặng không cùng của khổ lụy nhân gian.

Đi qua những trại giam, những nhục hình, cảm nghe nỗi buồn quê hương đau rát trên da thịt và buốt thốn ở tận tâm can.

Đi qua những máu và nước mắt, khô theo nắng cháy hay trôi theo những cơn mưa lạnh nơi hiện trường khổ sai.

Đi qua những đêm mịt mờ ngủ vờ ngủ vật trong xà lim với những giấc mơ chỉ thấy trời cao biển rộng…

Tình yêu, ơi tình yêu!

Tình đưa tôi đi hay tôi đưa tình đi mà đường xa không thấy đâu là bến cùng, để rồi…

Đi qua những lãng mạn, mộng mơ, đam mê và khát vọng vô bờ của một cuồng tử quên ngày quên tháng.

Đi qua dáng ai mắt biếc, môi hồng, giọng nói và nụ cười ẩn hiện những tình sử thiên thu hay thoáng chốc.

Đi qua dáng ai tóc huyền dài ngắn, trải mộng sầu trên duyên kiếp mơ hồ mây khói tan bay.

Tình ơi, là tình! Chỉ từ một trái tim bé nhỏ này mà sao lại vẽ vời bao nhiêu là mộng ước, lý tưởng, hoài vọng, gần gũi hay cao xa…

Đêm nay, thức hay ngủ, thật mơ hồ.

Tiếng mưa hay tiếng tình rơi mà kéo theo chập chùng những ấn tượng, hư ảnh, ảo ảnh, trộn lẫn nhau, hoán chuyển nhau, ẩn ẩn hiện hiện…

Màu sắc vang lên thanh âm.

Thanh âm đọng thành màu sắc.

Ác quỷ mặc áo ca-sa lim dim lần chuỗi hạt.

Bồ-tát mặc áo thường dân, lặng lẽ đi vào hẻm tối.

Ngôn ngữ trần gian không còn tin được. Những mỹ từ trở thành áo khoác cho những gì xấu xa bẩn thỉu nhất. Tự do, dân chủ trở thành vũ khí tối hảo cho những kẻ độc tài, thiên kiến, là bẫy sập của nô lệ và tù hãm, bất công.

Thế giới đảo điên. Lòng người tráo trở khôn lường. Tấm lòng đơn sơ như cỏ mọc trên núi làm sao hiểu được những trí trá, ngoa ngôn!

Ai kia như đoàn lữ hành băng qua những đồng trống, sình lầy, sa mạc?

Tìm về đâu, đi về đâu hỡi những kẻ lên đường thầm lặng?

Đây nhà cửa, đây xóm làng, sao không trú ngụ mà tìm đường ra biển?

Có gì cuốn hút nơi biển lớn mà phải rời bỏ sông rạch hồ ao?

Có gì u trệ nơi sông rạch hồ ao mà phải tìm ra biển lớn?

Bầy chó tiếp tục tranh giành những mẩu xương nhỏ và giẻ rách trong căn nhà mà chúng đã phá hoại đến tàn xiêu dơ bẩn; hung hăng sủa rân những kẻ lên đường.

Sài lang, hổ báo cũng cao giọng phụ họa tru tréo gầm thét, xua đuổi những người ra khơi.

Cảnh sát mừng vui, hí hoáy lập biên bản vượt biển vượt biên. Hí hửng gạch tên, xóa sổ. Nhà này, hộ này sẽ bị tịch biên, không còn danh tánh những ai lên đường, dù ra biển lớn, vào rừng sâu hay lên chóp núi cao.

Ôi là tội nghiệp, một đời quẩn quanh những góc xó, hài lòng với những thành tựu và sở hữu bé nhỏ thảm thương, biết bao giờ mới chạm đến được hoài bão cao rộng của những kẻ đi xa.

Đại bàng tung cánh, vỗ nghiêng phương trời ảm đạm. Nỗi thinh lặng từ nơi cao thẳm hư không, có thể làm dậy những cơn sóng biển đông.

Chim quạ tan tác, hốt hoảng tìm chỗ ẩn thân. Tiếng kêu quang quác làm rộn ràng cù lao nhỏ trong một lúc, rồi trả về cho thinh lặng.

Bởi vì thinh lặng là cội nguồn, là chỗ khởi sinh và cũng là chỗ trở về của âm thanh.

Khi kẻ lữ hành im lặng ra đi thật xa, bầy chó dữ sẽ yên tâm khép mõm.

Âm thanh thịnh nộ là vũ khí của kẻ yếu trong khi im lặng là sức mạnh của bậc đại hùng.

Âm thanh lớn có thể lấn át tiêu diệt âm thanh nhỏ.

Nhưng không âm thanh nào có thể lấn át tiêu diệt sự im lặng.

Mùa xuân, mùa hạ, hoa bướm vườn ai nở rộ những

sắc vàng sắc cam rực rỡ.

Mùa thu, mùa đông, nhụy hoa khô được trân trọng ép giữ để dành cho chu kỳ mới.

Những gì cao rộng chẳng qua cũng được triển khai từ hạt mầm bé xíu. Nhưng hạt mầm bé xíu không thể mở ra vườn hoa sặc sỡ khi tâm lượng co rút khép lại trong những cái vỏ cằn khô, chai cứng.

Tình yêu, tôi nhìn thấy trong những hạt mầm thật nhỏ từ em. Cũng có trong vết nứt của kẽ đá phủ rong và trên những phiến lá phong vàng rụng theo mưa thu. Tôi biết chúng được thai nghén nuôi dưỡng để ngày nào đó, trải rộng trên đồng hoa thắm sắc, hay phóng lộng âm hưởng cho một hướng trời mênh mông.

Những hạt mầm tình yêu, có thể sinh từ mùa này, khai nở ở mùa kia; hái từ đất này, gieo ở đất kia.

Không có đâu là nơi chốn hay thời gian vĩnh viễn.

Chỉ có những tấm chân tình. Trải rộng như mưa rơi.

Trải đến chỗ không tận cùng.

Đêm huyền thoại nhẹ trôi theo tiếng mưa rơi.

Nỗi đau và niềm hạnh phúc hơn nửa đời người có thể trải ra trong đêm ấy.

Có em và tôi, có sự tương ngộ và cách chia, có tình yêu và lý tưởng.

Bên ngoài mưa tạnh dần khi trăng lặn qua hồ thu tịnh. Nửa vầng trăng trên trời và nửa vầng trăng đáy nước, chẳng biết đâu là thực.

Sớm mai thức dậy, đất trời thật tinh khôi sau đêm mưa thu rả rích. Lá vàng ngập đầy lối đi, và sầu tôi hãy còn vương vất.

Nhưng khi mặt trời rực rỡ vụt khỏi mây đen, đêm huyền thoại cũng chợt tan theo sương sớm.

(Phổ Đà Sơn Tự, Ottawa, Canada,
22 tháng 10, 2007)

QUÉT RÁC

Những hoa hồng hôm qua nở đẹp dưới nắng buổi đầu thu, nay đã rụng xuống sân, vẽ thành một khoanh nhỏ lốm đốm những cánh hoa teo rút, đỏ tía. Lá vàng từ cây kiểng vườn nhà kế bên cũng lác đác rải xuống vườn này. Trời không gió, nhưng lạnh. Qua khung kiếng cửa sổ hướng về vườn trước, thấp thoáng có bóng người bộ hành băng ngang, khoác áo dày, dẫm trên lá xào xạc. Ngập trên bãi cỏ và lối đi là lá phong, nhiều màu, từ vàng nhạt đến đỏ sẫm. Nhìn từ xa, chỉ thấy một thảm lá dầy, thỉnh thoảng giao động như những đợt sóng nhỏ gợn nhẹ trên mặt đại dương chóa ánh mặt trời.

Thảm lá ấy sẽ được trải khắp vườn trước như thế cho đến cuối tuần, khi những người làm vườn mang máy thổi và dụng cụ hốt rác đến. Chẳng biết nên buồn hay vui khi lá vàng được dọn sạch, trả lại cho khu vườn vẻ ngăn nắp, sạch sẽ cố hữu, như mọi người mong đợi.

Hoa trên cành, lá trên cây, người trên đời, khi rơi ngã xuống, mang theo sinh khí và cái đẹp xuống lòng đất. Những cánh hoa phai và những chiếc lá vàng nhiều sắc màu, cũng chỉ trong một thời gian ngắn đã trở thành rác rến. Trên thực tế, mỹ quan chẳng qua cũng chỉ là một thoáng lãng mạn của những kẻ dị cảm, đa tình, không thắng nổi cái ngăn nắp trật tự và vệ sinh chung của đời sống xã hội.

"Con nai vàng ngơ ngác, đạp trên lá vàng khô." Nai có thích lá vàng không thì không biết. Người thì hầu như đa

số thích ngắm lá vàng mùa thu, còn trên cành hay rụng đầy mặt đất. Người cũng thích dẫm lên lá khô, lắng nghe tiếng lào xào vui tai. Có khi hứng thú nằm lăn trên thảm lá, đùa giỡn với nhau, hoặc chỉ một mình, nằm im, lặng ngắm những cánh chim bay ngang trời thu tịch mịch, và lắng nghe tiếng gió rung đưa những hàng cây trơ trụi.

Nhưng đó chỉ là những phút nhàn tản, nghỉ ngơi, muốn tận hưởng vẻ đẹp của thiên nhiên nơi bãi cỏ, công viên, bìa rừng… còn ở nhà, sân trước hay vườn sau, lá vàng khô là rác rến, cần phải hốt dọn.

Thực tế của đời sống trong tương quan xã hội là như thế. Những gì đã rơi, tàn, phai, héo úa, không còn dính vào thân, không còn là sở hữu của ai, hoặc không ai muốn sở hữu… đều là rác.

Tóc huyền ai thơm, tung bay những chiều lộng gió, rời khỏi mái đầu ấy, một sợi hay một nhúm, trên đất hay trong thức ăn, sẽ không còn là chủ đề cho một câu thơ lãng mạn.

Rác. Rác. Rác. Nhìn đâu cũng thấy rác là đặt chân nơi cánh cửa của chánh kiến, phân biệt chánh-tà, thiện-ác. Rác là những gì đã được sinh ra, tạo ra, mà không duy trì được trạng thái nguyên thủy của chúng, hoặc không cần thiết dùng đến nữa. Nhân nơi rác mà thấy cái tướng hoại diệt. Không có sinh thì không có diệt. Không có diệt thì không có rác. Cho nên việc quét rác, dọn dẹp là việc trường kỳ không bao giờ dứt, của người phu chuyên nghiệp đối với vệ sinh chung, của mỗi người đối với nơi trú ẩn sinh sống của mình, và nhất là những người mang hạnh nguyện quét lá, lau chùi, nơi già-lam tịnh địa.

Quét dọn rác rến, lau chùi bụi bặm là hiện tướng, cũng là hiện tượng, của việc trau luyện nội tâm, tịnh hóa ý niệm. *"Thời thời thường phất thức, vật sử nhạ trần ai."* Lau chùi trong từng giây phút, từng niệm, đừng để bụi rác bám vào. Mỗi ý niệm khởi sinh, rồi tan biến đi, đều trở thành rác. Dù là ý niệm tốt hay xấu, cũng đều là rác.

Trong thiền quán, dùng niệm sau để xua đuổi hoặc quan sát niệm trước thì cũng giống như dùng chổi mà quét rác. Niệm trước là rác, niệm sau là chổi. Niệm trước vừa sinh, đã diệt, trở thành rác. Niệm sau mới vừa làm chổi, đã trở thành rác, để rồi bị cái niệm sau đó nữa, quét đi. Rác, chổi, rác, chổi, rác, chổi... Chổi, rác, chổi, rác, chổi, rác... Cứ thế mà thực tập, người quét rác dần tiến đến trạng thái không còn rác phát sinh: vô niệm. Rác không sinh thì chổi cũng không sinh. Không rác thì cần gì chổi. Có rác nên có chổi. Nhưng nếu tự thân rác vốn đã là chổi thì tự thân chổi cũng vốn là rác. Cây chổi cùn, không dùng được nữa, dù còn rác hay hết rác, thì chổi đó cũng đã là rác. Tiêu đích cuối cùng của việc quét rác là ở chỗ không còn rác; nhưng tâm thái và hành vi thượng thừa của sự nghiệp quét rác chính là lúc có thể vất đi cái chổi. Không dũng mãnh vất đi cái chổi thì muôn đời, dù khổ nhọc công phu đến đâu, vẫn cứ là rác.

Chổi. Chổi. Chổi. Nhìn đâu cũng thấy chổi là đặt chân nơi cảnh giới diệu dụng của phương tiện. Nơi ấy, nhìn đâu cũng thấy Phật Pháp; đặt tay vào phương tiện nào, phương tiện ấy trở thành Phật Pháp. Không thấy được công dụng của chổi thì không thấy Phật Pháp. Không thấy được mục tiêu của chổi, lập tức biến chổi thành rác, không cần chờ cho chổi hư hoại, cùn mòn. Thấy được mục tiêu của chổi thì có thể dùng bất cứ vật dụng nào để quét dọn rác và bụi bặm, không nhất thiết phải là chổi.

Chân lý không thể được diễn đạt rốt ráo bằng ngôn ngữ văn tự. Nói, diễn tả, là để hiển bày chân lý, giống như dùng chổi mà quét rác. Xua quét đi tất cả những gì không phải sự thật để hiển bày sự thật. Ở nơi chốn không còn gì để quét, không còn gì để lau chùi được nữa, mới là cái chỗ tột cùng của việc lau quét, chứ không phải ở nơi bụi rác, cũng không phải ở nơi khăn lau và cây chổi.

Không thể nhân danh chân lý tối thượng để tổn hại kẻ khác, dù bằng ngôn ngữ của chánh pháp, huống hồ là ngôn ngữ thế tục, phi pháp. *"Pháp thượng ưng xả, hà huống phi pháp."* Phật Pháp cũng chỉ là phương tiện, là chổi để quét, và cũng là rác cần dọn đi.

Với cái tâm bất chánh thì dù có dùng ngôn ngữ của chánh pháp, nhân danh mục tiêu tối hậu của chánh pháp, vẫn cứ là những manh động của tà kiến, của tà nhân. Chánh pháp cần được tuyên dương và truyền bá là do có thể nương nơi đó mà thấu đạt sự thật. Nhờ sự thật mà sống an lạc và hạnh phúc, giác ngộ và giải thoát. Cho nên, nếu vì chánh pháp mà thương tổn, tác hại đến người khác, thì chẳng khác gì phỉ báng chánh pháp. Đó là dấu hiệu của cây chổi chưa kịp quét rác mà đã trở nên mục rữa như rác rưởi.

Từ mục đích tối hậu là hiển bày chân lý, chúng ta vẽ nên những lý tưởng, vận động những phong trào, dựng nên những tổ chức. Những thứ ấy, nếu cố gắng gìn giữ, bảo vệ, điều hướng một cách khéo léo, có thể phần nào tương hợp với mục đích tối hậu kia, ít ra cũng lợi mình lợi người trong một thời gian hay hoàn cảnh nào đó. Ngược lại, sẽ dẫn đến một kết quả tệ hại, xa vời, chẳng một chút dính nhập đến mục tiêu nhắm đến. Lý tưởng, phong trào, tổ chức… là những phương tiện, nhưng thường khi lại trở thành cứu cánh để tôn thờ, bảo vệ, rồi từ "cứu cánh ảo" ấy, tranh thủ những địa vị và danh vọng hão huyền, đến nỗi có thể vì chúng mà đánh mất lương tri, làm bạn với kẻ ác, sẵn sàng làm điều ác, biến lý tưởng, phong trào, tổ chức của mình thành đống rác uế nhiễm mà không tự biết.

Kẻ thượng trí là người có thể tạo nên tất cả mà cũng sẵn sàng vất bỏ tất cả. Không thấy được sự giả lập của phương tiện thì muôn kiếp chỉ lẩn quẩn trong đống rác trần gian.

Gió. Gió. Gió. Gió động hay lá động? Từng cơn gió lùa qua làm chao động mặt lá. Thỉnh thoảng có cơn gió xoáy, cuốn xoay những chiếc lá vàng đưa lên cao, dẫn đi xa, rồi thả chúng rơi rụng dần nơi góc vườn. Có gió hay lá nào động đâu! Chỉ là vọng động của tâm. Thiền sư Huệ Năng đã từng nêu ý đó.

Những gì bạn nói, những gì tôi nói, đều là rác cả. Chẳng có lời nào có thể ở mãi với đời; bởi vì âm thanh, ngôn ngữ, cũng đều là tướng của vô thường, hoại diệt. Chỉ ở cảnh giới bất động của tâm, khi mà con đường ngôn ngữ tuyệt dứt, mới hiện bày một thế giới cao rộng bao la; nơi đó, không có bụi rác, không có chổi, không có gió. *Ngôn ngữ đạo, đoạn. Tâm hành xứ, diệt.* Nơi đó, là niềm tịch lặng thâm sâu không bờ mé, là chỗ mà cả ý và lời đều không thể chạm đến được.

(California, 15 tháng 11 năm 2007)

TRÊN NHỮNG ĐỈNH CAO

Tu viện nằm trên một đỉnh đồi khá cao. Nói là tu viện nhưng thực ra chỉ là một trang trại nhỏ vừa được mua lại, dự kiến thiết lập một tu viện Phật giáo. Đất rộng trên mười mẫu tây, chỉ cách trung tâm thành phố khoảng mười lăm phút lái xe với vận tốc nhanh trên xa lộ.

Xe chúng tôi leo tới đỉnh đồi vào ban đêm. Trời vào thu, khá lạnh. Chỉ có thể từ chỗ đậu xe, đứng nhìn bao quát thành phố từ trên cao trong vài phút rồi vội vã vào trong, tâm tưởng không quên ghi đậm hàng triệu ngọn đèn điện lớn-nhỏ của thành phố tỏa chiếu như một biển ánh sáng bao quanh ngọn đồi.

Sau khóa lễ ngắn, chúng tôi có vài giờ đồng hồ ngồi uống trà, đàm đạo, cho đến hai giờ khuya. Những người tuổi trẻ của hơn hai mươi năm trước, nay đã xấp xỉ trên dưới năm mươi, vẫn còn cơ hội để ngồi bên nhau. Tóc ngả hai màu mà hoài bão và nhiệt huyết năm nào vẫn còn cháy sáng, lặng lẽ, nhưng bền bỉ.

Không đủ phòng ngủ, chúng tôi chia nhau, hai hoặc ba người chung một phòng. Giường của tôi là chiếc giường không bình thường vì có hai tấm nệm dư chồng lên trên, khá cao, ngang với thành cửa sổ. Cửa sổ kính, không màn che, nhìn về hướng tây của thành phố. Năm nghiêng, không cần rướn người, không cần ngoái cổ hay cất đầu lên, vẫn có thể nhìn thấy một vùng rộng lớn ánh điện thành phố trình hiện ngang tầm mắt. Chưa bao giờ trong cuộc đời lại có một đêm nằm ngắm đèn phố thị đẹp và thơ mộng đến thế!

Đèn phố thị nhìn từ xa, đẹp và huyền ảo như những vì sao. Đã từng có những lúc ngủ ngoài vườn hay sân thượng cao ốc, ngắm sao trời; nhưng chưa bao giờ được nằm trong phòng ngắm sao phố như đêm nay.

Chập chờn giấc ngủ ngắn trên đồi sao, mỗi khi mở mắt là thấy cả một trời ánh sáng lấp lánh giữa đêm đen. Có khi mơ màng không rõ mình đang lạc vào cảnh giới nào, cung trời nào. Đây là trời hay đất? Đây là núi hay biển? Đây là sao hay đèn, là đom đóm hay châu ngọc? Là mây trắng hay sương mù giăng ngang? Sắc vàng, sắc trắng, sắc đỏ, sắc xanh... ngàn sao trên trời cao, thậm chí những giải ngân hà xa xăm huyền nhiệm không hẳn đã đẹp và đa dạng như ánh điện thành phố nhìn từ đồi cao, nhất là trong tư thế nằm nghiêng, quấn mình trong chăn ấm... thú vị vô cùng! Bởi lẽ con người, dù với kỹ thuật tân tiến hiện đại, vẫn chưa thể khám phá, hoặc có thể hình dung được những gì đã và đang xảy ra nơi những vì sao và các giải ngân hà xa cách hàng triệu triệu năm ánh sáng; trong khi đó, nơi những ánh đèn lớn-nhỏ của phố thị, người ta có thể cảm nhận được đời sống của con người, với những hỷ-nộ-ái-ố, những thăng-trầm vinh-nhục, những biến thiên đổi dời, những sinh hoạt rất thực, rất gần gũi của kiếp nhân sinh. Kìa, nơi kia, ánh đèn kia, có thể là từ thư phòng của một văn nhân đang cố gắng viết nốt một đoạn văn trước khi đi ngủ; nơi kia, ánh đèn từ một văn phòng của cao ốc, có thể đang có những người dọn dẹp, hút bụi, thay bao rác; nơi kia, ánh đèn mờ, có thể có cặp tình nhân đang âu yếm thương yêu nhau; nơi kia, có người đau khổ đang khóc vì mất mát; nơi kia, có những người đang lo nấu nướng chuẩn bị thức ăn cho nhà hàng ngày mai; nơi kia, có những người bạn thâm giao đang ngồi chuyện trò thâu đêm bên những chung trà hay cốc rượu; và nơi kia, nơi kia, nơi kia, trong những căn phòng và căn nhà đèn điện đã tắt, là những con người, từ người già đến bé sơ sinh, đang chìm trong giấc ngủ đêm thu...

Nhưng điều tuyệt vời nhất là không khí tịch mịch lặng lẽ của biển ánh sáng bao quanh. Trong khi muôn triệu ngọn đèn đồng lúc tỏa chiếu ánh sáng của chúng, không có thứ âm thanh nào được cất lên. Tất cả những ồn ào huyên náo của phố thị hầu như đã bị bỏ lại từ khi chúng tôi lên đến đỉnh đồi; và giờ đây, khi thành phố chìm vào giấc ngủ, lại qua lớp kính trong thật kín của cửa sổ, sự im lặng còn sâu lắng và mênh mông diệu kỳ hơn.

Âm thanh là sóng của im lặng. Ồn ào, thịnh nộ như thế, nhưng rồi sẽ tan biến thật nhanh. Chỉ có sự im lặng là ở lại lâu dài.

Ánh sáng là sóng của bóng tối. Tỏa chiếu, rạng ngời như thế, nhưng nếu không liên tục thắp lên và gìn giữ, bóng tối sẽ tràn ngập.

Con người vẫn chuộng âm thanh và ánh sáng, luôn có khuynh hướng khuếch đại chúng lên ở mức tối đa mà họ có thể làm được. Nhưng nỗ lực ấy của họ thường khi chỉ tạo những mâu thuẫn, xung đột thay vì là sự chan hòa, tương giao. Lẽ ra nên im lặng thì lại nói thật nhiều. Lẽ ra nên thắp sáng thì lại vùi trong bóng tối và phá hủy ánh sáng của kẻ khác.

Nhìn gần, những ngọn đèn thắp sáng bên nhau, tỏa những sắc màu dị biệt; có khi tỏa cho riêng nó, có khi giao thoa với những đèn khác. Ngọn đèn nào cũng có cõi riêng của nó, không cái nào giống cái nào. Mỗi điểm sáng là một viên ngọc, không tự biết rằng nó đan kết với hàng triệu điểm sáng khác trong vũ trụ tịch mặc u huyền.

Chỉ khi nào nhìn từ đỉnh cao và nhìn từ xa, tất cả điểm sáng đều như nhau, như những đợt sóng vươn dậy từ nền của đêm, từ biển của bóng tối. Trên chóp đỉnh của tôn giáo, triết lý, học thuật và nghệ thuật, tất cả âm thanh và ánh sáng, tất cả những náo động, vọng động, loạn động, manh động, kích động, bạo động… đều trở về với nỗi bình yên, lặng lẽ.

Trong *Lời Mở Đầu* cho thi phẩm mới nhất của mình,

163

nhà thơ Phạm Công Thiện có trích một câu thơ của Goethe (*Ueber allen Gipfeln Ist Ruth*) và dịch như sau:

"Trên tất cả những đỉnh cao là bình yên."

Câu thơ ấy gợi ý để đặt nhan đề cho thi phẩm của ông, *"Trên Tất Cả Đỉnh Cao Là Lặng Im."* Tôi rất thích nhan đề ấy. Một nhan đề đầy triết lý. Có thể từ đó mà nghiệm ra nhiều lý lẽ, từ trừu tượng cao thâm đến thực tế gần gũi.

Trên tất cả những đỉnh cao là Lặng Im. Trên tất cả những đỉnh cao là Bình Yên. Trên tất cả những đỉnh cao là Dung Hợp. Trên tất cả những đỉnh cao là Đồng Nhất. Trên tất cả những đỉnh cao là Vĩnh Cửu.

Từ suy nghiệm như thế, tôi ước mong tất cả ánh sáng có được của trần gian hãy được thắp lên, dù là ngọn hải đăng rực sáng hay chỉ một que diêm le lói, hãy cứ thắp lên. *Đừng nguyền rủa bóng tối mà hãy thắp sáng lên.* Ngạn ngữ tây phương và đông phương đều có chung ý tưởng đó. Tất cả chúng ta đều có trách nhiệm để thắp sáng cho trần gian u tối. Ánh sáng của từ bi, bác ái, nhân từ, khoan dung. Ánh sáng của Chân, Thiện, Mỹ. Ánh sáng của minh triết, nghệ thuật, văn hóa, giáo dục, từ thiện… hãy cùng thắp lên, dù yếu ớt hay rực rỡ, hãy cứ thắp lên. Mỗi người, bằng khả năng và từ vị thế của mình, hãy sáng lên như một ngọn đèn. Không ngăn cản, không lấn lướt, không đối chọi hay cố ý hủy diệt ánh sáng của kẻ khác. Chức năng thực sự của ánh sáng là xua đi bóng tối (của tham lam, thù hận, và cuồng si đang phủ trùm cuộc đời), chứ không phải là triệt hủy ánh sáng khác. Ánh sáng không loại trừ nhau. Từ xa và trên cao, sự giao thoa của muôn triệu ngọn đèn tạo nên cả một biển ánh sáng rực rỡ, diễm lệ. Các loại ánh sáng đều có thể cùng lúc sáng lên, hoặc nối tiếp nhau sáng lên, không gì ngăn ngại.

Bạn hãy cứ nói, cứ thắp lên ánh sáng của bạn, đừng lo sợ ánh sáng của kẻ khác có thể làm lu mờ mình đi; cũng đừng cố gắng trùm lấp ánh sáng của kẻ khác. Bởi vì, dù cho bạn sáng rực như đèn pha thì ánh đèn nhỏ trên lối đi hành lang vẫn cứ tỏa ánh sáng khiêm nhường của nó để giúp kẻ khác thấy đường; hoặc cho dù ánh sáng của bạn chỉ như ánh sáng của đom đóm, thì đó vẫn là ánh sáng của bạn, không ai có thể phủ nhận được. Ánh sáng nào cũng có giá trị và cái đẹp riêng của nó. Điều quan trọng là tự thân của mỗi người chúng ta, hãy tự thắp lên ngọn đuốc của mình, hãy sáng lên bằng tất cả năng lượng hàm tàng của mình để dâng tặng cuộc đời.

Buổi sáng thức dậy, vẫn trong tư thế nằm nghiêng, tôi thấy thành phố tràn ngập ánh mặt trời, dù đâu đó mây và sương mù vẫn còn giăng phủ. Thành phố hiện rõ nét với những cao ốc và những ngôi nhà, công viên, đường sá, xe cộ nườm nượp, và những trụ đèn... Những nơi không cần đèn, sẽ không cần phải thắp. Không phải lúc nào cũng cần phải cất lên âm thanh, cũng không phải lúc nào cũng phải đốt sáng. Âm thanh, ánh sáng, đều vô thường. Chúng xuất hiện và tan biến theo nhân duyên và theo nhu cầu của con người, và cuộc đời.

Dù vậy, nơi đỉnh cao này, hàng triệu con người trong thành phố bao quanh, vẫn chỉ hiện hữu trước mắt tôi trong nỗi bình yên, lặng lẽ.

Trên tất cả những đỉnh cao đều như thế, là như thế.

(San Jose, California, 15 tháng 12 năm 2007)

TÂM SỰ NGÀY XUÂN

Cuối năm nhìn tới đầu năm.

Ý tưởng sao trở nên rời rạc như những mảnh vỡ của một cái lọ thủy tinh bị đánh rơi.

Hay như những chiếc lá chưa đủ vàng, đã rụng xuống trên con đường quạnh vắng.

Ông hàng xóm cắt tỉa những cành hoa hồng xác xơ, gom vào thùng rác.

Con mèo ngồi bên thềm nhà, bất động nhìn người lại qua, và nhìn những đứa trẻ dắt xe đạp ra sân.

Đèn trước cửa nhà ai quên tắt, lặng lẽ tỏa ánh sáng khiêm nhường khi nắng đã lên cao.

Nắng lên rồi mà hơi lạnh vẫn còn nặng trĩu.

Gió nhẹ đong đưa những nhánh lá trơ trụi, khẳng khiu, và thỉnh thoảng làm hưng phấn cho lá cờ ủ rũ của người cựu chiến binh hàng xóm treo trước hiên nhà.

Buổi sáng cuối năm. Từng buổi sáng cuối năm còn lại. Có một người vẫn ngồi như thế. Nơi bàn viết nhìn ra cửa sổ. Gõ những con chữ vào thế giới hư ảo mênh mông...

Những ý tưởng rời rạc này sẽ hóa thân thành những con chữ. Rồi những con chữ sẽ nối kết nhau, hoặc chia tay nhau, tản mạn đi vào khung ảnh trần gian. Không biết ai sẽ là người đón nhận những con chữ và những ý tưởng rời rạc bâng quơ ấy.

Một khung ảnh nhỏ mở vào cánh cửa trăm chiều rộng lớn. Cánh cửa trăm chiều hiện bày đầy đủ những tính chất và sắc thái huyễn mộng cố hữu của con người, và trần gian

166

mà nó tạo nên.

Ngồi một nơi mà quan sát thế giới.

Thế giới gom về một khung ảnh nhỏ.

Sắc màu, hình ảnh, âm thanh, ngôn ngữ, tuồng như thật, mà lại không thật.

Nếu thật thì tại sao không thể bước ra khỏi màn ảnh này? Nếu không thật thì sao lại có thể khóc cười và làm cho lòng rung động xúc cảm?

(Khi viết đến những giòng này thì mưa bên ngoài bắt đầu rơi nhẹ

Những hạt mưa lăn dài trên mặt cửa kính

Bầy trẻ vội vàng dắt xe đạp vào nhà.

Ngọn cờ đứng im

Cành lá cũng lặng

Con mèo uể oải bước về phía nhà xe

Mưa

Mưa rơi lất phất, thật nhẹ

Châm bình trà nóng

Lặng lẽ ngồi đây

Một buổi sáng cuối năm

Có chút gì lưu luyến chạnh lòng… Giữa cũ và mới. Giữa hủy hoại và tựu thành. Giữa ly biệt và đoàn viên. Và trong cuộc tồn sinh phù phiếm này, ai còn ai mất, ai thắng ai bại? Có ai thực sự thủ đắc một cái gì chăng? Chiếc lá vàng còn treo trên đầu cành khô. Cây trắc diệp nở những hoa hồng tía. Tiếng phong linh khe khẽ gọi tâm về)

Trên màn ảnh, những ngày mới lao xao hương vị tết trong khi những ngày cũ hãy còn chồng chất chưa có thời gian đọc tới. Tin tức, lời nhắn, quảng cáo, thư mời họp mặt, thư nhắc bài, thư gửi bài, thư nhờ cậy, thư thăm hỏi, thư đòi nợ, thư thông báo, thư chúc tết… Thư nào cũng quan trọng. Và thư nào cũng không quan trọng. Quan trọng là vì đã mở ra, đã liếc nhìn hay đọc kỹ. Không quan trọng nếu đừng bao giờ mở ra. Đời người thì ngắn mà thông tin lại quá nhiều. Biết thì đã sao. Không biết thì đã sao. Mỗi ngày mở máy là mở toang cánh cửa của thế giới hỗn mang phiền tạp… Nhớ năm nào, ban ngày cuốc đất trồng rau, ban đêm công phu thiền định, tâm vô tư, trí vô lự. Có biết là biết cái hiện tiền đương tại. Cho đến những ngày lao động nhọc nhằn nơi những trại tập trung khổ sai, bản tâm thường trực lóa trên đầu lưỡi cuốc. Ta bà khổ não chẳng qua cũng chỉ là cảm giác nơi thân gầy huyễn hư. Trong cái niệm hiện tiền, ba ngàn đại thiên thế giới lung linh ảnh hiện.

Bây giờ tâm đuổi theo cảnh. Nhiều khi khóc cười theo nỗi đau và niềm hạnh phúc của nhân thế. Có khi đem lòng giận trách kẻ hiểm ác vô minh. Có khi chán nản trước những đảo điên man trá của con người. Hy vọng, thất vọng, rồi lại hy vọng, thất vọng. Tâm ý thăng trầm theo hoàn cảnh. Buồn, vui, khóc, cười. Làm một người rất giống với mọi người trên trần thế. Nhưng thường khi thì vẫn lạc lõng, cô đơn kinh tợn… Bạn bè trăm phương ngàn nẻo, phút này sao chỉ mình ta bên chung trà nóng, gõ trên bàn phím những suy nghĩ tản mạn mông lung…

Cuối năm (hay cuối đời, vì cuối đời có thể xảy ra bất cứ lúc nào, không phải chờ đến khi trăm tuổi), nhìn về đầu năm (hay kiếp tái sanh), thấy rõ mình sẽ như thế nào và đi về đâu. Một việc, hai việc, ba việc… và trăm việc chưa hoàn tất trong năm nay (và trong kiếp này), nhưng sẽ tiếp tục làm trong năm mới (hay kiếp sau), chẳng có gì phải bận tâm lo nghĩ. Những lầm lỗi đã làm lúc tuổi vụng dại mới lớn, đã nhòa theo lòng thành sám hối và bụi thời gian. Những lỗi lầm vô tình làm buồn lòng ai, đã nhậm vận theo luật nhân quả. Những gì muốn làm, đã làm khi cần thiết. Học theo ân sư, rửa nghiệp cho vận nước, việc lớn chẳng thành, một thời tuổi trẻ trải thân tù ngục linh đinh, cũng không có gì phải ân hận hay ray rứt với nợ sơn hà. Những món nợ ân tình đã trả, đang trả, chưa trả, cũng sẽ tuần tự theo nhân duyên mà trang trải; dầu muốn sớm hơn hay muộn hơn, không chắc đã thuận ý mình. Những gì muốn nói, đã viết tràng giang đại hải qua văn thơ. Nếu cần nói thêm thì sẽ nói hoài nói mãi như sóng xanh vỗ bất tận vào chân núi đá. Thôi thì im lặng, e cũng không thua kém gì âm thanh của đá tảng trước thiên địa càn khôn.

Xem ra, chỉ có tờ báo tâm đắc là còn chút quan ngại phải cất lời, nhất là vào lúc thiên hạ đang vui xuân thưởng tết. Phải nói sao đây bằng tấm lòng và ngôn ngữ của xuân đối với tờ báo này? Tờ báo thủng thỉnh mà cũng đã trải một đoạn đường hai mươi lần trăng mọc. Dự trù viết thư thông báo, cáo lỗi về việc đình chỉ, hoặc tạm ngưng vì nhân duyên không đủ… nhưng sao mà khó viết! Tuyên bố đình bản chẳng khác gì người cha quan tòa tuyên án tử hình đối với đứa con vô tội. Nó có tội tình chi đâu. Chỉ tại người cha bất lực không vượt qua được những trở ngại tài chánh, điều thực tế của đời sống mà dường như tâm hồn người nghệ sĩ không bao giờ hiểu nổi. Tỉ mỉ, chăm chút điểm trang cho nó từ phẩm chất đến hình hài. Lý tưởng quá! Miệt mài hôm sớm viết, đọc, gõ chữ, tìm tòi, trang trí, trình bày… nhiều khi quên bẵng bữa ăn, đôi khi lờ luôn giấc ngủ. Đam mê quá!... Để rồi một ngày, nhận thức rằng không thể tiếp tục. Nhưng nói ra thì không vui; còn không nói thì mang lỗi với những người hằng quan tâm cũng như những người chưa có cơ hội quan tâm. Thôi thì gõ những con chữ mơ hồ, gửi vào phương trời cao rộng xa xăm, lỡ khi không còn xuất hiện, cũng mặc nhiên tri nhận nỗi niềm và cớ sự của một kẻ lữ hành…

Và bây giờ, hãy nói về những hạt mầm em trao từ mùa thu năm trước.

Hạt mầm tình yêu đã trổ những nụ hoa xuân vàng cam sặc sỡ. Qua sắc thắm của hoa xuân, tôi thấy đôi mắt em không còn vương nỗi sầu muộn mang mang thuở ấy, mà ngời lên nét tinh khôi trong sáng của thiên thần.

Tình yêu là mùa xuân, là cái vĩnh cửu mà không ai có thể tước đoạt. Ngay từ khi em trao những hạt mầm bé xíu, tôi đã thấy sự hiện hữu bất tuyệt của mùa xuân, và vô biên của tình yêu. Và tôi biết trong tình yêu, người ta không bao giờ xa cách nhau.

Này em, hãy đứng dậy bên tôi, cùng đi về chốn xuân. Hãy bỏ lại sau lưng bao đổ nát hoang tàn mà những kẻ u mê cố tình gây tạo.

Đừng ngại chi, em ơi, cơn bão năm trước đã qua rồi. Nhà cửa tàn xiêu. Sình lầy hôi thối. Chỉ có cóc, nhái, ễnh ương, và bầy ruồi nhặng là ồn ào ngợi ca chứng tích của sự tàn phá.

Nhưng những kẻ lên đường cho sự vươn dậy của mùa xuân thì hân hoan, trong im lặng, đặt niềm tin nơi mùa lộc mới, gieo tình yêu trên đất tương lai.

Những gì chúng ta muốn nói hay chưa muốn nói, đã có mặt trời rạng rỡ nói thay. Hôm qua, hôm nay và ngày mai, có bao giờ mặt trời ngưng tỏa sáng.

Hãy tin điều đó, hỡi em yêu.

Mùa xuân, chẳng ở đâu xa.

Khi em dừng lại, hướng về phía mặt trời, bằng đôi mắt của thiên thần, bằng trái tim của trẻ thơ, thì dù im lặng hay hát ca, em đang đứng nơi vườn xuân tươi thắm.

(Midway City, 15 tháng 01 năm 2008)

VÔ HỮU KHỦNG BỐ

Bầy chim sẻ lại sà xuống, xúm xít quanh đĩa bánh mì vụn. Tiếng chíu chít làm rộn cả vườn sau như lời chào một bình minh rạng rỡ buổi tàn xuân. Một bình trà buổi sáng mùa xuân, nắng ấm. Bầu trời trong xanh, chỉ gợn vài đám mây mỏng. Hương thơm của nhiều loài hoa trong vườn tỏa nhẹ. Bầy chim sẻ vô tư, không sợ hãi, vừa ăn vừa trò chuyện tíu tít, nhảy nhót lăng xăng bên cạnh một người ngồi bất động.

Chẳng có gì mà phải sợ hãi. Tôi vẫn thường tự nhắc mình như thế. Nhắc bằng sự ám thị, có khi bằng một câu kinh, một đoạn kinh, hay một bài kinh ngắn. Thường xuyên nhất là một đoạn trong Bát-nhã Tâm kinh. *"Tâm vô quái ngại, vô quái ngại cố, vô hữu khủng bố, viễn ly điên đảo mộng tưởng, cứu cánh niết-bàn..."* Thực sự là chẳng có gì đáng phải sợ hãi nếu tâm không còn vướng mắc, ngăn ngại.

Ấy thế mà trên thực tế đời sống, vẫn còn rất nhiều điều làm cho mình phải sợ, hay đúng hơn là e ngại, muốn né tránh, muốn được yên. Nhưng những vị thầy của tôi thì không sợ hãi.

Một thời, hàng chục triệu người phải im hơi lặng tiếng, cúi đầu tuân phục trước bạo lực, hàng trăm ngàn người phải bó tay trong các trại lao cải, hàng triệu người khác đã ùn ùn rời bỏ quê hương, hoặc lặng lẽ vượt thoát trên những chiếc thuyền lớn-nhỏ, thì những vị thầy của tôi, đứng dậy, cất lên tiếng nói của lương tri, của lẽ phải. Rồi họ đi tù, mang án tử hình, chung thân khổ sai, hoặc nhiều năm cấm cố. Những vị thầy khác, để bảo vệ Phật giáo, người thì cứng rắn, một mực duy trì cơ cấu và danh xưng của tổ chức truyền thống, người thì nhu thuận chấp nhận sinh hoạt trong một tổ chức bị giới hạn bởi thế quyền. Cứng rắn thì bị lưu đày, giam nhốt, quản thúc; mềm mỏng thì bị lôi kéo, đẩy xô, mang tiếng nhục với đời. Cả hai thái độ, hai cách hành xử ấy, đều nhằm mục đích bảo vệ Phật Pháp, đều là những việc khó làm. Phải vượt qua được sự sợ hãi đối với cái chết, tù ngục, khổ nhọc thân xác và tâm trí, cũng như nỗi đau nhục kéo dài đối với dư luận, với miệng lưỡi thế gian mới có thể thực hiện được những điều bất khả tư nghì như thế.

Mới đây, vào tháng 9 năm 2007, những vị thầy khác của tôi ở Miến Điện, cũng đã đứng dậy, sẵn sàng đối diện với chết chóc và tù đày, thay mặt toàn dân nói lên tiếng nói của công bình xã hội, của tự do dân chủ, dấy lên một phong trào đấu tranh bất bạo động lan rộng trên một đất nước lâu năm bị khống chế dưới chế độ quân phiệt. Quả nhiên, chết chóc và tù đày đã đến với họ, những nhà sư hiền lành áo nâu. Tiếng nói của họ bị bạo lực dập tắt thật nhanh, nhưng âm hưởng của nó làm rung động lòng người trên toàn địa cầu.

Và trong thời gian tôi viết những dòng này, những vị thầy khác của tôi ở Tây Tạng, một đất nước hiền hòa, linh thiêng, thơ mộng, nằm trên chóp đỉnh của hành tinh, cũng đã và đang cất lên tiếng nói và nguyện vọng chung của toàn dân, khiến cho cả thế giới chấn động, lên tiếng ủng hộ. Bạo lực sắt máu đã đổ ập xuống những con người tay không tấc sắt, những con người không bao giờ muốn tổn hại bất cứ sinh vật nào, dù là những sinh vật bé xíu. Hàng trăm người chết và hàng ngàn người bị bắt giam, vẫn không ngăn cản được bước tiến của những nhà tu và phật-tử hướng về ước mơ tự do và dân chủ của họ.

Làm thế nào mà họ có thể làm được những điều người khác không dám làm?

Chỉ nhờ ở nền tảng triết lý Phật giáo rất đơn giản này: khi vượt qua được những rào cản của bản ngã, tâm họ hòa nhập với tâm của những người khác, của số đông. Nhờ đó, họ không còn cô đơn; tiếng nói, hành động và ước nguyện của họ không còn là của cá thể, mà là của đại khối dân tộc, và trong nhiều trường hợp, là của toàn nhân loại.

Điều đơn giản như thế, nhưng không phải ai cũng làm được.

Nếu vì tham vọng cá nhân hay của bè phái thì dù mạnh dạn lên tiếng, cũng không được sự ủng hộ của số đông, không gây ảnh hưởng lan rộng. Nếu vì quan điểm cục bộ, thiển cận, thành kiến, thiên vị mà lên tiếng, cũng không tác động đến lương tâm của dân tộc, chưa nói đến lương tâm của nhân loại.

Điều đơn giản thứ hai, cũng từ nền tảng của triết lý Phật giáo, mang tính xã hội phổ quát hơn, đó là: ý nghĩ, lời nói và hành động trung thực. Người con Phật dù trong bất kỳ hoàn cảnh nào, cũng phải giữ sự trung thực. Ý nghĩ, lời nói và hành động trung thực, không trái ngược mâu thuẫn nhau. Thấy sai thì nói là sai; thấy đúng thì nói là đúng. Thấy xấu thì nói là xấu, thấy đẹp thì nói là đẹp. Thấy bất công thì nói là bất công; thấy công bằng thì nói là công bằng. Không vì bạo lực, khủng bố, danh vọng, quyền lợi, tư kiến và tình cảm mà nói trái với sự thực.

Sống với tinh thần vô ngã, với sự thực, là sống với tâm thức tự do cá nhân; trong tương tác xã hội, đó là sống trong dân chủ, công bằng. Chỉ nhờ vậy mà những vị thầy của tôi vượt qua sự sợ hãi, có thể với hai bàn tay không, đứng vững trước phong ba, bạo lực.

Thế nên, nhìn sâu vào cuộc đấu tranh bất bạo động của người Tây Tạng, chúng ta thấy, những người biểu tình đòi tự do cho Tây Tạng và chống xâm lăng đàn áp của Trung Hoa không phải lúc nào cũng thuận ý với Đức Đạt-lai Lạt-ma, có khi còn mâu thuẫn rõ rệt. Trong khi ngài luôn kiên trì chủ trương tự trị cho Tây Tạng thì nhiều người khác quyết liệt đòi độc lập; trong khi ngài vẫn tôn trọng và chưa hề có ý phản đối việc tổ chức thế vận hội Olympic 2008 tại Trung quốc thì nhiều người chống Trung quốc đã kêu gọi tẩy chay. Một vài vụ ném đá từ phía người biểu tình khi bị cảnh sát và quân đội Trung quốc tấn công tàn bạo khiến Đức Đạt-lai Lạt-ma buồn lòng. Lễ châm lửa Thế vận tại Olympic, Hy Lạp, bị số người biểu tình phản đối. Cuộc rước đuốc Olympic ở London và Paris cũng bị ngăn trở bởi những người ủng hộ Tây Tạng. Vài vận động viên các nước tuyên bố tẩy chay rước đuốc. Đệ tử thân tín của Đức Đạt-lai Lạt-ma là tài tử Richard Gere cũng kêu gọi tẩy chay Olympic 2008. Nhưng Đức Đạt-lai Lạt-ma vẫn luôn từ bi, ôn tồn nói rằng chính quyền Trung quốc xứng đáng được ủy nhiệm tổ chức thế vận hội, và trên một tỷ ba trăm triệu dân Trung Hoa cũng xứng đáng được hưởng niềm vinh hạnh đón chào cả thế giới qua thể vận hội này. Dù có những mâu thuẫn như thế, Đức Đạt-lai Lạt-ma không bao giờ chê trách, ngăn cản hoặc ra lệnh cấm chỉ những biểu hiện yêu nước nhiệt tình của giới trẻ Tây Tạng cũng như của những người ủng hộ ngài. Ngài và các phong trào đấu tranh cho Tây Tạng luôn tôn trọng nhau, dù cách ứng xử và quan niệm có khác. Đó là nếp nghĩ và hành xử văn minh của sinh hoạt dân chủ.

Qua những điểm nêu trên, có thể nhìn thấy một vài sai khác nào đó giữa người phật-tử Tây Tạng và Việt Nam trong cuộc đấu tranh cho tự do dân chủ của xứ sở mình.

Vị lãnh đạo tinh thần của Phật giáo Tây Tạng và những người Tây Tạng lưu vong, suốt 59 năm đất nước bị Trung quốc xâm chiếm, vẫn thường vận động thành lập các hội đoàn, tổ chức, công khai hoặc ngấm ngầm thực hiện các chương trình văn hóa, giáo dục, từ thiện xã hội, nhắm bảo vệ nền văn hóa truyền thống Tây Tạng, đối kháng trường kỳ với chủ trương Hán-hóa của Trung quốc. Cuộc đấu tranh gian lao, khổ nhọc, phải đổi nhiều xương máu và nước mắt, nhưng những vị thầy của tôi nơi xứ sở ấy vẫn theo gương Đức Đạt-lai Lạt-ma, luôn giữ gìn lòng từ bi, chủ trương đấu tranh bất bạo động, không những bất bạo động trong hành xử và lời nói, mà còn ngay trong ý niệm: vẫn xem người Trung quốc nhiều tham vọng, bất hảo, là "những người anh em" trong cộng đồng nhân loại. Đối với Trung quốc, Đức Đạt-lai Lạt-ma vẫn giữ niềm tôn trọng, chưa hề khởi tâm sân hận, chưa hề nguyền rủa hoặc nặng lời phê phán, huống chi là đối với đồng bào của ngài, cho dù giữa các thế hệ già-trẻ trước-sau có những sai biệt về quan điểm và phương thức hành động. Trong khi đó thì người phật-tử Việt Nam vẫn thường có khuynh hướng loại trừ, phân liệt, không chấp nhận nhau; có khi không còn xem nhau như là anh em, đồng đạo; những ai không suy nghĩ giống mình, không hành động và phát ngôn như mình, thì đẩy hết về phía đối nghịch, nghĩa là đồng hóa họ với những người mà mình cho là kẻ thù.

Không những khác với phật-tử Tây Tạng, phương cách đấu tranh cho tự do dân chủ của phật-tử Việt Nam cũng khác với tín đồ của tôn giáo bạn. Chúng ta mưu cầu phúc lạc cho toàn dân, nhưng thường khi lại chẳng quan tâm đến số đông, chỉ nhìn thấy cái xấu-ác của thiểu số. Những cơ hội tốt đẹp có tính cách quốc tế, rộng mở, thì chúng ta cục bộ, khép chặt, chống đối, ngăn trở. Những chương trình dài hạn, cần từng bước xây dựng, un đúc, khai triển, thì chúng ta phá đổ, san bằng, cố tình bóp chết không cho khởi phát. Như một con bệnh mê sảng, chúng ta sẵn sàng đánh đổ bất cứ ảnh tượng nào vừa xuất hiện. Chúng ta không có viễn kiến. Chúng ta chỉ nhìn được cái gì tức thời, ở trước mắt.

Hãy nhìn về phía tôn giáo bạn: Đức Giáo hoàng John Paul II tiền nhiệm đã từng viếng thăm Ba Lan năm 1979, một năm sau khi đăng ngai, và hai mươi năm sau, đã chính thức viếng thăm Cuba vào tháng 01 năm 1998. Sau khi Đức Giáo hoàng viếng thăm hai nước cộng sản này, một nước đã được chuyển hóa, thay đổi, và một nước vẫn còn trơ lì với thứ chủ nghĩa thối trào, lạc hậu. Thay đổi hay không thay đổi khó lòng tiên liệu được, nhưng không phải vì vậy mà ngài không đến. Cũng không ai vì việc Đức Giáo hoàng viếng thăm các nước cộng sản mà lên án, chống đối, cản ngăn hay chụp mũ, xuyên tạc. Dù ông Fidel Castro và chính phủ Cuba có thu được những lợi ích nào đó về mặt ngoại giao, tháo gỡ được phần nào những bế tắc về kinh tế, cấm vận, hoặc chứng minh giả tạo về tự do tôn giáo ở nước họ, nhưng lợi ích tinh thần cho hàng trăm ngàn con chiên và hàng chục triệu người dân của đất nước đói khổ triền miên và thiếu tự do vẫn là điều Đức Giáo hoàng nhắm đến. Người Thiên Chúa giáo, hay không-Thiên-Chúa-giáo, chẳng ai chống đối việc Giáo hoàng thăm viếng các nước cộng sản, trái lại, còn vui mừng, tán trợ, và nuôi hy vọng nào đó. Nếu nay mai, Đức Giáo hoàng đương nhiệm Benedict XVI hoặc khâm sứ Tòa thánh thăm viếng Cuba, Bắc Hàn, Trung quốc hay Việt Nam, người ta cũng sẽ có thái độ tôn trọng, gián tiếp hoặc trực tiếp ủng hộ. Không ai có lý do thích đáng nào để cản ngăn người khác mang ánh sáng vào nơi tăm tối.

Phật giáo không có giáo hoàng, cũng không có vị lãnh đạo tối cao đại diện Phật giáo đồ khắp thế giới. Vậy thì, Đại lễ Vesak Liên Hiệp Quốc (Lễ Tam Hợp - kỷ niệm Đức Phật Đản Sinh, Thành Đạo và Niết Bàn trong cùng tháng 5 dương lịch) có thể nói là ánh sáng của Đức Phật, chuyên chở lý tưởng hòa bình, tinh thần từ bi và khoan dung của Phật giáo đến với bất cứ quốc gia nào đăng cai. Ai cũng biết, Lễ Vesak Liên Hiệp Quốc trở thành sinh hoạt văn hóa quốc tế chính thức kể từ năm 2000, bước vào thiên kỷ thứ ba của nhân loại. Đây là niềm vinh hạnh của phật-giáo đồ khắp năm châu. Không có quyết định của Đại hội đồng Liên Hiệp Quốc về lễ quốc tế Vesak, phật-giáo đồ khắp thế giới sẽ tiếp tục tổ chức lễ Phật Đản riêng biệt của từng quốc gia. Thông qua Đại lễ Vesak Liên Hiệp Quốc, phật-giáo đồ các nước có cơ hội chung lòng tưởng niệm, vinh danh Đức Phật trong cùng một địa điểm, một thời gian, công bố thông điệp hòa bình và khoan dung của Phật giáo đến khắp thế giới.

Lễ Vesak do Liên Hiệp Quốc chủ trương và chính phủ Việt Nam đăng cai, sẽ được tổ chức tại Hà-nội vào tháng 5, 2008, qui tụ ít nhất là 600 phái đoàn với hàng ngàn đại biểu đến từ 90 quốc gia trên thế giới. Đối với Liên Hiệp Quốc, Vesak là cơ hội để giới thiệu, cổ súy lý tưởng hòa bình, giá trị đạo đức và văn hóa của Phật giáo đến với thế giới đầy những bạo động, chấp tranh, khủng bố, kỳ thị; đối với phật-giáo đồ khắp năm châu, là cơ hội để vinh danh Đức Phật, hoằng truyền chánh pháp, trao đổi và học hỏi kinh nghiệm hành đạo, đóng góp các nguyên lý thực tiễn của Phật giáo đối với những vấn nạn của môi trường hành tinh và đời sống nhân loại, trình bày bản sắc văn hóa của mỗi quốc gia ảnh hưởng Phật giáo, kết chặt mối tương giao của người con Phật khắp nơi; đối với phật-tử Việt Nam, là cơ hội để trình bày nền văn hóa sáng đẹp của Phật giáo vốn đã song hành với dân tộc gần hai mươi thế kỷ, tạo sự đoàn kết hòa hợp của mọi hệ phái, giáo hội đang hành hoạt trong lẫn ngoài nước, vực dậy niềm tin và trí tuệ của phật-giáo đồ cả nước để trùng hưng nền Phật giáo Việt Nam; đối với nhân dân trong nước nói chung, là cơ hội để đất nước mở cửa đón chào những quan khách đại diện tầng lớp tinh hoa của Phật giáo từ các nước, trực tiếp hoặc gián tiếp trình bày về đời sống thực của xã hội Việt Nam qua văn hóa, tôn giáo, kinh tế, văn mỹ nghệ, kiến trúc, ẩm thực, v.v…; và đối với nhà nước Việt Nam, chủ nhà đăng cai tổ chức, là cơ hội để chứng tỏ sự rộng mở về mặt ngoại giao quốc tế, chứng minh chính sách khoan dung và thiện chí giúp đỡ đối với tôn giáo.

Mục tiêu mà các tập thể, tổ chức nhắm đến qua Lễ Vesak Liên Hiệp Quốc, có nhiều điểm tương đồng, tất nhiên cũng có nhiều điểm dị biệt. Đi sâu vào chi tiết, đối với cá thể mà nói, còn có những mục đích nhỏ hẹp hơn, chẳng hạn lợi nhuận thu được qua một dịp lễ quốc tế suốt gần một tuần lễ đối với các công ty du lịch, khách sạn, nhà hàng, các tiệm buôn bán, xe cộ vận chuyển của công ty hay tư nhân, v.v... Nhưng xét cho cùng, tất cả đều mong cầu lợi ích, nhiều hay ít, tinh thần hay vật chất, trong một lễ hội qui mô quốc tế do chính Liên Hiệp Quốc chủ trương, kêu gọi.

Sau một đêm dài, bình minh rực rỡ sẽ thúc đẩy mọi người, mọi loài thức dậy, theo nhu cầu và mục đích của mình mà tiếp nhận ánh sáng mặt trời; nhờ ánh sáng mà dễ dàng thực hiện những việc họ muốn làm. Có thể có sự lợi dụng hay hậu ý nào đó của nhà nước đối với Vesak 2008.

Ánh sáng từ bi trí tuệ của Phật giáo không thể vì lý do gì mà không chiếu rọi đến những nơi tăm tối, nơi mà hàng mấy chục triệu người đang cố gắng ngoi mình dậy từ hậu quả chiến tranh, nghèo đói, bất công, đạo đức băng hoại... Phật tử Việt Nam không thể vì hai triệu đảng viên mà bỏ quên tám chục triệu người dân. Đức Đạt-lai Lạt-ma cũng không vì 60 triệu đảng viên cộng sản mà chối bỏ 1 tỉ 240 triệu người dân Trung Hoa. Đức Giáo Hoàng John Paul II cũng không vì 700 ngàn đảng viên mà không quan tâm đến 10 triệu người dân Cuba. Nói theo cách của Đức Đạt-lai Lạt-ma, trên một tỉ người dân Trung Hoa, *"xứng đáng được làm nước chủ nhà của cuộc tranh tài Thế Vận Hội,"* thì trên 80 triệu dân Việt Nam bao gồm 60 - 70% là phật-tử, xứng đáng được làm nước chủ nhà cho Lễ Vesak 2008 của Liên Hiệp Quốc. Những người đấu tranh vì tự do dân chủ cho Tây Tạng và Việt Nam có quyền ở nơi bất cứ diễn đàn nào, phản đối chính sách đàn áp và kiểm soát tôn giáo, vi phạm nhân quyền, độc tài và bất công, của các nhà cầm quyền cộng sản; nhưng hãy tôn trọng cơ hội và ý nguyện của số đông, của quần chúng thầm lặng đối với các lễ hội quốc tế hãn hữu xảy ra trên đất nước của họ. Hãy tiếp tục lên án, chống lại sự xấu-ác, nhưng đừng bao giờ ngăn cản những cơ hội cho lẽ thiện bừng tỏa. Không thể vì việc nhỏ mà trùm lấp hết việc lớn. Không thể vì cái hạn cuộc nhất thời mà che chắn sự tỏa chiếu của ánh sáng vô hạn, vô biên.

Người phật-tử, dù ở bất cứ quốc gia nào, hoàn cảnh nào, thời gian nào, nên sung sướng hãnh diện về một lễ hội Vesak do Liên Hiệp Quốc đề xướng nhằm tôn vinh con đường hòa bình và giáo lý thậm thâm vi diệu của Đức Phật. Và nếu cần phải nói lên một sự thực, có thể nói rằng, dù tham dự hay không tham dự lễ Vesak, dù tán đồng hay bất đồng với nhà nước đăng cai, chúng ta, những người con Phật, trên khắp thế giới, đều thấy vinh hạnh và cảm động khi lễ hội ấy được Liên Hiệp Quốc chấp thuận tổ chức ngay trên quê hương mình.

Con đường hòa bình của Phật giáo là con đường như thế nào mà Liên Hiệp Quốc cần đến, cần tôn vinh và truyền rộng cho toàn cầu? – Là trung đạo. Là con đường mà trải hơn hai mươi lăm thế kỷ, phật-giáo đồ đã kinh qua trong việc hành trì và truyền bá để đem lại niềm an lạc và hạnh phúc chân thực cho mình và cho người. Là con đường tránh xa các cực đoan; vượt trên những quá khích, cuồng vọng, bảo thủ, bạo hành, cuồng tín; vượt trên tham lam, sân hận, si mê; vượt khỏi những giới hạn của bỉ-thử, nhân-ngã. Chỉ có con đường ấy, qua kinh nghiệm của lịch sử nhân loại, mới chứng minh được tính cách hòa bình, nhân ái, khoan dung, khả dĩ cứu vãn sự sống còn của hành tinh, của nhân loại trước viễn ảnh ngày càng xung đột, bất an, biến động thật trầm trọng khởi sinh từ tham vọng và cố chấp của những thế lực chính trị hoặc tôn giáo cực đoan trên thế giới. Chỉ có con đường ấy mới giúp nhân loại không còn bị sợ hãi, khủng bố.

Phật-tử Việt Nam, các giáo hội Phật giáo tại Việt Nam, nhà nước Việt Nam, hãy thành tâm thể hiện đúng mức tinh thần từ bi, khoan dung và hòa bình của Phật, trước, trong và sau Lễ Hội Vesak Liên Hiệp Quốc. Như vậy sẽ xứng hợp với vai trò của những người thuộc nước chủ nhà đăng cai tổ chức. Và được như vậy thì đất nước và dân tộc chắc chắn có thái bình an lạc thực sự.

Hãy chắp tay cầu nguyện cho sự thành công tốt đẹp của Lễ Vesak tại Việt Nam, hay tại bất cứ quốc gia nào được ủy nhiệm tổ chức. Và xin mượn lời nhà thơ Nhất Hạnh, "Chắp tay nguyện cầu cho bồ câu trắng hiện."

(California, ngày 10 tháng 4 năm 2008)

HÀNH TRÌNH MÙA THU

Mùa thu ở Ottawa đẹp nhưng khá lạnh, cần mang theo áo ấm. Khi vị tu viện trưởng dặn dò trước như thế, phải biết rằng dù đây là một khóa tu học Phật Pháp, không ai ngăn cản sự thưởng thức cái đẹp của thiên nhiên.

Chuyến bay đêm đưa tôi đi từ tây sang đông, rồi ngược về phương bắc. Ngoài cửa sổ đen mịt không thấy gì. Sớm mai thức dậy, đã thấy phi cơ xuống thấp dần khi nắng lên cao. Mây trắng mỏng giăng ngang nền trời Ottawa. Từ trên nhìn xuống, rừng thu thấp thoáng trổ nhiều màu lá, từ sắc xanh đến sắc vàng, rồi cam, rồi sậm đỏ. Ánh nắng lấp lóa trên thảm lá vàng ướt sương và những mặt hồ tĩnh lặng. Vẻ đẹp này ai cũng có cơ hội để thưởng lãm, nhưng cái mà tôi cảm nhận lúc này, là một cảnh giới tịch mặc, tráng lệ, nơi đó không còn bất kỳ một tì vết gì của tâm lý và thời gian. Khi con người vật thể được đặt ở vị trí cao ngất giữa không trung, mọi sự vật bên dưới trở thành vô nghĩa, nhỏ bé.

Ra khỏi sân bay, có gió lạnh, dù nắng đã lên cao. Thầy Bổn Đạt, tu viện trưởng, đón tôi ở sân bay, vồn vã, chân tình. Trông thầy có vẻ mất ngủ, nhưng nét mặt luôn rạng rỡ, vui tươi. Thầy không lái xe; đi đâu cũng nhờ phật-tử. Lần này là một tín nữ hiền lành như ni cô, từ Mỹ sang, lãnh phần đưa đón khách phương xa. Các lẵng hoa để trang trí chất đầy trên xe. Tôi ngồi ở băng sau, im lặng ngắm cảnh bên đường. Lá phong không cùng úa vàng một lúc. Cũng một giống cây, có nơi lá đã chuyển màu đỏ sậm, có

181

chỗ vẫn còn xanh. Giữa hai sắc lá này là nhiều màu vàng đậm nhạt khác nhau. Lác đác cũng có một số cây trơ trụi vươn những cành khẳng khiu lên nền trời biếc. Dưới những cội cây là những thảm lá nâu, vàng.

Tu viện Phổ Đà Sơn nằm trên đỉnh đồi. Từ đường lộ nhìn lên, tượng Bồ-tát Quán-thế-âm lộ thiên màu trắng nổi bật giữa tán lá phong vàng rực. Tượng bồ-tát hướng mặt về phía hồ nước rộng mênh mông như một con sông lớn, phía bên kia lộ. Đây là lần thứ ba tôi đến tu viện mà sự thân thuộc vẫn không lấp được cảm giác ngạc nhiên, kỳ thú trước phong cảnh tĩnh mịch và nên thơ nơi đây.

Một tấm biểu ngữ giăng ngang lối vào khu vực chánh điện nói rõ khóa tu học mùa thu năm nay cũng do Hội Thân Hữu Già Lam tổ chức. Trong khi chờ đợi thầy tu viện trưởng sắp xếp phòng nghỉ, tôi nhìn bâng quơ lên tấm biểu ngữ, chợt thấy một nỗi ngậm ngùi xót xa nào đó. Mấy chữ "Thân Hữu Già Lam" khiêm nhường và nhẹ nhàng như thế, thời gian hai năm qua bỗng trở thành một tấm bia to lớn đón nhận những nguyền rủa, công kích, xuyên tạc của một nhóm người nhân danh bảo vệ "chân lý." Tôi tự hỏi, phải chăng khi những thân hữu của một khóa học, hay của một ngôi già-lam danh tiếng, ngồi lại với nhau trong thân tình đạo bạn thì sẽ làm cho thế giới của ma vương, ác đảng rúng động, khiếp sợ và ganh ghét? Có lẽ dưới lớp sơn phù phiếm của những thứ lý tưởng và phong trào thời thượng nhân danh quyền sống con người, chỉ là những tâm hồn mục rữa, dơ bẩn. Chỉ những tâm hồn như thế mới cảm thấy dị ứng, ngột ngạt với mục đích đơn giản và trong sáng của Thân Hữu Già Lam. Những thành viên thân hữu đó đã làm gì, đang làm gì? Mỗi năm họp mặt thân tình, hàn huyên tâm sự, xem có thể giúp được gì nhau trong việc hoằng pháp, cũng như hỗ trợ quý thầy trong nước thực hiện các phật-sự văn hóa, giáo dục Phật giáo. Việc hỗ trợ trong nước tất nhiên cũng bị giới hạn như bao nhiêu tổ chức, hội đoàn, giáo hội các tôn giáo khác tại hải ngoại trong tình trạng của đất nước hơn ba thập niên qua. Chỉ mong làm được những gì trong khả năng của mình. Thế nhưng người khác làm được, còn mình làm thì người ta chụp mũ, vu khống, gán ghép những sự kiện và tội vạ không thực. Lý do gì người ta lại có những phản ứng gay gắt khó chịu đối với lẽ chân, thiện, mỹ? Trong trường hợp này, có lẽ câu trả lời đã nằm sẵn trong câu hỏi.

(lược bớt hai đoạn)

Tan khóa lễ, từ khu vực chánh điện trở về tăng xá, thật ngạc nhiên kỳ thú, tôi được thưởng ngay một vầng trăng, lung linh sáng lên giữa vùng trời thu lạnh. Ngạc nhiên vì suốt thời gian chuẩn bị lên đường, tôi không để ý rằng những đêm có mặt trên đồi lá vàng này sẽ là những đêm trăng.

Đêm đầu tiên hội ngộ, chúng tôi không dễ gì đi ngủ sớm. Chuông báo giờ chỉ tịnh có vẻ như chỉ dành cho các khóa sinh. Ngồi uống trà bên ánh lửa bập bùng của lò sưởi phòng khách, chúng tôi có những giờ phút thân tình để đàm đạo, trao đổi. Cuộc sống hôm nay, để có một cuộc gặp gỡ nhiều đồng môn tại một địa điểm trong vài ngày không phải là điều dễ. Chúng tôi không bỏ lỡ cơ hội tương phùng này, trò chuyện cho đến hai ba giờ sáng. Trước khi vào phòng ngủ, tôi còn ráng mở cửa bước ra ngoài để ngắm trăng. Nhưng trăng đã khuất sau rặng phong phía tây của tu viện. Chỉ thấy một vùng sáng còn vương lại trên nền trời dầy đặc sương mù.

Chợp mắt một giấc ngắn thì chuông đã báo thức năm giờ, công phu sáng. Bài tán Phật đầu ngày trong nghi thức Huế thật thiền vị. Khóa công phu sáng kết thúc thì cũng bắt đầu cho một ngày mới trọn vẹn với những buổi giảng và tụng niệm liên tục nối tiếp nhau cho đến giờ chỉ tịnh vào mười giờ tối.

(lược bớt nhiều đoạn)

Bước ra khỏi chánh điện, tôi tìm trăng mà không thấy. Sương thu lạnh hắt theo làn gió hiu hiu. Lá phong lác đác rụng. Tiếng nước róc rách từ xa vọng về.

Đêm nay, quý thầy đi nghỉ sớm hơn, vào khoảng sau mười hai giờ. Chỉ có tôi còn ngồi thức một mình bên lò sưởi thêm một lúc. Tôi vẫn có ý chờ sương mù tan bớt và trăng sẽ hiện trên đỉnh đầu vào lúc nửa đêm, vì đêm nay là đêm mười ba âm lịch rồi. Tôi khoác thêm áo ấm, bước ra ngoài dạo một vòng quanh tượng Quán Âm lộ thiên rồi ngồi nơi bậc thềm, lắng nghe tiếng đêm thu. Thật lâu, vẫn không thấy trăng hiện. Nhưng tôi cơ hồ nghe được tiếng của trăng, từng sợi mỏng rơi nhẹ theo sương và những lá vàng đâu đó.

(lược bớt nhiều đoạn)

Rời chánh điện sau lễ bế giảng, các học viên ở Toronto đã lục tục thu xếp hành lý chuẩn bị lên xe buýt trở về. Đến năm giờ chiều Chủ nhật thì không khí tĩnh mịch vắng vẻ được trả lại cho tu viện. Ngồi ở thềm hiên có thể nghe được tiếng gió vi vu qua những nhánh thông xanh nhưng lại làm rơi những lá phong vàng.

Buổi tối bên lò sưởi, không còn ai. Tôi ngồi một mình cho đến mười một giờ khuya thì thầy tu viện trưởng đi lo phật-sự ngoài phố trở về. Thầy buông người xuống ghế, tỏ dấu hiệu hài lòng đã hoàn tất một chương trình, với nét mặt rất hoan hỷ. Quanh năm suốt tháng, một mình chăm lo công việc của hai ngôi chùa, còn đứng ra tổ chức khóa học Phật Pháp để phật-tử địa phương có cơ hội tiến tu, thầy quả là con người năng động hiếm có, làm việc không biết mệt mỏi. Chúng tôi trò chuyện cho đến ba giờ sáng. Nghe được quá trình hành đạo của thầy, nhiều việc chưa hề biết, tôi thật cảm kích. Đời thật hạnh phúc khi có những thiện hữu tri thức như thế.

Trước khi trở về phòng ngủ, tôi không quên mở cửa ra ngoài, lại dạo một vòng quanh đài Quán Thế Âm, nhìn về hướng bên kia lộ, hy vọng tìm thấy trăng lồng bóng dưới hồ nước như đêm thu năm trước, cũng ở chốn này. Nhưng không. Trong đêm mù sương, mặt nước đen kịt. Trăng không hiện. Lòng bỗng chùng xuống, bâng khuâng thế nào ấy.

Tại sao phải là trăng ở nơi này? Vì năm trước, chính con trăng ấy đã soi bóng lung linh trên mặt hồ, trong một đêm lạnh, và tôi đã lặng đứng nơi đây, trong khoảnh khắc giao thần tuyệt diệu, thấy giữa mình và trăng không còn ngăn cách... Phút giao thần ấy dường như chỉ có thể xảy ra một lần trong đời, trong một cảnh trí, một thời điểm nào đó, không thể lặp lại lần thứ hai.

Năm trước quay về mang theo những mầm hoa khô. Năm nay xuống núi, hành trang gói theo một chiếc lá phong vàng.

Chuyến bay dài từ bắc xuôi nam, từ đông về tây. Về tới phi trường thì trời đã về đêm. Loay hoay lấy hành lý, nhập vào dòng người lăng xăng chộn rộn. Đón một chuyến buýt đưa đến chỗ đậu xe. Nổ máy, nhắm mắt, ngồi im trên xe chờ máy ấm. Ngước lên, bỗng thấy vằng vặc ánh trăng rằm.

(ghi lại những ngày tham dự Khóa Tu Học Mùa Thu 2008 tại Tu viện Phổ Đà Sơn, Ottawa, Canada, từ ngày 10 đến 12.10.2008)

GIÀ LAM

Bây giờ là những ngày cuối năm âm lịch. Thiên hạ cùng viết về Xuân, Tết. Tôi muốn viết về Ôn Già Lam và Tu viện Quảng Hương Già Lam.

Ôn Già Lam là cách gọi tôn kính của những môn đệ và phật-tử hướng về Đại lão Hòa thượng Thích Trí Thủ, vị viện chủ sáng lập tu viện. Trong tu viện, tăng chúng khi nói về ngài thì chỉ dùng chữ "Ôn" một cách gần gũi. Còn tu viện Quảng Hương Già Lam thì vẫn thường được gọi với cái tên thật ngắn: chùa Già Lam.

Những năm trước 1975, Ôn Già Lam từng là Giám viện Phật học đường Báo Quốc, Huế, Giám viện Phật học viện Trung Phần Hải Đức, Nha Trang; Ôn còn là người sáng lập Phật học viện Phổ Đà, Đà Nẵng. Sau năm 1975, Ôn Già Lam mở lớp đào tạo đặc biệt tại Tu viện Già Lam. Các vị giáo thọ trong suốt bốn năm (1980-1984) cho các khóa học tại Tu viện Già Lam, ngoài Ôn ra, gồm có chư vị được thỉnh giảng là HT. Thích Huyền Quang và HT. Thích Thiện Siêu; thường trực thì có HT. Thích Minh Châu, TT. Thích Minh Tuệ, TT. Thích Chơn Thiện, TT. Thích Tuệ Sỹ, TT. Thích Nguyên Giác, Gs. Nguyên Hồng, Gs. Lê Mạnh Thát, Gs. Tịnh Minh, v.v... Đối với giáo hội, Ôn Già Lam từng giữ chức Tổng vụ trưởng Tổng vụ Hoằng Pháp kiêm Tổng vụ Tài chánh. Sau đó, Ôn được thỉnh cử làm Viện trưởng Viện Hóa Đạo khi HT. Thích Thiện Hoa viên tịch (1973), rồi Xử lý Thường vụ Viện Tăng Thống (1975). Tiểu sử với nhiều chức vụ quan trọng của Ôn Già Lam đã nhiều người viết; nhưng trong hoàn cảnh tế nhị mà Ôn là lãnh đạo then chốt của cả giáo hội cũ và giáo hội mới, những điều viết ra của phía này hay phía kia, đều chỉ nói được một phần nhỏ, không lột tả hết hành trạng và tâm nguyện cao vời của bậc long tượng hàng đầu này.

Vài nét đơn cử kể trên, có thể cô đọng cuộc đời Ôn Già Lam trong mấy chữ "hoằng pháp lợi sanh," hoặc gọn hơn: "hoằng pháp."

Nhiều thế hệ tăng sinh và phật-tử đã trực tiếp hoặc gián tiếp thọ ân của Ôn Già Lam qua hạnh nguyện hoằng pháp và giáo dục suốt đời của Ôn. Tôi là một trong số những vị ấy.

Tôi chỉ được tu học tại Già Lam một thời gian ngắn, từ tháng 10 năm 1980 đến cuối tháng 11 năm 1982. Gần một năm đầu, Ôn không biết tôi có tham dự lớp học nên cứ gọi tôi xuống sân lượm lá, quét sân hoặc phơi xác sương sáo (để nhà trù đun bếp trong thời buổi gạo củi khan hiếm). Đến khi biết tôi là tăng sinh chứ không phải chỉ là chú "điệu" của chùa, Ôn mới cho tôi được yên để học. Đó là kỷ niệm nhỏ mà bây giờ hồi tưởng, tôi lại có ước ao được Ôn gọi và sai bảo những chuyện lặt vặt như vậy; vì trong lúc đi lượm lá bên Ôn, tôi trực tiếp nghe được lời dặn dò, khuyên răn đối với việc tu học. Đậm nét hơn cả là cảm giác mình lúc nào cũng là đứa học trò nhỏ của Ôn (dù lúc ấy tôi đã trên hai mươi).

Một lần, tôi tiếp một nữ phật-tử, là giáo viên dạy kèm cho điệu Duy (cháu ruột gọi tôi bằng cậu, cũng tu học tại chùa Già Lam); tiếp đàng hoàng tại phòng khách, để nghe cô giáo trình bày về việc học của điệu Duy. Ôn đi ngang, thấy tôi tiếp nữ phật-tử, liền tằng hắng, rồi gọi tôi ra sân. Bỏ cô giáo lại phòng khách, tôi vội vàng đến bên Ôn, chắp tay chờ đợi dạy bảo. Ôn không nói gì, chỉ dùng gậy khẽ nhẹ trên cành cây cho các lá vàng rụng xuống, bảo tôi lượm. Tôi lom khom cúi lượm từng chiếc lá, khi ngước dậy thì thấy Ôn đã vào phòng khách, nói gì đó mà cô giáo lật đật đứng dậy, ra ngoài đạp xe đi mất. Sau đó, Ôn trở lại với tôi, nói với giọng vừa nghiêm khắc, vừa lân mẫn thương yêu: "Lo tu học đi! Có cái chi quan trọng mô mà nói!" Tôi chưa kịp thưa thốt gì thì Ôn tiếp: "Không có thời gian cho những chuyện tào lao như rứa mô!" Nỗi oan lúc đó trở nên bé nhỏ trước lời khuyên dạy chí tình nên tôi giữ im lặng, không biện minh giải thích.

Năm 1982, Ôn gọi riêng tôi lên thất, nói là đã gửi gắm gia đình một phật-tử thân tín lo cho tôi vượt biển. Tôi tỏ ý muốn ở lại thì Ôn gạt đi, nói rằng Ôn chỉ đưa vai ra gánh chịu một thời gian thôi, để hàng hậu bối chúng tôi kịp trang bị vốn liếng Phật học và tinh thần dấn thân dũng mãnh, bằng cách này hay cách khác, tiếp nối chung lo việc hoằng pháp trong tình huống mới của đất nước. Tuy cảm động, trong im lặng tỏ ý vâng mệnh Ôn, tôi đã rời Già Lam trước khi chuyến vượt biển ấy xảy ra. Từ đó, tôi không còn cơ hội thân cận, bái kiến Ôn nữa.

Ngày Ôn mất, tôi đang ẩn trong một căn chòi lá ở vùng kinh tế mới, không về Già Lam thọ tang. Có người trách móc tôi việc ấy. Tôi im lặng không giải thích. Chẳng qua, tôi đã phải ẩn lánh một tuần lễ trước khi Ôn viên tịch, và sự ẩn lánh này là vâng mệnh một vị hòa thượng đỡ đầu khác: Ôn Giác Minh[1]. Hai vị giáo thọ nòng cốt của lớp học Già Lam đã vào ngục thất. Ôn Giác Minh không muốn tôi về trong một đám tang mà tình hình rất căng thẳng, chẳng biết chuyện gì sẽ xảy ra. Lý do chỉ vậy thôi. Từ chối tranh kinh tế mới, tôi thắp hương vọng bái giác linh Ôn mà lệ tuôn tưởng chừng không dứt.

Vài tháng sau khi Ôn mất, có đạo hữu Quảng Nguyện, một đại thí chủ, tìm đến chùa ở kinh tế mới để ủng hộ tôi. Theo lời vị đạo hữu này, Ôn Già Lam có dặn dò nên hỗ trợ tôi làm phật-sự, hoằng pháp và cứu giúp đồng bào nghèo khó ở các vùng kinh tế mới. Ôn Giác Minh cũng

---

[1] Hòa thượng Thích Đức Nhuận.

khích lệ đạo hữu Quảng Nguyện ủng hộ tôi như thế. Nghe đạo hữu Quảng Nguyện kể lại, tôi không cầm được nước mắt. Từ khi tôi viện cớ bệnh hoạn, rời bỏ lớp học Già Lam, có lẽ Ôn cũng đã thăm hỏi và biết tôi đang làm gì trên các vùng kinh tế mới. Bao nhiêu công việc và trọng trách đè nặng trên vai, Ôn vẫn không quên chú điệu nhỏ năm nào.

Một năm sau ngày Ôn viên tịch, tôi cũng theo chân các vị giáo thọ của mình, vào tù.

Chuyện xưa kể lại, về cá nhân mình thì chẳng có gì đáng nói. Chỉ có ân đức và hạnh nguyện của Ôn mới là điều còn lưu lại mãi trong tâm tư để rồi tác động đến tất cả những gì có thể làm được khi bản thân không còn nơi chốn Già Lam (cả nghĩa đen là tu viện Quảng Hương Già Lam lẫn nghĩa bóng là làm tăng sĩ ở chùa).

Hai mươi năm sau ngày viên tịch của Ôn, một cuộc hội ngộ kỳ thú của các cựu tăng sinh Già Lam (khóa đào tạo đặc biệt: 1980-1984) đã diễn ra tại Tu viện Pháp Vương, California, Hoa Kỳ. Buổi họp mặt đầu tiên thật cảm động, vì suốt hai mươi năm trôi giạt khắp phương trời, những người đồng môn chưa hề có cuộc tương phùng nào đông đủ như thế. Từ đó, một tổ chức thân hữu ra đời, ban đầu lấy tên Trí Thủ Foundation, với ý nguyện thừa tiếp sứ mệnh hoằng pháp của Ôn Già Lam. Nhưng sau đó, vì đa số các thành viên đều đảm nhận trụ trì các tự viện, hành đạo ở nhiều tiểu bang và quốc gia khác nhau, không thể thường xuyên sinh hoạt chung trong một hội thiện được, đã đổi thành Hội Thân Hữu Già Lam (tức một association) cho nhẹ nhàng về pháp lý cũng như điều kiện sinh hoạt. Dù đổi thành một hội thân hữu, tâm nguyện hoằng pháp lợi sanh theo bước chân của Ôn vẫn không thay đổi. Tâm nguyện ấy được ghi lại trên website Thân Hữu Già Lam như sau: *Già Lam là tịnh-địa nuôi dưỡng hạt giống của bồ-đề tâm. Bồ-đề tâm là chất liệu để triển khai muôn ngàn con đường cứu độ. Già Lam cũng là địa danh của một tu viện khiêm nhường nhỏ bé, ẩn nơi cư dân mà trải nguyện lớn của kẻ xuất trần học đạo; xa nơi thị tứ để giữ gìn nền nếp thanh tịnh của chốn tùng lâm; đào tạo tăng-tài, vun cội từ bi, sóng trước sóng sau tiếp nối tổ-nghiệp trong đại thệ hoằng pháp lợi sinh.*"[1]

Hội Thân Hữu Già Lam cũng đã mở rộng cánh cửa, đón nhận nhiều cựu tăng sinh thuộc các trường lớp khác, trực tiếp hay gián tiếp thọ học với các vị giáo thọ từng giảng dạy tại Già Lam. *"Nghĩ đến ân sâu giáo-dưỡng của Đức Phật và Thầy-Tổ bao đời, nếu không cùng nhau truyền thừa và bồi đắp, đạo vàng sẽ khó lưu truyền trong chốn nhiễu nhương. Lại nghĩ Pháp Phật nếu không thiện dụng thực hành và giảng dạy, sẽ không mở rộng được con đường của sứ-giả Như Lai. Vì vậy, khởi nguyên từ chân tình đạo bạn, cùng lớp cùng trường, cùng mái chùa và tu viện, cùng thọ pháp với những bậc ân sư đạo hạnh cao dày, cùng cầu học với những bậc thầy khả kính tài năng, những người học trò tăng-sĩ và cư sĩ khắp nơi, về ngồi bên nhau, chia xẻ nỗi nhọc trên đường hoằng pháp, trao đổi kinh nghiệm của việc hành đạo dấn thân."*

Tất cả những gì mà Hội Thân Hữu Già Lam ưu tư, thao thức, nói và hành động, đều bắt nguồn từ hạnh nguyện hoằng pháp của Thầy-Tổ, mà tiêu biểu là Ôn Già Lam.

Đáng tiếc là trong thời gian hai năm qua, một số người cố tình gán ghép, xuyên tạc việc làm của Hội Thân Hữu Già Lam, dấy lên cả một luồng sóng chụp mũ và ngộ nhận dành cho hội này cũng như tất cả những ai có liên hệ đến Tu viện Quảng Hương Già Lam. Ảnh hưởng của luồng sóng này không biết to lớn thế nào, kéo dài bao lâu, nhưng cứ mỗi lần huynh đệ chúng tôi có dịp gặp gỡ hoặc hàn huyên qua điện thoại, ai cũng buồn cười cho miệng lưỡi thế gian, và không ai trong chúng tôi vì sự chụp mũ, vu khống ấy mà quay lưng với bản nguyện của mình.

---

[1] Xem "Đường hướng sinh hoạt của Hội Thân Hữu Già Lam," (nguồn: www.thanhuugialam.com/loivao.htm)

Riêng cá nhân tôi, trước sau như một, mỗi khi nhắc đến chữ Già Lam là tức khắc nghĩ đến Ôn Già Lam, một vị bồ-tát hóa thân, đã trải cả cuộc đời của ngài cho sự nghiệp hoằng pháp, giáo dục, đào tạo tăng tài. Những gì Ôn đóng góp cho đạo, cho đời, chưa thấy những người chỉ trích, dè bỉu Ôn thực hiện được một phần nhỏ. Bản thân tôi cũng chưa làm được trò trống gì nên không dám tự hào khi được làm người học trò của Ôn hay được làm một thành viên của Hội Thân Hữu Già Lam. Không tự hào, nhưng hân hạnh. Vâng, tôi rất hân hạnh là một thành phần của Tu viện Quảng Hương Già Lam nhỏ bé, chật hẹp; nhưng nơi đó, tất cả chúng tôi, tăng sĩ của nhiều thế hệ đi sau Ôn, luôn tâm niệm là phải suy nghĩ, nói năng và hành động như Chánh Pháp. Chúng tôi không dám nói là đã làm bao nhiêu điều lợi ích cho thế gian, nhưng có thể tự khẳng định, như một lần thầy Tuệ Sỹ đã nói, *"Duy, chưa có điều gì thất tiết để điếm nhục tông môn, uổng công Sư trưởng tài bồi."*[1]

Trước mặt chúng tôi, con đường hoằng pháp vẫn là con đường vô tận, không phải chỉ thực hiện trong một đời kiếp. Nhiều chướng ngại, chông gai, thử thách hãy còn bao vây, cản lối. Nhưng như Ôn từng dạy, và hàng triệu người trong nửa thế kỷ qua đã từng tụng đọc: *"Dù phải chịu muôn ngàn gian khổ, con giốc lòng vì đạo hy sinh."*[2] Với đại nguyện như thế, Ôn Già Lam đã dạy chúng tôi phải cảm ơn những chông gai, chướng ngại trên đường hoằng pháp, vì đó chính là phần thưởng do những nghịch hạnh bồ-tát ban tặng. Chỉ ngần ấy thôi, cho thấy lúc nào Ôn Già Lam cũng ở bên chúng tôi, luôn nâng đỡ và dìu dắt mỗi khi

---

[1] Trích "Tâm Thư gửi Tăng sinh Huế," www.lenduong.net/spip.php?article5641

[2] Bài sám "Quỳ Trước Điện" được đưa vào kinh nhật tụng, do HT. Thích Trí Thủ sáng tác. Bài bắt đầu với câu *Đệ tử hôm nay quỳ trước điện, chí tâm đảnh lễ đấng Từ tôn..."* mà nhiều người thuộc lòng (xem Tâm Như – Trí Thủ Toàn Tập, mục Luận, phần Thơ và Câu đối – website www.phatviet.com)

chúng tôi nản lòng thối chí.

Nói cách khác, nhớ về Ôn là nhớ đến sứ mệnh hoằng pháp, cũng là nhớ về Già Lam.

Già Lam, bạn đã đến đó chưa? *"Đến rồi về lại không gì lạ."*[1] Chỉ là tên gọi thân thuộc của một tu viện nhỏ, không phải là thắng cảnh gì đặc biệt, nhưng là biểu trưng một đời giáo dục hoằng pháp của vị cao tăng khả kính; cũng là ngôi già-lam của chính bạn, nếu bạn thực sự đặt chân trên một *"tịnh địa nuôi dưỡng hạt giống của bồ-đề tâm."*

Từ bên này đại dương hướng về ngôi tu viện khiêm nhường năm xưa, thành kính đảnh lễ kim tháp Ôn, thành kính đảnh lễ đại chúng hiện tiền.

California ngày 17 tháng 01, năm 2009

---

[1] "Đáo đắc hoàn lai vô biệt sự" (Tô Đông Pha)

MƯA XUÂN

Sau vài ngày rộn ràng với nắng ấm đầu xuân, thời tiết bắt đầu chuyển lạnh theo những cơn gió ngày đêm thổi qua vùng này. Những hàng cây đơm đầy hoa trắng ở vườn trước đã không ngại ngần buông thả từng đợt hoa theo gió, trải khắp mặt đất. Từ xa, trông như tuyết đang rơi. Khắp đất vườn là hoa tuyết.

Hoa gì mà trắng, lại nở vào cuối đông và rơi vào đầu xuân như thế? - Bằng lăng trắng. Hãy tạm gọi như vậy, vì cái tên này, tôi chỉ mới tìm ra được khi tình cờ nhìn thấy hình chụp của nó trên một trang lưới nói về các giống cây lớn nhanh của Nam Mỹ. Nhưng vẫn chưa dám xác định. Theo hình dáng và mô tả thì giống quá. Natchez crepe myrtle. Một loại bằng lăng lai, hoa trắng không hương, có nguồn gốc từ châu Á, đã thành giống cây thiên nhiên từ lâu ở một số tiểu bang đông nam Hoa Kỳ. Mà thôi, cái tên này có chính xác hay không cũng chẳng sao. Mười năm qua, không biết tên cây gì, hoa gì, cái đẹp của nó vẫn như thế, chẳng suy giảm; và bây giờ, biết tên rồi, dù đúng hay không, cũng chẳng tăng thêm.

Điều muốn nói là thời tiết năm nay không bình thường. Đầu năm âm lịch, có nhiều ngày gió lạnh, và sau Tết ta, mưa tầm tã suốt tuần lễ thứ nhì, khiến cho thảm hoa bằng lăng trắng rất nên thơ phải bị đẫm giập trong những vũng nước đọng. Những ngày bắt đầu mưa, có sấm chớp ì ầm thịnh nộ. Sau đó là những cơn mưa rỉ rả, không ồn ào nhưng dây dưa, như thể chẳng bao giờ muốn dứt. Trời âm u ngày như đêm, tăng cái vẻ quạnh quẽ của khu xóm vốn tĩnh mịch.

Nghe nói ở quê nhà, trời cũng mưa nhiều trong những ngày xuân. Bên này, bên kia, đều mưa. Những kẻ cô quạnh, nghèo, sẽ đón Tết như thế nào nhỉ? Mất và thiếu rất nhiều, nhưng tốt nhất là hãy còn những mảng nắng rực rỡ của mùa xuân làm cho lòng ấm áp, dễ chịu hơn. Không có nắng ấm mùa xuân thì còn gì là xuân! Mưa có cần thiết phải rơi vào những ngày xuân không? Trong thâm tâm, có một chút hờn trách về những ngày mưa đã phá hủy vẻ phong quang tự nhiên của những ngày đầu năm. Ngoài sân bây giờ là những vũng nước lênh láng, lềnh bềnh xác hoa, thay vì là một thảm hoa trắng thật đẹp.

Thời tiết đổi thay là vận hành tự nhiên của đất trời, có gì mà phải hờn trách. Xuân đến, xuân đi, hạ đến, hạ đi, thu đến, thu đi, đông đến, đông đi. Chẳng mùa nào đến mãi, cũng chẳng mùa nào đi mãi. Đã hiểu chuyện, vậy mà vẫn buồn và tiếc thế nào ấy. Là bởi "ông Trời" kéo mùa đông bỏ vào mùa xuân, đem cái quá khứ để khuấy động cái hiện tại. "Ý Trời" ở đây không thể nói là bình thường. Giải thích thế nào đây? Tại sao đang xuân mà mưa lại rơi? Ừ, thì mưa, mưa xuân. Đã từng nghe nói "mưa xuân" chưa? Nếu đã từng nghe, từng đọc trong văn thơ hai chữ ấy, vậy thì mưa rơi những ngày xuân vẫn là chuyện bình thường, có gì mà thắc mắc! Trong vận hành quen thuộc theo thứ lớp tự nhiên của thời tiết, thỉnh thoảng cũng có lúc trái cảnh, trái thời. Những cái trái thời trái cảnh ấy không bao giờ vô ích. Nó xuất hiện để điều chỉnh chính cái vận hành tự nhiên ấy, để cho tự nhiên trở nên tự nhiên hơn. Có nghĩa rằng không bình thường cũng là bình thường; không tự nhiên cũng là tự nhiên; không trật tự chính là trật tự. Bản chất của thế giới vô thường là như thế. Chẳng có cái gì cố định, ngay cả vận hành gọi là tự nhiên của thời tiết. Cũng chẳng có cái trật tự thứ lớp nào mà miên viễn chẳng đổi thay. Thiên nhiên có thể đổi thay, điều chỉnh bằng những cái trái thời thì con người cũng có thể đổi thay bằng những cuộc canh tân, cải cách. Xóa cũ, lập mới, hoặc chống cái mới, phục hồi cái cũ, đều là cách để con người thay đổi hiện trạng mà họ không bằng lòng.

Biết thì vui theo, có gì phải hờn trách hay buồn tiếc! Trong vô thường nhìn ra lẽ thường. Trong biến động trau luyện sự định tâm. Trong chông gai học được sự nhẫn nhục. Trong ồn ào thịnh nộ, giữ được sự tịch mặc, an nhiên.

Kìa, hoa trắng kia dù đã trở thành những hoa tang cho một mùa xuân đẫm nước, thì lá trên cành cũng nhờ mưa rơi mà rửa sạch những bụi bặm sót lại buổi tàn đông. Kìa, chiếc xe đậu trong ga-ra nhiều ngày không ra đường, cũng cần được thanh tẩy bằng mưa. Cứ lái ra ngoài, chạy một vòng trong mưa. Chạy chầm chậm, không vội vã gì, vì không nhất thiết phải đi đến đâu. Khi trở về, xe đã sạch. Chẳng có thời tiết hay biến động nào mà không dạy cho mình những bài học và ban tặng mình những lợi ích.

Chiều nay, mưa mới vừa tạm ngưng thì nắng đã bừng lên ở một góc trời. Bước ra, nhìn lên trời, thấy một cầu vồng ngũ sắc.

(California, 07.02.2009)

BỒ-TÁT ỒN ÀO

Có một vị bồ-tát rất tầm thường ở trong nhà của tôi, nhà của các bạn, nhà của mọi gia đình ở xứ này. Vị bồ-tát ấy cũng có mặt ở các văn phòng, hãng xưởng, bệnh viện, trường học, v.v… từ tư nhân đến công quyền. Ở nơi sang trọng thì ăn mặc gọn ghẽ, hình dáng thon thả, nhẹ nhàng; ở nơi xập xệ thì hơi cồng kềnh, luộm thuộm một chút. Nhưng vẫn cái dáng đó, ai nhìn vào cũng nhận ra.

Bồ-tát thường ẩn mặt chứ không đi nghênh ngang trước đám đông. Thường thì nép mình nơi chỗ kín đáo, nơi phòng tối, hoặc góc xó nào đó. Khi xuất hiện để "hành đạo" thì ồn ào, náo động, làm cho mọi người khó chịu, cho nên bồ-tát vẫn thích chọn những lúc vắng người mới xuất đầu lộ diện. Dù được những người giàu có trang bị cho bồ-tát bằng hình thức đẹp đẽ, gọn nhẹ nhất, và dù đã cố gắng nén tiếng dữ lắm, bồ-tát vẫn luôn là kẻ bị mang tiếng là hiếu động, ồn ào. Mang tiếng như thế, bồ-tát vẫn nhẫn nhục chẳng nói chi. Chưa hề kêu ca than oán, cũng chẳng hề giận dữ hay hờn dỗi ai. Bồ-tát không nói, nhưng khi cất tiếng nói lại chính là lúc làm việc giúp người. Giúp người, nhưng tại sao người lại ít có cảm tình với vị bồ-tát này đến thế? Tại sao người ta đều biết, đều gặp bồ-tát mỗi ngày một lần, hoặc vài ngày một lần, hay mỗi tuần một lần, vậy mà vẫn ít thèm để ý, ít trân trọng sự có mặt cũng như mục đích có mặt của bồ-tát này? Chung qui vì sự đóng góp của bồ-tát tuy khá quan trọng cho đời sống chúng ta, nhưng vẫn là cái gì thứ yếu, không trực tiếp tạo ra lợi tức hay là thứ gì có thể tính đếm, ghi vào sổ sách. Thêm vào đó, thời gian bồ-tát làm việc giúp người lại chính là thời gian ồn ào, đinh tai nhức óc nhất. Gì chứ chuyện ồn ào thì ngay trong những xã hội xô bồ nhộn nhịp cũng không ai ưa thích. Người ta có thể thích nghe những bản nhạc kích động qua hệ thống âm thanh khuếch đại, mở hết volume, phóng ra từ mấy cái loa to tổ tướng, nhưng cũng chỉ trong một cái phòng, một vũ trường, hoặc quán cà-phê nào đó của người Việt ở phố Bolsa, chứ chẳng ai chịu nổi âm thanh rè rè một giọng, ồm ồm một điệu của bồ-tát.

Nói tóm lại là người ta muốn bồ-tát hãy xéo đi chỗ khác, đừng có làm phiền người ta, nhất là khi người ta đang tâm sự (tình yêu, tình nhà, tình nước, tình lận đận, tình cho không...), thảo luận (thời sự, chính trị, kinh tế, tôn giáo...), bàn bạc (áp-phe, vay tiền, chuyện thiên thời hay địa ốc...), lắng nghe (tin tức, thuyết trình, tán gẫu, nói dóc, quảng cáo, ca nhạc...). Người ta cần chú tâm, cần yên tĩnh, cần được ngồi yên một chỗ nào đó, hoặc cần được kẻ khác chú ý trong im lặng, cho nên Bồ-tát xuất hiện chẳng khác nào xua đuổi người ta ra khỏi những khung cảnh thơ mộng và ổn định mà người ta đã chọn lựa. Vậy thì chỗ đứng thích hợp của bồ-tát là một xó, thời gian của bồ-tát là thời gian không người lai vãng.

Chiều lòng những người khó chịu, bồ-tát cam phận, lầm lũi nép vào góc tối, lặng lẽ chờ đợi. Không một lời ta thán. Không tự ái vặt. Cũng không khoác lác kể lể thành tích hoặc tranh công với ai. Chỉ âm thầm chờ đợi thời điểm cần thiết. Khi người ta cần đến, bồ-tát từ nơi tăm tối hăng hái bước ra.

Và đây, những gì bồ-tát đóng góp cho người, cho đời: đi từ đầu nhà đến cuối nhà, chạy từ góc đông qua mé tây, chui xuống gầm giường, rúc vào chân ghế, chân bàn, hùng hục đi tới đi lui, xăng xái lên bắc xuống nam, xoay bên phải quẹo bên trái, không hốc kẹt nào mà không luồn tới, chẳng chỗ khó nào mà bồ-tát bỏ quên. Mồm há thật rộng, chân

197

cuốn như xa luân, lúc tiến lúc thoái, dũng mãnh, kiên cường… chỉ với một ý nguyện to lớn là đón nhận tất cả những ô uế, bụi bặm, rác rưởi của trần gian.

Nguyện rằng dưới bước chân tôi, những gì dơ – xấu sẽ trở thành sạch – đẹp, những gì tanh hôi sẽ biến mất và trở nên thơm tho. Tôi đến với thế gian này, tuy rằng cũng khá làm phiền quý vị nhưng khi tôi rời quý vị để trở về với góc tối của tôi, không gian chung quanh quý vị biến thành cảnh trí thanh khiết, đẹp đẽ, sạch sẽ. Tất cả những gì quý vị trưng bày trang trí trong bất cứ khung cảnh nào, căn phòng nào, dù là trang trí cho nhu cầu thẩm mỹ nghệ thuật hay trưng bày để khoe của, phô trương, đều trở thành vô nghĩa, vô duyên, nếu không có tôi đến để thực hiện ý nguyện và trách nhiệm của tôi. Tôi đến xong rồi đi, chẳng để lại dấu vết gì, nên cũng chẳng ai biết hay nhớ rằng ngay ở những nơi chốn đẹp đẽ sạch sẽ ấy đã có sự xuất hiện tiên phong của tôi. Người ta đến trong cuộc đời này để bày biện và cố tình để lại những dấu vết trong khi tôi đến để xóa dấu vết. Những gì quý, đẹp, sạch, dùng được, đều được ở lại, chỉ riêng tôi là rút vào hậu trường bóng tối. Sẽ không ai còn nhớ đến tôi cho đến khi họ cảm thấy không thể chịu đựng nổi những dấu vết của bụi thời gian và bụi từ đất trời. Nhưng tôi cũng không lấy đấy làm điều, vì người ta còn nhớ đến thì ước nguyện của tôi vẫn còn có cơ hội để thực thi: làm sạch cuộc đời. Tôi đã hóa thân và có mặt khắp các nơi chốn bằng nhiều hình thức, kiểu dáng, công dụng, để đáp ứng với thị hiếu và khả năng của mọi thành phần xã hội. Tôi và tất cả các hóa thân khác của tôi tự nguyện thâu nhận tất cả những bụi bặm dơ nhớp của trần gian về phần mình để cuộc sống mọi người được vệ sinh, ít bệnh, ít khổ. Tóm lại, phần dơ - xấu: tôi đón nhận; phần sạch - đẹp: nhường dâng cho mọi người.

Hiểu được ý nguyện cao đẹp một cách âm thầm, lặng lẽ của vị bồ-tát này, hẳn là không ai có thể tưởng tượng được là bồ-tát lại mang tiếng là kẻ ồn ào. Có cái gì trái ngược giữa ý nguyện và danh xưng của vị bồ-tát này. Ý nguyện đó có thể nói theo ngôn ngữ Phật giáo là: *"Nguyện thay chúng sinh gánh chịu tất cả phiền não, ô trược, cáu bẩn của trần gian khiến cho mọi loài đều được an vui, hạnh phúc."*

Đó là một đại nguyện thường được tán dương và âm thầm thực hiện trong các hạnh của bồ-tát. Đó cũng là câu chuyện của cái máy hút bụi mà nhà nào cũng có.

Bạn đã đối xử với vị bồ-tát "ồn ào" này như thế nào? Có trân trọng không? Có thường đáp lễ bằng cách lau chùi, chăm sóc, làm sạch lại cho bồ-tát không?

Một kẻ muốn làm sạch cho kẻ khác, cho cuộc đời, trước tiên phải sạch nơi chính mình. Bồ-tát ồn ào đã nói với chúng ta như thế. Có nghĩa là chúng ta nên nhớ thay bao (hay hộc) chứa bụi sau khi hút bụi. Nếu chỗ chứa bụi đầy ngập bụi rác, sẽ không có khả năng hút và chứa thêm. Chúng ta cũng đừng quên tháo gỡ những sợi chỉ hay tóc bị cuốn nơi trục lăn, cũng đừng quên vô dầu mỡ, thay giây belt khi bị đứt, vì trục không quay, máy sẽ chẳng hút được gì cả. Phải làm sạch máy hút bụi trước khi hút bụi.

Tôi chẳng phải nhân viên quảng cáo của các công ty sản xuất máy hút bụi (như Hoover, Kenmore, Eureka, Bissell, Oreck…). Tôi chỉ muốn giới thiệu bồ-tát hút bụi đến với bạn để cuộc sống thêm chút thăng hoa, nhất là có thêm bằng hữu để học với nhau những ý nguyện tốt đẹp. Bạn không cần phải gọi máy hút bụi là bồ-tát như tôi. Gọi như thế nào cũng được, nhưng nên nhớ rằng bạn có một người bạn tốt trong nhà. Tuy có lúc ồn ào, nhưng thường khi thì lặng lẽ khiêm cung, chỉ đứng im trong góc xó, mà công hạnh thì không phải là nhỏ đối với đời sống của bạn. Một người bạn tốt như thế mà không biết trân quý thì thật đáng tiếc.

(13/6/2009)

SỐNG VỚI NGƯỜI VIỆT

Là người Việt thì không cần phải suy nghĩ hay nói ra câu "sống với người Việt."

Câu ấy có vẻ như là câu nói của người ngoại quốc. Thế nhưng không phải, mà chính là câu nói của người Việt sống ở nước ngoài. Nói cụ thể là người Việt sống quần cư ở những nơi đông đúc người Việt trên một xứ sở không phải là Việt Nam. Cụ thể hơn nữa, hãy nói về đời sống của người Việt sống ở vùng Little Saigon, quận Cam, miền Nam California để qua đó, hiểu được tâm trạng và hướng đi chung của người Việt ngoài nước, hay của cộng đồng người Việt ly hương.

Có thực vậy không? Chẳng hạn nói về lối sống và cảm nghĩ của mình mà có thể phản ảnh phần nào tâm thức của cộng đồng? hoặc ngược lại, nói về cộng đồng tức là đã nói phần nào đó về cá nhân mình? Vậy cái tâm thức cộng đồng (community consciousness) của người Việt ở đây là gì? Khó ai trả lời được một cách thỏa đáng câu hỏi trên. Bởi vì cái gì cũng tương đối thôi. Trong quan hệ hỗ tương giữa cá nhân và cộng đồng, vẫn có các giới hạn và biệt lệ. Nhưng trên đại thể thì hoặc là cá nhân phải tự tách mình ra khỏi ảnh hưởng của cộng đồng (nếu vì lý do nào đó, không muốn bị đồng hóa với căn cước và định hướng của cộng đồng ấy), hoặc là tự nguyện hòa nhập vào cộng đồng và cố gắng xây dựng, phát triển cộng đồng bằng các đóng góp sáng tạo và đặc thù cá nhân, để cùng với tập thể khẳng định cái căn cước của cộng đồng (community identity) cũng như

200

tầm nhìn chung và mục tiêu tối hậu của cộng đồng ấy (collective vision, community goals).

Nhưng cộng đồng là gì, ở đâu? Cộng đồng chỉ là một tên gọi. Cá nhân mới là các thực hữu. Giống như rừng và cây: rừng chỉ là tên gọi, cây mới là thực hữu, là những "cá nhân" có thật.[1] Vậy, một cảnh rừng xum xuê và đẹp là do từng cái cây lớn nhỏ, kết hợp, đứng bên nhau, cùng sống còn và vươn lên. Nói một cách văn chương thì *"nhìn cây nhớ rừng."* Thấy một người Việt Nam bỗng nhớ cả một trời quê hương. Hoặc nói một cách lạc quan và tự tin thì *"nhìn cây thấy rừng."*[2] Nói chuyện, phỏng vấn một số người Việt điển hình chọn lọc nào đó ở trong và ngoài nước, sẽ hiểu được cái nhìn và hoàn cảnh chung của dân tộc và đất nước. Nhưng quá đặt nặng đến cây thì không sao thấy được rừng. Thành ngữ Anh-Mỹ lại có câu như vậy. *Cannot see the forest for the trees.* Chăm chú vào những tiểu tiết sẽ không nắm được đại thể. Tốt nhất là phải nhìn ra sự hỗ tương liên hệ thật chặt chẽ giữa chi tiết và tổng quát, giữa cá thể và tập thể, giữa cá nhân và cộng đồng. Rừng tuy không thực, chỉ là tên gọi, nhưng rõ ràng là với sự kết hợp của hàng nghìn hàng vạn loài thảo mộc, đã có những cánh rừng bạt ngàn phong nhiêu xanh ngát.

Vậy thì, trở lại với câu hỏi "cộng đồng là gì, cộng đồng ở đâu?" chúng ta có thể nói, là chúng tôi, là ở đây, nơi chúng tôi hội tụ quần cư.

Nhưng tại sao phải là cộng đồng? Tại sao có những cộng đồng được thành hình? Có cần thiết phải có những cộng đồng hay không? Tại sao người Việt thích sống với người Việt? Tại sao nhiều người Việt rủ rê nhau kéo về tiểu bang California là nơi bị cảnh báo là thường có động đất? Tạm gát qua một bên những lý thuyết xây dựng và phát

---

[1] Mượn ví dụ từ Phật giáo.
[2] *"Nhìn Cây Thấy Rừng,"* tựa sách của Đỗ Quyên, Văn Nghệ xuất bản năm 1997 tại Calif., Hoa Kỳ.

triển cộng đồng hay tổ chức của các chuyên gia văn hóa, giáo dục, nhân văn, chính trị, xã hội, kinh tế, thương mại, ngân hàng, v.v… (như Richard Barrett[1] chẳng hạn), mà hãy nói bằng cảm tính, với những gì gần gũi, có thể sờ, ngửi, nếm, thấy, nghe và nghĩ tới được. Vậy, những câu trả lời thông thường và dễ hiểu nhất là: thích gần chợ Việt, thích thức ăn Việt, thích nhìn thấy người Việt, thích nghe tiếng Việt. Có thể nói thêm: thích nghe nhạc Việt, thích đọc báo Việt hàng ngày (chứ không phải hàng tuần hay hàng tháng như ở các tiểu bang khác); và có thể nói thêm: thích buôn bán, làm ăn, giao dịch với người Việt (vì tiếng Anh không giỏi, hoặc giỏi nhưng lại thấy thoải mái hơn khi sử dụng tiếng Việt với đồng hương của mình), v.v… Nói cách đơn giản, các sở thích trên là do tác động của tình cảm. Sinh từ đất Việt, hoặc được một người mẹ Việt sinh ra nơi xứ người, trong máu và trong tâm thức đã sẵn hạt giống Việt. Hạt giống đó không sớm thì chầy, cũng nẩy nở triển khai nhân cách Việt, bản sắc Việt. Thế là, người Việt yêu người Việt, yêu những gì thuộc về người Việt, chẳng gì lạ.

- ***Thích gần chợ Việt.*** Đây phải chăng là ý thích của những người nội trợ, nấu ăn, quen nghề nữ công gia chánh? Không đâu. Là ý thích chung của cả phái đàn ông nữa. Nhất là những người đàn ông thất nghiệp, về hưu sớm, những ông ngoại ông nội giữ nhà trông cháu cho con đi làm, những người đàn ông sành nấu nướng (hoặc siêng nấu nướng vì tưởng mình nấu ngon), và những người đàn ông thường xuyên nhậu nhẹt. Vả lại, chợ Việt đâu phải chỉ bán rau trái, cá thịt và những thứ thuộc nhà bếp! Đây là những siêu thị có hầu hết những thức ăn tươi, khô, đồ gia dụng, và tất nhiên là không thiếu trà các loại, cũng như cà-phê bột, cà phê gói, cà-phê sữa (3 in 1) rất tiện lợi cho những người

---

[1] Mời tham khảo
www.valuescentre.com/comm/slcomconsciousness.htm

đàn ông đứng tuổi ghé mua. Nhưng điều đáng nói ở đây là sự xuất hiện của những siêu thị Việt Nam, không phải chỉ một mà là nhiều cái, càng lúc càng to lớn, rộng rãi, hầu như không thiếu món gì để có những món ăn thuần túy Việt Nam. Thích gần chợ Việt vì tiện ích cũng là dấu hiệu cho thấy sự ổn định trong niềm tin và đời sống của người Việt nơi xứ người. Một cộng đồng phát triển không thể nào thiếu chợ vì chợ không những biểu hiện các nhu cầu đời sống thực tiễn của cộng đồng ấy mà còn cho thấy một phần mật độ dân cư của cộng đồng trong vùng.

- ***Thích thức ăn Việt.*** Cái thích này song hành với thích gần chợ Việt. Ở Little Saigon có hàng trăm nhà hàng Việt Nam. Thức ăn Bắc, Trung, Nam, miền nào cũng có. Nhưng các món gọi là thuần túy Việt thì phải kể đến phở, bún riêu, bánh xèo, bánh hỏi, bánh ích. Còn nói là món (hay hương liệu/đồ gia vị) "quốc hồn, quốc túy" thì phải kể đến nước măm và mắm ruốc, mắm nêm…. Nhiều người dân bản xứ nhắc đến món ăn Việt Nam thì nói đến phở, chả giò và bánh xèo. Dĩ nhiên những người này phải biết dùng nước mắm, hương vị đặc sản Việt Nam. Người nước ngoài muốn thưởng thức món phở chính hiệu Việt Nam cũng không cần phải đi một chuyến xa xôi đến tận quốc gia cộng sản ở châu Á. Đến Little Saigon cũng có đủ, mà dám chừng phở ở đây còn ngon, vệ sinh và bảo đảm cho sức khỏe hơn là phở tại Việt Nam! Có những con đường và khu thương mại nhà hàng Việt Nam nằm san sát bên nhau không gì trở ngại. Bánh mì thịt nguội theo kiểu Việt Nam cũng dần dần đi vào thị trường bản xứ. Không phải chỉ tập trung nơi vùng Little Saigon, các nhà hàng còn mọc rải rác ở các thành phố khác thuộc quận Cam. Một số nhà hàng có tên tiếng Anh, chứ không phải tiếng Việt, nhưng bước vào trong thì thấy chủ nhân và hầu bàn cũng là người Việt cả. Hầu như sống ở đâu tại Nam California đều có thể ăn phở và bánh mì thịt nguội được, chẳng xa xôi hay khó khăn gì. Hàng quán Việt xa nhất cũng chỉ ba mươi phút lái xe. Tiện lợi như thế, bảo sao người Việt chẳng rủ nhau kéo về Little Saigon, California!

- ***Thích nhìn thấy người Việt.*** Người Việt có gì đặc biệt mà lại thích nhìn, thích thấy? - Là giống người da vàng, mũi tẹt như người mình tự khiêm (hay tự ti) "khai báo" như vậy. Nhưng nhìn cho kỹ thì người Việt thật đáng yêu. Da vàng đâu phải vàng rám, vàng nghệ, vàng đau gan. Nước da ấy mịn láng, và có khá nhiều người Việt trắng trẻo chứ không "vàng" chút nào. Da trắng của người Việt ăn đứt nước da trắng mà đầy đồi mồi của người Âu-Mỹ. Những người gọi là da trắng "ngày xưa" thường tự hào về xuất xứ, chủng tộc của họ, nhưng xét về thẩm mỹ thì họ đâu có hài lòng về nước da ấy. Nếu hài lòng thì đâu cần phải đi phơi nắng cho rám, cho sậm đi, cũng đâu cần phải trét phấn dữ vậy! Nước da phụ nữ Việt, nếu lỡ không kịp thời gian thoa phấn trước khi ra đường, vẫn cứ đẹp như thường, chứ người Âu-Mỹ mà không thoa phấn thì giống như giấy trắng nhàu, có gì mà hãnh diện! Còn mũi tẹt ư? Đếm cho kỹ lại trong gia đình, lối xóm, cộng đồng xem, con số mũi tẹt chiếm bao nhiêu phần trăm? Mũi tẹt là mũi thế nào? - Sống mũi không có, hoặc có nhưng thấp, trợt lớt, mắt trái mắt phải có thể liếc nhìn thấy nhau không bị cản trở. Theo mô tả "phóng đại" này thì người Việt ngày nay cũng chẳng còn bao nhiêu người mũi tẹt. Mà cũng không hẳn mũi cao là đẹp đâu nhá. Cái gì cũng vừa vừa thôi. Ở người Việt, thứ gì cũng trung bình. Nước da trung bình, không trắng quá cũng không đen quá. Mũi trung bình, không cao quá, cũng không thấp quá. Vậy thì quá tốt rồi. Ở cái khoảng trung bình ấy, hai phía tả hữu đều mong được như vậy. Nhưng nói chung thì nhân dáng Việt, cứ cho là giống người da vàng mũi tẹt, có cái nét gì duyên dáng, thu hút. Họ trầm trầm ít nói, nếu nói thì nhỏ nhẹ. Ra ngoài đường không vặn nhạc ầm ĩ trên xe. Cuối tuần cũng không vặn nhạc ồn ào ngoài vườn làm phiền lối xóm. Chung qui họ là những người lễ phép, lịch sự (hoặc học phép lịch sự rất nhanh), biết kính trên nhường dưới. Không hẳn họ đều là những người hiền, nhưng đa số thì rất lành: nếu không làm lợi được cho người thì thôi chứ không có ý hại người. Cái nhân dáng quen thuộc ấy, xa lâu cũng thấy nhớ, sống gần thì đáng yêu. Bởi vậy nhà văn Doãn Quốc Sỹ mới có cả tác phẩm khảo luận mang tựa đề *"Người Việt đáng yêu."* Cũng bởi vì vậy, muốn nhìn thấy người Việt thường xuyên hơn thì người ta kéo nhau về Little Saigon.

- ***Thích nghe và đọc tiếng Việt.*** Ở nhà nghe và nói tiếng Việt, ra đường cũng nghe và nói tiếng Việt. Đa số người Việt sống ở Little Saigon là như thế. Nhật báo thì có *Người Việt, Việt Báo, Viễn Đông* (và có thể còn vài tờ khác mà người viết không biết). Tuần báo, nguyệt báo, tạp chí Việt ngữ thì không sao kể hết. Phát thanh và truyền hình thì có hàng chục đài, bảy ngày một tuần, hai mươi bốn giờ một ngày. Những người lười đọc, hoặc ít có thời gian để đọc, có thể nghe tiếng Việt qua các đài phát thanh Việt ngữ. Tân nhạc, cổ nhạc, cải lương, tân cổ giao duyên… qua các CDs, DVDs và các đài truyền thanh, truyền hình cũng góp phần không nhỏ trong việc duy trì ngôn ngữ Việt trong cộng đồng. Trẻ Việt dù sinh ra hoặc lớn lên ở đây đều có cơ hội và môi trường thuận lợi để học tiếng Việt, qua các trung tâm dạy Việt ngữ miễn phí của cộng đồng, của các cơ sở tôn giáo. Lái xe vào khu vực Little Saigon là thấy rợp cả *"tiếng Việt mến yêu"*[1] của chúng ta trên những bảng hiệu của hàng quán, siêu thị, phòng mạch bác sĩ, văn phòng luật sư, nhà thờ, chùa, thánh thất, v.v… nằm rải rác hoặc tập trung nơi các thương xá. Không những thế, nhiều công sở hành pháp, tư pháp, bệnh viện, dược phòng, v.v… thuộc thành phố Garden Grove, Westminster, Santa Ana, cũng có

---

[1] Tựa một bài viết của Đỗ Thông Minh.

tiếng Việt hướng dẫn. Ở tòa án Westminster (trên đường 13th) chẳng hạn, nơi cửa thoát khẩn cấp (emergency exit), đi kèm với bảng "stop", còn có một chữ bằng tiếng Tây Ban Nha "cesar", và cạnh đó nữa, bỗng thấy chữ "Dừng lại" của "tiếng Việt mến yêu"! Tiếng Việt được sử dụng phổ thông như thế, người Việt phương xa nào mà chẳng động lòng muốn về California!

Một cộng đồng người Việt, sử dụng song ngữ Anh-Việt, tự tồn và phát triển với một tốc độ đáng tự hào như thế là một thực tại không thể phủ nhận tại Little Saigon. Dân Đại-hàn cũng muốn tạo một khu Little Korea tại quận Cam nhưng chưa được, và trong tương lai có được đi nữa thì sự thành công và nỗ lực của họ cũng không sánh được cộng đồng Việt. Bởi vì, ai cũng biết rằng người Đại-hàn ở đây là những di dân hoặc khách trú bỏ tiền ra để qua Mỹ làm ăn, sinh sống, cho con đi học, chứ không phải là những người tị nạn tay trắng như thuyền nhân Việt Nam.

Trong niềm tự hào của những người tay trắng lập nghiệp trên đất Mỹ, những người làm văn hóa trong cộng đồng cũng cùng có chung một mối lo, đó là: liệu hai mươi, ba mươi năm sau, khi thế hệ di dân (immigrant) tị nạn thứ nhất[1] không còn, và bốn-năm mươi năm sau thế hệ một rưỡi cũng về hưu hoặc qua đời, văn hóa Việt có được bảo lưu ở thế hệ thứ hai và các thế hệ kế tiếp không.

Trước mắt chúng ta thấy, ngoại trừ một số trường hợp đặc biệt, thế hệ một rưỡi (1.5 generation) đã kém và quên dần tiếng Việt (đọc và viết), nói chi thế hệ hai (second

---

[1] Cộng đồng chúng ta vẫn thường dùng "thế hệ thứ nhất" (first generation) để chỉ cho người tị nạn đã trưởng thành khi rời nước, và "thế hệ một rưỡi" (1.5 generation) để chỉ cho người tị nạn sinh tại Việt Nam nhưng trưởng thành ngoài nước, và "thế hệ thứ hai" là thế hệ sinh ở nước ngoài. Nhưng theo một số định nghĩa phổ thông khác, thế hệ thứ nhất là thế hệ được những người di dân đầu tiên sinh ra ở ngoài nước.

generation). Vậy thì hai-ba mươi năm sau, tương lai của Việt ngữ hẳn là không sáng sủa như hiện nay. Lúc đó các công sở ở quận Cam không cần phải chua thêm phần Việt ngữ. Còn sách báo, đài truyền hình và truyền thanh của người Việt, nếu còn thì có thể lại sử dụng hoàn toàn Anh ngữ (dù là ở quận Cam). Trong viễn tượng đó, cái gì còn sót lại của cộng đồng Việt, văn hóa Việt nơi xứ người?

Nhưng văn hóa là gì? Đừng nói theo định nghĩa của bách khoa tự điển hay của các nhà văn hóa, xã hội học. Hãy nói nôm na đơn giản nhất là văn hóa bao gồm đời sống của con người cả về mặt tinh thần lẫn vật chất. Mặt tinh thần biểu hiện qua tri thức và đời sống tâm linh tín ngưỡng; mặt vật chất biểu hiện qua ẩm thực, trang phục, kiến trúc (nhà ở, dinh thự). Ngôn ngữ, văn học nghệ thuật cũng là một phần của văn hóa, vừa là trung gian để biểu đạt toàn bộ nếp sống văn hóa của một dân tộc, một cộng đồng.

Theo cách hiểu tổng quát như thế, văn hóa Việt năm mươi năm sau tại Little Saigon (có thể lúc đó là một khu di tích lịch sử của người Việt tị nạn cộng sản) còn để lại gì? Ngôn ngữ chăng? (đã nói rồi, thế hệ một rưỡi đã quên dần tiếng Việt). Kiến trúc chăng? (có một số ngôi chùa, thánh thất và cổng thương xá xây theo kiến trúc Việt Nam, không biết lúc đó còn ai bảo trì?). Trang phục chăng? (có ai/cộng đồng nào còn tổ chức các cuộc thi hoa hậu áo dài Việt Nam nữa không? Ngoài các cuộc thi áo dài, cháu chắt Việt năm mươi năm sau có mặc áo dài đi lễ nhà thờ và chùa vào dịp Tết nữa không?). Âm nhạc chăng? (thế hệ sau năm 1975 ở trong nước hiện nay còn yêu thích nhạc Mỹ, sáng tác nhạc theo điệu Rock, Rap, Hip Hop, thì liệu cải lương hát bội và cổ nhạc Việt Nam năm mươi năm sau tại hải ngoại có ai muốn nghe không?). – Không dám mạnh miệng trả lời đối với các điểm trên. Chỉ dám tin hai điều: 1) các thế hệ người Việt ở nước ngoài nếu còn yêu văn hóa Việt, sẽ dùng ngôn ngữ của quốc gia sở tại cùng với các phương tiện nghệ thuật để giới thiệu văn hóa của mình cho người ngoại quốc, và văn hóa Việt lúc đó là để tham khảo, trao đổi, tìm hiểu, chứ không phải văn hóa sống. 2) Khi tất cả những thứ trên (ngôn ngữ, âm nhạc, trang phục, kiến trúc) bị quên lãng dần cho đến khi mất hết, thì phở, chả giò, nước mắm và một số món ăn Việt sẽ còn ở lại nơi xứ người.

Trong các phương diện của đời sống, ẩm thực là cái ít đổi thay, ít tốn thời gian để ăn/học, và thường thì cũng không cần phải sử dụng đến ngôn ngữ để diễn tả. Khi thức ăn đưa đến miệng thấy thích, thấy đói, thì ăn thôi. Món phở và chả giò Việt Nam đã trở thành món ăn nổi tiếng mà người có kiến thức tối thiểu về văn hóa (ẩm thực) nhân loại không thể không biết. Chắc chắn năm mươi năm sau (dù Little Saigon chỉ là khu di tích lịch sử), món phở và chả giò vẫn sẽ còn ở California này, có thể còn lan sang nước láng giềng Mễ Tây Cơ (vì một số đầu bếp chính, đầu bếp phụ trong một vài tiệm phở Việt hiện nay là người Mễ, thưa quý vị).

Thế nên những ai có ý hướng bảo tồn văn hóa Việt nơi xứ người, đừng nghĩ rằng chỉ có những nhà thờ, nhà chùa, nhà văn, nhà thơ, nhà soạn nhạc, nhà báo, nhà giáo, nhà trí thức, nhà văn hóa, nhà kiến trúc, nhà tranh đấu, v.v… mới là những người làm văn hóa, duy trì và giới thiệu văn hóa Việt nơi xứ người. Còn phải nghĩ đến công lao to lớn mà lặng lẽ của những "nhà bếp", "nhà nấu nướng" (chef) nơi các nhà hàng Việt. Chưa chắc những gì chúng ta làm hôm nay (bằng chữ nghĩa, âm nhạc, nghệ thuật, văn học, truyền thông) còn ảnh hưởng đến người Việt và người bản xứ đến hai mươi năm sau, nhưng phở và chả giò thì rõ ràng đã đi vào văn hóa thế giới.

Trở về chuyện "sống với người Việt." Trong giai đoạn hiện nay, nếu người Việt không thích sống với người Việt, không thích gần cộng đồng Việt thì một là người Việt đó có vấn đề, hai là cộng đồng cũng có vấn đề. Vấn đề của cá nhân thì khó nói được vì có rất nhiều biệt lệ. Vấn đề của cộng đồng thì dễ thấy hơn. Nhìn chung, nếu cộng đồng lành mạnh, có nền văn hóa đẹp, có tự do, dân chủ, nhân quyền (là những thứ mà người Việt tị nạn kiên trì đấu tranh để đòi hỏi cho dân tộc và đất nước Việt Nam) thì người Việt thích sống với cộng đồng, thích lăn xả vào các sinh hoạt chung. Còn ngược lại thì người Việt sẽ tránh né cộng đồng Việt (để được yên thân, để khỏi bị phiền lụy về những chuyện nhức đầu không ra chi). Trong khi nhiều người ở các tiểu bang xa đã tìm về California thì cũng không ít người Việt khác đã tránh né cộng đồng Việt, rời xa vùng Little Saigon và họ chỉ đến vùng này để đi chợ và vào nhà hàng để kiếm phở, chả giò, bánh xèo… Qua đó, cũng đủ thấy điều hấp dẫn một người Việt gần với người Việt nhất vẫn là ẩm thực, cái chuyện hết sức "tầm thường" đó, thưa quý vị.

Tương lai văn hóa Việt Nam như thế nào? Những người Việt Nam các thế hệ sau có thích gần chợ Việt, thích thức ăn Việt, thích nhìn thấy người Việt, thích đọc và nghe tiếng Việt hay không? - Điều này tùy thuộc vào cộng đồng hiện nay. Làm người ta thích thì người ta đến, người ta ở, làm người ta sợ, người ta không tin, thì người ta đi.

Đưa ra bao nhiêu thứ lý thuyết cao vời về văn hóa Việt, bảo tồn bản sắc Việt, nhưng trong bếp nhà của mình không có chai nước mắm, nói chuyện với con cái chỉ dùng toàn tiếng Anh, đọc sách báo thì tiếng Anh cũng lười (hoặc không đọc nổi) mà sách báo tiếng Việt cũng lơ là (và không bao giờ chịu mua) thì thử hỏi văn hóa Việt bảo tồn được bao năm?

Văn hóa là toàn bộ sức sống của một dân tộc, một cộng đồng. Mỗi người tùy theo khả năng và vị trí của mình mà tự đảm nhiệm lấy phần bảo tồn và xây dựng. Nhưng trước hết, hãy tự hỏi, mình có thích sống với người Việt hay không?

(Quận Cam, California, ngày 13 tháng 7, 2009)

IM LẶNG

Đêm khuya là thời gian lý tưởng để học sự im lặng. Lúc ấy, không có ai bên cạnh để mở miệng. Hầu như mọi động vật đều trở thành tĩnh vật. Màn đêm làm tăng vẻ bao la của tĩnh mịch. Tĩnh mịch cũng làm cho đêm càng thêm sâu thẳm. Thường khi không có biên giới giữa đêm và và sự tĩnh mịch. Cái gì vô hạn thì có thể hòa lẫn vào nhau. Cái gì tự khép trong giới hạn của hình tướng và tiếng động thì dù bé nhỏ, cũng trở thành ngăn ngại, cản trở, đụng chạm, xô xát nhau.

Vậy nên, học bài học của đêm và sự tĩnh mịch chính là học về sự bất động của hình sắc và âm thanh. Học cách thế trả lời và phản ứng của vô hạn. Cũng có nghĩa là học im lặng.

Nếu ai cũng nói nhiều, hãy im lặng.
Nếu ai cũng im lặng, hãy im lặng.
Nếu có người chửi mắng mình vô cớ, hãy im lặng.
Nếu có người chửi mắng mình hữu lý, hãy im lặng.
Nếu có người khen tặng, tán thưởng mình, thật hay giả vờ, hãy im lặng.
Nếu có người hiểu mình, hãy im lặng.
Nếu có người không hiểu gì mình cả, hãy im lặng.
Nếu có người thương mình mà không nói, hoặc đã nói ra, nhưng mình lại chẳng biết nói gì để đáp lại, hãy im lặng.
Nếu mình thương người quá đỗi mà e rằng không thể biểu lộ hết bằng lời, hãy im lặng.
Nếu kẻ ấy hiểu lầm mình đủ thứ chuyện mà mình

không thể giải thích thỏa đáng, hãy im lặng.

Nếu lời yêu thương nói ra không biết có đúng lúc không, hãy im lặng.

Nếu lời yêu thương nói ra biết chắc là đã đúng lúc, hãy im lặng.

Nếu người ấy đẹp quá, chẳng bút mực nào tả xiết, hãy im lặng.

Nếu ai đó làm cho mình nhớ nhung thắt cả tim, xiêu cả óc, hãy im lặng.

Nếu người kia xấu nết quá, chẳng ai trên đời có thể chịu nổi, hãy im lặng.

Nếu người nọ hám danh và phô trương quá, hãy im lặng.

Nếu kẻ ấy thường dối trá, hãy im lặng.

Nếu kẻ kia thường nói lời trung thực, hãy im lặng.

Nếu người nọ khiêm cung, lễ độ quá, hãy im lặng.

Nếu lời của kẻ ấy chẳng đáng lọt vào tai, hãy im lặng.

Nếu lời của người kia đáng để lắng nghe chiêm nghiệm, hãy im lặng.

Nếu thực sự chẳng có gì đáng để nói, hãy im lặng.

Nếu thực sự cần nói, hãy im lặng.

Nếu cả thế giới đồng lúc khóc rống lên, hãy im lặng.

Nếu cả thế giới đồng lúc cười rộ lên, hãy im lặng.

Nếu cả thế giới đồng lúc im lặng, hãy im lặng.

Thế thì còn trường hợp nào, còn con người nào trong cuộc đời này có thể làm cho ngươi lên tiếng, hỡi người học sự im lặng của đêm sâu tĩnh mịch?

Ừm, câu hỏi khá hóc búa và buồn cười đấy nhỉ!

Im lặng.

(Tháng 7.2009)

211

CÀNH MAI TRƯỚC SÂN

(vài chuyện trao đổi văn học, tưởng niệm bách nhật
văn/họa sĩ Võ Đình từ trần)

Có một vài kỷ niệm với người anh trong làng văn, là văn/họa sĩ Võ Đình, mất vào ngày 31 tháng 5, 2009 vừa qua. Những kỷ niệm này có thể nói theo từ ngữ nhà Phật là "duyên." Cái duyên này xoay chung quanh một cành mai. Nhưng trước khi đi sâu vào câu chuyện với "yêng" Võ Đình, tưởng cũng nên đi một vòng lan man về "một cành mai" này.

Mười lăm năm trước, 1994, tôi có xuất bản tác phẩm "Sân Trước Cành Mai". Trong tác phẩm này có bài "Đừng bảo xuân tàn hoa rụng hết", lại có bài thơ "Sân trước cành mai" dùng làm tựa đề chung cho tác phẩm.

Sáu năm sau đó, năm 2000, nhà văn Nguyễn Tường Bách bên Đức có tác phẩm "Đêm Qua Sân Trước Một Cành Mai." Bốn năm sau nữa, 2004, nhà văn Đỗ Hồng Ngọc trong nước xuất bản cuốn "Cành Mai Sân Trước." Rồi năm kế tiếp, 2005, nhà văn Trần Trung Đạo ở Massachusetts, Hoa Kỳ, có bài tâm bút "Tối Qua Sân Trước Một Cành Mai." Cũng trong năm đó, nhà văn Võ Đình ở Florida, Hoa Kỳ, xuất bản cuốn "Một Cành Mai." [1] Đầu năm 2008, nhà văn Thái Kim Lan bên Pháp cũng có bài tùy bút "Một Cành Mai."

Sân trước cành mai, cành mai sân trước, cành mai trước sân, đêm qua sân trước một cành mai, tối qua sân

---

[1] *Một Cành Mai,* tác phẩm của Võ Đình, hoàn tất trước đó nhiều năm nhưng đến năm 2005 mới được An Tiêm xuất bản.

trước một cành mai, nhất chi mai, một cành mai[1], cành mai[2], làng mai[3], đình mai, mai...

Mai quả là một loài hoa sang quí, được nhiều văn thi sĩ nhắc đến một cách trân trọng. Nhưng những nhóm từ được dùng làm tựa sách, tựa bài, tựa nhạc phẩm, tên làng, tên người... nói trên, hầu như đều được khơi nguồn hứng cảm từ bài thơ chữ Hán "Cáo Tật Thị Chúng" của Thiền sư Mãn Giác thời Lý (1052 – 1096), trong đó có câu cuối là "Đình tiền tạc dạ nhất chi mai." Chỉ có bảy chữ (trong bài thơ ngắn ba mươi bốn chữ) này thôi mà biết bao đạo gia, văn thi nhân, nhạc sĩ, dùng tới dùng lui không biết chán.

Một bài thơ ngắn trải qua gần một nghìn năm vẫn còn ảnh hưởng đến tinh thần và xúc cảm của người đời sau ở trong nước, ngoài nước, và ngay cả đối với người ngoại quốc, thì phải nói là bất hủ.

Xin trích lại lần nữa nơi đây để bạn đọc nào chưa biết bài thơ ấy có cái nhìn tổng quát câu chuyện văn chương về một cành mai mà tôi muốn nói ở sau.

"Xuân khứ, bách hoa lạc
Xuân đáo, bách hoa khai
Sự trục nhãn tiền quá

---

[1] *Một Cành Mai,* Đạo ca số 5 của nhạc sĩ Phạm Duy, phổ thơ của thi sĩ Phạm Thiên Thư từ thập niên 1970s để tặng Nhất Chi Mai (tên thật là Phạm thị Mai), người đã tự thiêu năm 1967 để nguyện cầu cho hòa bình Việt Nam.

[2] *Cành Mai,* Plum Branch, tên một album nhạc của ca sĩ Mỹ Carey Creed, lấy từ chữ "chi mai" trong bài Cáo Tật Thị Chúng (Thiền sư Mãn Giác thời Lý). Album này có 12 bản, bản thứ hai có tựa là "Rebirth" (Tái Sinh), là bản dịch Anh ngữ của Gs. Nguyễn Ngọc Bích cho bài Cáo Tật Thị Chúng, được Carey Creed phổ thành nhạc.

[3] *Làng Mai,* Plum Village, Plum Tree Village, một trung tâm thiền của Thiền sư Nhất Hạnh ở Tây Nam nước Pháp, thành lập từ năm 1982. Hiện nay Làng Mai được người Việt nhắc đến như là một thiền phái của Việt Nam được truyền bá tại hải ngoại rồi ảnh hưởng ngược về trong nước.

Lão tùng đầu thượng lai.
Mạc vị xuân tàn hoa lạc tận
Đình tiền tạc dạ nhất chi mai."
(Cáo Tật Thị Chúng, Thiền sư Mãn Giác, thời Lý)

Ngô Tất Tố dịch:
"Xuân đi trăm hoa rụng
Xuân đến trăm hoa cười
Trước mặt việc đi mãi
Trên đầu già đến rồi
Đừng bảo xuân tàn hoa rụng hết
Đêm qua sân trước một cành mai."

Võ Đình dịch:
"Xuân đi, trăm hoa rãi
Xuân đến, trăm hoa khai.
Xem chuyện đời trước mắt
Tóc trên đầu đã phai.
Chớ bảo xuân tàn hoa rụng hết
Tối qua, vườn trước một cành mai."

Giáo sư Nguyễn Ngọc Bích dịch sang Anh ngữ, đặt tựa là "Rebirth" (Tái Sinh) như sau:
"Spring goes, and the hundred flowers.
Spring comes, and the hundred flowers.
My eyes watch things passing,
My head fills with years.
But when spring has gone not all the flowers follow.
Last night a plum branch blossomed by my door."

Vào năm 1995, tôi có viết "Về một bài thơ thiền mùa xuân," phân tích khá kỹ bài Cáo Tật Thị Chúng rồi, nhưng sau đó, vẫn thấy là chưa nói hết ý. Trong bài viết ấy, tôi có dùng hai bản dịch của Ngô Tất Tố và Võ Đình để đối chiếu, phân tích. Cái duyên với nhà văn Võ Đình là từ đây, dù rằng anh vốn là người rất thân với gia đình tôi từ lâu.

Trong đoạn nói về hai câu "Xem chuyện đời trước mắt / Tóc trên đầu đã phai" do anh Võ Đình dịch, tôi viết: *"Người phương Tây quen với văn chương hiện thực hẳn phải chịu họa sĩ Võ Đình ở chỗ đó. Thiền sư không nói chuyện tóc bạc, tóc phai, tóc muối tiêu, tóc pha sương gì hết. Chỉ nói sự già (hay tuổi già) kéo đến trên đầu. Một lối nói khéo của người Đông phương. Họa sĩ Võ Đình không chịu sự úp mở đó, hoặc anh muốn nói huỵch toẹt, nói thẳng thừng thực tế tóc bạc là tóc bạc cho người đọc, nhất là các bạn phương Tây của mình dễ lĩnh hội hơn. Tóc trên đầu đã phai... Nhưng anh ác quá, anh nói thực quá! Anh nhập vai thiền sư, quan sát cuộc đời trước mắt, nhưng diễn lại bài thi kệ ấy theo hoàn cảnh của anh; vì vậy, anh quên một điều còn thực tế hơn, rằng thiền sư không có tóc (có chăng cũng chưa dài khỏi một phân tây). Dù một tháng không cạo lại, tóc thiền sư cũng chỉ lúp xúp đâu chừng nửa phân. Ngắn củn như vậy nên dù còn tóc trên đầu, người ta vẫn nói rằng các nhà sư không có tóc. Không có tóc nên thiền sư không thể diễn tả tóc bạc, tóc phai; chỉ nói cái già kéo đến trên đầu, vừa khéo, vừa đúng với hoàn cảnh nhà sư của mình. Họa sĩ Võ Đình là một nghệ sĩ ẩn cư (như một đạo sĩ) trên một ngọn đồi ở xứ lạnh Maryland nên lười hớt tóc (dù có lúc họa sĩ rất muốn cạo tóc làm sư). Họa sĩ thường để tóc dài, có khi muốn chấm vai, nên đâu có quên nhìn thấy tóc mình phai hàng ngày. Họa sĩ nói thẳng chuyện tóc phai đó là phải rồi. (Nhưng nếu họa sĩ nói với mọi người rằng thiền sư đã nói chuyện tóc phai thì chẳng khác gì anh đùa ghẹo—tiếng Huế gọi là ngặng —với các nhà sư đấy nhé!)."*[1]

Khi bài viết của tôi được phổ biến, một vài người bạn hỏi tôi: "Viết như vậy có đụng chạm anh Võ Đình không?"

---

[1] *Con Đường Ngược Dòng*, Vĩnh Hảo, Chiêu Hà xuất bản năm 1998, trang 30-31.

Tôi cười, đáp: "Cái tâm của anh ấy như hư không, không biết là đụng chạm chỗ nào hỉ? Không sao đâu, tôi có gửi cho anh ấy đọc trước rồi. Anh ấy còn khen và gửi tặng tấm hình có cành hoa mai trước hiên nhà cho tôi nữa mà!" Quả là vậy. Anh Võ Đình là một người anh lớn thật đáng quí mến. Cả nhà tôi đều dành cho anh tình cảm đó. Anh không giận tôi vì bài viết đó, chỉ nói vài chữ để bảo vệ hai chữ "tóc phai" của anh, gửi bằng postcard đến tôi: "Vả lại, dù cạo đầu, tóc của thầy Minh Châu hay thầy Từ Mẫn đều bạc trắng thấy rõ kia mà!"

Trong giới văn bút, Võ Đình đã nổi tiếng từ lâu, là một đàn anh đi trước tôi nhiều năm, và nói về kiến thức học thuật thì đáng bậc thầy của tôi, nhưng anh rất khiêm cung, tế nhị, đôi lúc rất thẳng thắn.

Một lần, anh viết thư mách tôi biết, và cũng là xin phép, lấy một câu văn của tôi để đưa vào truyện ngắn nào đó của anh. Anh viết: "Tôi *chôm* của chú một câu trong truyện dài *Phương Trời Cao Rộng*, chỗ bà mẹ cầu thỉnh ông thầy cho đứa con trai của mình xuất gia." Câu văn mà anh nói là "chôm" đó, thực ra chỉ lấy ý thôi, chứ không phải lấy nguyên văn (tôi quên mất nó nằm trong truyện ngắn nào trong các tác phẩm của anh). Vậy mà anh vẫn "xin phép" đàng hoàng, cẩn thận. Qua chuyện nhỏ ấy, tôi thật cảm kích cung cách làm "văn nghệ" rất mực "quân tử" của anh.

Vài năm sau, anh liên lạc, nói là muốn trích đăng nguyên một đoạn trong bài viết của tôi, chính cái bài mà tôi nói chuyện "tóc phai" ở trên, để đưa vào lời tựa cho tác phẩm "Một Cành Mai" của anh. Điều này càng chứng tỏ rõ hơn, rằng anh không hề có ý giận trách gì cái "tội" dám phân tích bài dịch của anh. Tôi cho đó là một điều hân hạnh nên vui vẻ đồng ý. Đoạn trích ở trang 11-12, trong phần Lời Nhà Xuất Bản, như sau: *Bài thơ xuân trong cửa thiền được nhiều người biết đến nhất, có thể nói là bài 'Cáo tật thị chúng' của Mãn Giác, một thiền sư Việt Nam thế kỷ thứ*

XI, thời Lý, cách đây gần một ngàn năm. Bài thơ ấy thực ra không phải là một bài thơ. Không phải là thơ vì thiền sư, thực ra, đã không làm thơ. Chỉ có thể nói được rằng vào một lúc tâm tư tịch lặng an nhiên nhất, khi những thăng trầm của thế sự không còn là điều bận lòng với mình, khi những cánh hoa tan tác rơi rụng không làm tâm hồn xao xuyến, hãi sợ nữa; và khi, chính sự biến thiên của vạn hữu vô thường ấy lại ảnh hiện vẻ trường cửu bất diệt của chân tâm, thiền sư bất chợt bật lên một tiếng kinh ngạc, hốt nhiên giác ngộ tính cách bất nhị của bản thể và hiện tượng giới. Lắng lặng cảm nhận niềm an lạc và trí tuệ vô biên đó, thiền sư đóng cửa, cáo bệnh, không bước ra khỏi phương trượng để sinh hoạt với đệ tử như mọi khi. Các đệ tử chầu chực bên ngoài, lo âu, bồn chồn, như linh cảm rằng thầy mình sắp từ giã cuộc đời. Đến chiều tối, để không phụ lòng các đệ tử đang quan tâm đến mình, thiền sư mỉm cười thảo một bài kệ ngắn, gởi ra ngoài cho đại chúng. Bài kệ ấy trở thành những lời dạy cuối cùng ân cần, cảm động và siêu thoát nhất của thiền sư để lại cho đệ tử. Và ngôn ngữ của một kẻ giác ngộ, đứng trên đỉnh cao chót vót của trí tuệ, dù không đẽo gọt, uốn nắn, tìm chữ, sắp đặt ý lời, đã vô tình trở nên thơ. Bài kệ, hay bài thơ "Cáo tật thị chúng" (Cáo bệnh để dạy đệ tử) ấy, trở thành bài thơ bất hủ của nhân loại..."

Cũng liên quan đến "một cành mai," một lần khác, anh viết email hỏi tôi: "Nè chú, tại sao Thiền sư Mãn Giác làm thơ bằng Hán văn không viết là *'nhất mai chi'* mà lại viết *'nhất chi mai'*. Chẳng phải theo chữ Hán thì cành mai phải viết là 'mai chi' hay sao!? Chú rành chữ Hán chú nói tôi nghe thử." Tôi viết email trả lời: "Thưa anh, em cũng chẳng rành chữ Hán lắm đâu, nhưng nếu anh hỏi thì em cũng nói theo cảm nghĩ thôi, chứ không chắc là đúng, vì Hán văn vốn chẳng có văn phạm gì cả - văn phạm là do người đời sau, hình như là Hồ Thích hay Lâm Ngữ Đường hệ thống hóa mà đưa vào thôi! Theo em, nếu viết là *'nhất mai chi'* thì chỉ là một cành của cây mai, cành mai đó chưa chắc có hoa; còn viết *'nhất chi mai'* thì đó là một cành mai nở hoa. Chữ 'mai' đi sau này trở thành như một động từ: nở những hoa mai. Vậy, *'nhất chi mai'* là một cành nở đầy những hoa mai, hay một cành mai nở đầy hoa." Anh đọc xong thư, liền viết lại: "Chú trả lời như rứa tôi rất chịu! Tôi cũng như chú, không dám nói là đúng. Vả lại (anh thường dùng chữ này), văn học, hay văn phạm, cũng chẳng có chi gọi là đúng hay sai. Nghệ thuật chỉ có cảm được hay không mà thôi."

Sở dĩ phải dài dòng chuyện văn nghệ riêng tư giữa anh và tôi ở đây, cũng như lại nhắc câu chuyện cành mai của Thiền sư Mãn Giác (dù đã nói khá nhiều trong những bài viết khác rồi), là vì chẳng hiểu sao, khi nhớ tới anh Võ Đình là tôi nghĩ tới một cành mai. Cảm giác này cũng từng đến khi tôi nhớ về thầy bổn-sư của tôi (đã viên tịch từ năm 1991). Có lẽ vì những vị này đều quí mai và thường nhắc đến mai trong sáng tác của họ.

Riêng anh Võ Đình, còn có tên thật là Võ Đình Mai. Đình Mai, rõ ràng là một cây mai trước sân. Hơn thế, tác phẩm cuối cùng (?) của anh, chẳng phải là tác phẩm "Một Cành Mai" đó sao!

Còn nhớ một đoạn trong *The Rock Garden* của Nikos Kazantzakis, có câu này: *"Hỡi cây mai trước sân nhà, ta không về nữa đâu. Nhưng còn ngươi, khi xuân về xin đừng quên nở hoa."* (O plum tree before my house / I shall never return / But you do not forget to blossom / Again in the spring!)[1] Theo Kazantzakis thì những lời này được tìm thấy trên một giải lụa mềm giấu trong nón sắt, hoặc cuộn trong

---

[1] *The Rock Garden* của Nikos Kazantzakis, bản dịch Anh ngữ của Richard Howard, Touchstone xuất bản năm 1963, trang 171. Theo bản dịch này, chữ "before my house" có vẻ như không nói cây anh đào trồng trước sân, mà là một cây anh đào đâu đó ngoài đường, trước nhà.

giây thắt lưng của các samurais Nhật thời xưa. Lời nhắn trên thẻ bài nói lên quyết tâm của người chiến sĩ khi ra trận, đồng thời cũng là lời nhắn gửi thật tình cảm của người chiến sĩ ấy về với gia đình, làng xã. Cây mai trước sân nhà. Một hình ảnh gần gũi, gắn liền với tâm tư của người Nhật-bản. Cây mai được nói ở đây, *plum tree*, không phải cây mai của người Việt chúng ta, mà là một cành anh đào. Nhưng nó cũng là loại cây thường được trồng nơi sân trước.

Về cây cảnh, cây kiểng, người Á-đông thường đưa những gì quí, đẹp khoe ra ở sân trước, những gì tập tàng tạp nhạp thì giấu ở vườn sau. Cây mai đứng đầu trong bốn loài cây quí (*tứ quí:* mai, lan, cúc, trúc), và nở hoa vào mùa đầu của bốn mùa (*tứ thời:* xuân, hạ, thu, đông). Cho nên mai đứng ở trước sân (*đình tiền mai,* hoặc viết gọn là *đình mai*).

Võ Đình rất là Huế, và rất là Tây. Chữ "quân tử" (thường được hiểu là phong cách trượng phu theo kiểu Trung Hoa) không thích hợp để gọi anh. Nhưng vẻ chân, thiện, mỹ toát ra từ biểu tượng một cành mai trước sân thì đúng là phẩm cách văn nghệ tài hoa và trung thực của con người ấy.

"Một Cành Mai," tác phẩm cuối đời của Võ Đình, vẽ những bức tranh thủy mặc, dịch và viết về những bài thơ thiền Việt Nam, có lẽ là những gì anh muốn gửi lại cho đời, cô đọng một đời làm và sống với nghệ thuật của anh. Một con người vừa trầm mặc vừa xông xáo trong sáng tạo như anh thật hiếm có. Người ta gọi anh là Võ Đình. Tôi muốn gọi anh là Đình Mai, cội mai già trước sân. Mai có thể trải qua sống-chết, còn-mất, nở-tàn theo bốn mùa, nhưng cốt cách, phong vận của nó thì còn mãi.

(California, ngày 26 tháng 7 năm 2009)

MỘT GIỜ KHÔNG CÓ ĐIỆN

Buổi sáng một ngày thường.

Khu vực này, ngày thường cũng như ngày cuối tuần, chẳng gì khác. Vẫn yên tĩnh. Hiếm khi thấy người qua lại. Chim, quạ là khách vãng lai thường xuyên nơi những cội cây và bãi cỏ trước sân. Nắng mai chưa xuyên thủng được màn sương lạnh nên trời hãy còn mờ mờ.

Một ly cà-phê nóng, uống chậm vào buổi sáng. Cà-phê này được pha trong một cái cốc có quai (mug), đặt trên một cái lò hâm nhỏ vừa vặn đáy cốc (mug warmer) để có thể nhâm nhi, uống lai rai mà nóng hoài. Thật là thú vị với bàn viết nơi cửa sổ hướng ra sân trước. Ngồi xuống, mở máy ra: thế giới ảo được trình hiện ngay trước mắt, trong một khung chữ nhật với diện tích khiêm tốn. Và đàng sau thế giới này là khung chữ nhật lớn hơn, trong suốt, mở ra một vườn cảnh nhân tạo, nhưng khá hữu tình. Thế giới ảo, thế giới thật, qua hai khung chữ nhật này, xem ra cũng chẳng khác nhau mấy về bản chất.

Vừa uống cà-phê, vừa đọc bài vở trên mạng. Bất chợt, điện cúp. Thế giới màu sắc từ khung chữ nhật nhỏ nhanh chóng biến mất, để lại một màu tối sầm vô tri. Ái chà, điện cúp! Lòng dấy lên chút bực bội, chút lo âu. Bực bội vì đang đọc một bài viết khá quan trọng mà bị đứt ngang, chẳng biết khi có điện trở lại có thể nhớ mà tìm ra được bài ấy hay không. Lo âu là không biết điện sẽ cúp bao lâu. Mười năm ở khu này, hình như điện chỉ cúp một vài lần, mỗi lần khoảng nửa giờ đồng hồ.

Rời khỏi bàn viết, đi vòng các phòng, bật các công tắc điện lên: chẳng đèn nào sáng cả. Đúng là cúp điện cả nhà.

220

Lại đến bên cửa sổ, nhìn ra ngoài, hướng về mấy cửa sổ của các nhà hàng xóm đối diện, cách nhau một khoảnh vườn. Mắt cận thị không mang kiếng, chẳng nhìn thấy chi. Vả lại, buổi sáng giờ này, đâu có nhà nào bật đèn, làm sao biết được điện của họ có bị cúp hay không! Bước ra sân sau, mở hộp cầu giao điện, bật tắt hết, rồi bật ngược lại. Vào nhà, cũng không thấy điện lên. Vậy thì đúng là cúp điện toàn khu vực. Đành chịu thôi. Không làm gì được. Nguyên các dãy nhà ở vùng này đều sử dụng điện cho các hệ thống bếp lò, máy sưởi, máy lạnh... Điện mà cúp thì xem như đời sống ngưng đọng, chẳng có thứ âm thanh hay hình ảnh sống động nào trong nhà có thể phát ra, di chuyển hoặc tỏa sáng. Cái tủ lạnh ở nhà bếp kêu rè rè suốt mười năm, phút này mới chịu im lặng.

Thói quen của một người ăn ít, ngủ ít, làm việc nhiều, không cho phép ngồi im mà bó tay, bỏ phí thời giờ, liền tính ngay chuyện thay quần áo, ra xe lái một vòng, có thể đến gặp một người bạn, hoặc ra phố mua vài món cần thiết, hoặc vào tiệm sách báo xem có gì mới không... Chợt nhớ lại cái cửa ga-ra cũng dùng điện! Điện đã cúp rồi thì làm sao lái xe ra khỏi ga-ra được. Đây là loại cửa được cuốn lên bằng các bánh xe nhỏ chạy theo đường ray (rail), chẳng biết khi điện cúp có thể dùng tay kéo cửa lên được không, chưa bao giờ thử cách này; mà dù có được đi nữa, khi xe ra ngoài rồi, làm sao mà khóa cửa ga-ra? rồi khi lái xe quay về, có mở cửa ra được không nữa! Ôi, thật là phiền! Thì thôi, khỏi đi đâu là yên chuyện.

Quay trở về với bàn viết. Ngồi thừ ra một chặp, rồi lại nghĩ lan man chuyện khác, những chuyện thực tế sắp xảy ra... Chẳng hạn, chút nữa, giờ trưa đến, sẽ ăn gì đây? Lò điện không thể nấu. Khung hâm (microwave) không thể hâm. Xem như chuyện nấu và hâm các thứ thức ăn như cơm, canh, bánh burger, v.v... là bất khả, vì các thứ này đều nằm trong tủ lạnh và ngăn đá! Thức ăn khô không nằm trong tủ lạnh có gì nhỉ? A, có mì gói Mama của Thái! Loại mì này đã được người Việt tị nạn chiếu cố, rất khoái, trong thời gian còn ở Thái chờ đi định cư. Ủa, mà không có điện thì làm sao nấu mì! Đúng là lẩn thẩn.

Đứng ngồi không yên. Đi qua đi lại một lúc. Tất cả các phòng, các máy móc, đều im lặng và tối mù. Ngay cả cái điện thoại trên bàn cũng lặng câm, đèn báo lời nhắn của nó cũng tắt ngấm. Nhấc điện thoại lên chẳng nghe tiếng kêu o o. Điện thoại này là digital telephone (điện thoại hệ số), gắn với hệ thống giây cáp (cable), nên điện tắt thì hộp cable có găm điện cũng tắt, rồi hộp cầu dẫn (router) cũng tắt luôn. Sẽ chẳng ai liên lạc được qua điện thoại trong thời gian cúp điện. Mò tay vào túi, lôi ra cái điện thoại di động (cellular phone), mở nắp ra, thấy đèn và hình ảnh của nó hãy còn sáng (dĩ nhiên, nó có liên hệ gì đến chuyện cúp điện đâu chứ!). Ừ, hãy còn có nó, là thứ máy nhỏ nhất, tiện dụng nhất, còn sót lại trong căn nhà cúp điện này. Như vậy, phải biết là điện tử cao hơn điện một bậc nhé! Ủa, mà nếu không có điện thì cái điện thoại điện tử này có xài được không mà nói phách! Chẳng phải pin (battery) của nó cũng phải nhờ xạc điện hay sao!

Đến bên kệ sách, sờ cuốn này, cầm cuốn kia, lật vài trang cuốn nọ… Nhiều sách hay quá. Nhưng mà đọc sách trong không gian mờ mờ thiếu đèn điện và thiếu cả ánh sáng mặt trời: không hứng! Cho nên, không chọn cuốn nào. Thẫn thờ bước đến sofa, nằm dài, gối đầu lên hai tay nhìn trần nhà. Cuộc sống có vẻ ngưng tụ và chết đọng khi không có điện. Tất cả đều đi vào câm lặng và tăm tối.

Ồ, tại sao mình lại quá lệ thuộc vào điện và điện tử như thế! Dù cho cúp điện trọn ngày, trọn tuần hay trọn tháng, chẳng lẽ mình không sống được, không làm việc được hay sao? Huống gì chuyện cúp điện ở Mỹ, ngoại trừ những lúc gặp thiên tai bất thường, họa hoằn mới xảy ra và chỉ kéo dài cao nhất là một giờ đồng hồ. Một giờ đồng hồ không có điện, có gì mà hoảng lên thế!

Nhớ ngày còn bị tù, có nấu nướng gì đâu. Trại tù cho

gì ăn nấy. Đồ thăm nuôi có mì gói, miến khô, đâu có lửa hay lò để nấu, cũng ăn được hết. Ngâm nước lạnh một hồi mì hay miến cũng nở ra. Không có nước để ngâm thì ăn khô cũng ngon như thường. Lên ghe vượt biển cũng thế. Ba ngày bốn đêm, nhịn đói, nhịn khát. Khi được chia nước thì chỉ được nửa chén mà còn nhường cho người khác nữa kia mà. Không lẽ sống lâu trong tiện nghi sẽ trở thành nô lệ của máy móc, điện, điện tử…? Không lẽ mình sẽ trở nên vô dụng, và một giờ một ngày của mình sẽ trở nên vô ích khi không có điện? Có thể nào không cần bất cứ thứ máy móc hiện đại nào trong vòng một ngày, một tuần hay không? Có thể lắm, có thể lắm.

Tắt luôn cái điện thoại di động. Duỗi thẳng hai chân, hai tay, trong tư thế thật buông thư. Thở nhẹ. Thật yên tĩnh. Thật yên tĩnh. Bất chợt khám phá một thứ âm thanh còn hoạt động trong nhà, đó là cái đồng hồ treo tường. Đứng dậy gỡ nó xuống, tháo cục pin ra. Trở lại, nằm. Còn gì nữa không? Còn thứ máy móc nào nữa không? Còn, còn một cái máy hoạt động, đó là não bộ của nhà ngươi. Nó hoạt động như cái máy, có gì khác chứ! Vậy thì tắt luôn. Empty your mind. Buông xả, buông xả tất cả. Giữ một cái tâm như hư không… Cũng không phải là "giữ" nữa. Không có cái chủ thể đang giữ hay kiểm soát cái đối tượng là tâm… Empty your emptied mind…

Tiếng của máy vi tính kêu tít lên một tiếng cho biết máy đã hoạt động trở lại. Có nghĩa là đã có điện. Có nghĩa là có thể đọc tin, viết bài, làm việc trở lại. Bây giờ là mấy giờ? Không biết. Đã nằm đây bao lâu? Có ngủ không? Không biết. Bây giờ có cần ngồi dậy đến ngồi vào bàn viết hay không? Có cần phải mở điện thoại di động trở lại không? Có lẽ không cần đâu. Muốn nằm đây thêm một lúc. Muốn điện cứ việc cúp thêm một vài giờ, hay một vài ngày, không sao cả.

Bên ngoài, nắng đã lùa vào cửa sổ. Một buổi sáng yên tĩnh, thật đẹp. Một cái đẹp tình cờ, không phải cầu mong mà có được. Mai sau, nếu có ngày nào đó lại cúp điện, không chắc là có được trở lại những phút giây yên tĩnh mênh mông như một giờ của ngày hôm nay.

(2009)

HÓA TRANG

Sáng thứ Bảy bước vào nhà băng, thấy các nhân viên đều hóa trang. Sực nhớ hôm nay là ngày Halloween, ngày Lễ hội hóa trang, hay là ngày của ma quỷ (có người nói thế).

Nguồn gốc lễ hội này xuất phát từ châu Âu, chính xác là từ Tô-cách-lan, Ái-nhĩ-lan, Anh-cát-lợi và một phần miền bắc nước Pháp bởi sắc dân Celts. Lễ hội đã có từ trước công nguyên, tức đã hơn hai nghìn năm rồi, nhưng mãi đến hậu bán thế kỷ thứ 19, mới bắt đầu phổ biến tại vài tiểu bang Đông Bắc Hoa Kỳ, là do những di dân từ các nước kia sang lập nghiệp. Bây giờ thì đã lan khắp, không những Hoa Kỳ mà còn qua Á châu. Lịch sử và các truyện tích của lễ hội này có nhiều nguồn. Tìm đọc sơ qua Google search thì biết vậy, chứ ở đây chẳng phải chỗ để nói, huống nữa, hãy để những người có khiếu kể chuyện ma và chuyện kinh dị đảm trách thì hấp dẫn hơn.

Trở lại với buổi sáng ở nhà băng. Nhìn các nhân viên trong các trang phục khác nhau, thấy cũng vui vui. Có người hóa trang con thú gì đó không đoán ra nổi. Có lẽ phải xem nhiều phim hoạt họa của con nít mới biết đó là con gì. May mà cô tiếp mình hóa trang đơn giản, dễ nhận ra. Nụ cười thân thiện, cô chào hỏi, mình đáp lấy lệ, rồi bỗng thấy làm vậy có vẻ lạnh lùng quá cho một ngày hội hóa trang, bèn nói đùa một câu:

"Chào bác sĩ."

"Hả, bác sĩ à? Không, tôi là Kate Gosselin, y tá!"

"Ồ, xin lỗi, chào cô Kate..." Mà Kate Gosselin là ai vậy kìa? Chắc là nhân vật nào trong phim mà mình chưa xem.

Cô nhướng mắt ngó mình rồi cười ngất, xoay qua người bạn kế bên nói, "anh ấy nói tao là bác sĩ!" Cách nói của cô không phải hãnh diện bị hiểu lầm là bác sĩ, mà chính là thất vọng vì mình không nhận ra cô là cái cô y tá Kate Gosselin nào đó. Có lẽ cô nghĩ mình nhà quê, ít đọc, hoặc ít chịu xem phim, xem tivi...

Hừm, y tá hay bác sĩ, có khác gì đâu chứ. Cô chỉ mặc cái áo choàng trắng, máng cái ống nghe lên cổ, giống như mấy bác sĩ tôi từng gặp ở bệnh viện, họ đều mặc như vậy cả mà. Bản tên cô đeo cũng đâu có ghi chữ gì là nurse hay là Kate Gosselin. Hóa trang thôi mà làm dữ vậy!

"Anh cần giúp gì nào?" cô nhân viên xoay lại, cố giữ nụ cười tươi, hỏi.

Tôi đưa món tiền mặt của tòa soạn để nhờ cô đưa vào trương mục. Cô nhanh nhẩu bỏ xấp tiền vào máy đếm. Rẹt, rẹt, rẹt... tiền giấy bị kẹt. Cô lắc đầu, tỏ vẻ khó chịu, vừa gỡ tiền ra khỏi máy, vừa nói:

"Lần sau anh đưa tiền nhớ tháo mấy cái kim ra rồi hãy đưa tôi nhé!"

"Ồ, xin lỗi, tôi không kịp nói cho cô biết..."

Y tá gì mà khó chịu, ít dễ thương thế, mình thầm nghĩ. Cô lầm lì tháo kim, sau đó lại đưa tiền vào máy. Lần này thì đã trơn tru. Nhưng cô vẫn chưa hết bực dọc, còn lặp lại câu nói khi nãy:

"Lần sau anh đưa tiền nhớ tháo mấy cái kim ra... Anh cần giúp gì nữa không ạ?"

"Thưa không, cảm ơn cô."

"Chúc một ngày vui," cô nói.

"Tôi cũng chúc cô như vậy."

Về tòa soạn, nói với cô thủ quỹ, lần sau nhớ tháo mấy cây kim ra trước khi đưa cho nhà băng... Cô trợn mắt nói:

"Họ cầm tiền của mình thì phải biết là có kim hay

không chứ sao lại trách mình! Trước khi đưa vào máy đếm phải xem lại khách hàng có bấm kim hay cài kim vào tiền không đã. Mấy cây kim đó, không lẽ mình dùng móng tay gỡ ra à! Họ ở văn phòng có staple remover để gỡ, đó là bổn phận của họ! Đúng là xớn xa xớn xác để mắt ở đâu rồi còn trách ngược khách hàng!"

Ừ nhỉ, cô thủ quỹ nói cũng đúng, mà bây giờ mình mới nhận ra. Nhưng mà, cho dù mình có sớm biết điều đó thì cũng đâu dám trách người ta. Có đời nào mình lớn tiếng bắt lỗi người ta nơi công cộng vì ba cái chuyện nhỏ xíu như vậy. Huống gì, người ta đang vui, đang hóa trang làm y tá Kate Gosselin mà...

Buổi tối ngồi một mình viết những giòng chữ này. Bên ngoài có tiếng lũ trẻ hàng xóm la hét, chạy rần rật. Chắc là bị ai đó giả ma hù dọa. Lâu nay mình không có tổ chức Halloween nên không để cửa hé, cũng không có trái bí thật bí giả gì để trước sân. Lũ trẻ thấy nhà tối om nên cũng chẳng bén mảng gõ cửa để "trick or treat."

Hóa trang. Cũng vui. Bầy con nít, và ngay cả một số người lớn, cũng chẳng cần hiểu nguồn gốc hay sự tích Halloween làm gì. Thấy người ta làm thì làm theo. Mùa lễ hội, các gian hàng, công sở, tư sở, đều có hóa trang, trưng bày bí đỏ, mạng nhện, phù thủy, cây chổi, mèo đen, bộ xương khô... vui quá đi chứ! Rồi đêm đến, bầy trẻ rủ nhau từng tốp, đi gõ cửa từng nhà, trick or treat, xin kẹo... Mình chẳng tham dự nhưng cũng vui lây với niềm vui con nít.

Ngồi gõ chữ, vừa ngẫm ngẫm nghĩ nghĩ về chuyện hóa trang. Hóa trang. Hóa trang. Mình muốn nói gì vậy? À, là hóa trang. Mọi người đều hóa trang cả đấy mà, đâu cần phải đợi đến lễ hội Halloween.

Khi thay và mặc áo quần mỗi ngày trước khi rời phòng và trước khi ra khỏi nhà là hóa trang rồi đó. Mỗi người đã tự chọn một thứ trang phục thích hợp nhất với nhân dáng, vai trò và vị trí của mình trong gia đình, xã hội.

Là thói quen, là điều tự nhiên. Nhưng chẳng phải cũng là một hình thức của hóa trang và đóng kịch hay sao? Chúng ta hóa trang mỗi ngày mà không tự ý thức. Nếu không hóa trang thì ở nhà cũng giống như khi ra đường, đến sở cũng giống như khi ở phòng riêng. Hoặc có thể nói ngược lại, *"tọa mật thất như thông cù"* (một mình ngồi trong phòng kín vẫn giữ cái lễ giống như ở ngã tư đường). Nếu ra ngoài đường thì tươm tất lịch sự, đi đứng trang nghiêm, nói năng chừng mực nhỏ nhẹ, rồi về phòng riêng thì ngã ngớn, lè phè, buông thả, ăn nói thô tháo... chẳng phải đã chứng tỏ mình chỉ đóng kịch với tha nhân và dối gạt chính mình hay sao! Bước ra khỏi phòng, chúng ta đã khác, bước ra khỏi nhà, chúng ta càng khác hơn. Rồi đến sở, khác, đến chùa hay nhà thờ, lại khác hơn một chút. Nghĩa là chúng ta chưa bao giờ sống thực với mình. Cuộc sống của chúng ta là một chuỗi ứng biến, đối xử với những người chung quanh, vừa biểu hiện phong cách, tư cách, một personality của mình. Cái gọi là tư cách đó, chẳng qua chỉ là một hóa trang, kết quả từ sự va chạm với tha nhân và xã hội. Chúng ta khoác mặc cho mình những lớp áo gọi là cái lễ của người phương Đông, hay cái cung cách và phép lịch sự (manner, behavior) của người phương Tây. Những lớp áo đó dần dần trở thành cá tính, đặc tính của mỗi chúng ta, chỉ khác là đậm hay nhạt, rộng hay chật. Nếu thấy thoải mái trong những lớp áo đó, chúng ta hạnh phúc, và hóa trang không còn là hóa trang. Nếu không thấy thoải mái, chúng ta sẽ suốt đời sống trong vờ vĩnh, giả bộ.

Cho nên, trong một nghĩa nào đó, sống hạnh phúc ở đời chính là biết chọn cho mình một sự hóa trang hoàn hảo; có nghĩa là vừa vặn, thích hợp với mình ở nhân dáng, tác phong và cả ở tâm hồn nữa. Một sự hóa trang nhẹ nhàng, không đến nỗi là một sự che giấu thiên hạ, lừa dối chính mình.

Cũng có nghĩa là hãy nói những gì chúng ta chính mắt thấy, chính tai nghe; đừng cố ý nói sai sự thực. Cố ý nói sai sự thực chính là lừa dối mình, lừa dối đời bằng một kiểu hóa trang vụng về, thô lậu.

Cũng có nghĩa là hãy thực hiện những gì chúng ta nghĩ là đúng, là công bằng, sau khi đã cân nhắc kỹ lưỡng với trí tuệ và kinh nghiệm (không phải chủ quan của riêng mình, mà của số đông, của những bậc hiền triết đi trước mình). Nghĩ một đàng, làm một nẻo, nghĩ là đúng mà không dám làm, biết là sai mà vì lý do gì đó vẫn cứ làm, là sự hóa trang tồi tệ nhất trong những kiểu hóa trang.

Chúng ta có thể sống thực và cùng lúc có thể hóa trang, không gì trở ngại. Nhưng nên nhớ rằng, hóa trang là một nghệ thuật làm vui người khác, làm đẹp cuộc đời, không phải là những lớp áo để ẩn náu và che giấu những gì không thật. Sự thật không bao giờ được che đậy mãi mãi bằng những lớp vỏ ngụy trang.

(California, ngày 31 tháng 10 năm 2009)

CẢM ƠN TẤT CẢ

Người Tây phương thường nói lời cảm ơn với nhau, giữa người cho và người nhận, giữa người bán và người mua, người giúp và người được giúp. Trong tương quan hai chiều, ai cũng cảm ơn đối phương cả. Đây là một trong những phép lịch sự xã giao tây phương mà tôi thích.

Nói đến việc cảm ơn của người Tây phương, không thể không nói đến Thanksgiving, Lễ Tạ Ơn, là một lễ lớn có nguồn gốc tôn giáo, nhưng nay đã trở thành ngày lễ phổ quát của dân gian, thế tục (secular holiday). Trong tôn giáo, người ta tạ ơn thượng đế mà họ tôn thờ. Trong dân gian ngày nay, việc cảm ơn trong Lễ Tạ Ơn được mở rộng đến với tất cả những đối tượng nào người ta mang ơn, do vậy, cảm ơn cha mẹ, thầy giáo, sếp (chủ), người làm, nhân viên bưu điện, người dọn rác, v.v...

Ý nghĩa tạ ơn, cảm ơn như thế, thật là phù hợp với giáo lý Tứ Ân đã có từ lâu trong truyền thống Phật giáo. Tứ Ân hay Tứ Trọng Ân (bốn ơn nặng cần phải báo đền) được nói đến trong nhiều kinh điển Phật giáo. Đôi chỗ trình bày bốn ơn này khác nhau tùy theo khuynh hướng, thời đại và quốc độ, nhưng phổ quát nhất, xin được ra khỏi giới hạn thiền môn để trình bày như sau:

1) Ơn cha mẹ sinh dưỡng, gia giáo,
2) Ơn thầy dạy, học đường, giáo dục lễ nghĩa và kiến thức,
3) Ơn quốc gia, mà đại diện là chính quyền, bảo vệ giang sơn, giữ gìn an ninh xã hội, tổ chức và thi

hành các luật lệ chung để tạo đời sống trật tự, bình đẳng và ấm no cho quốc dân,

4) Ơn chúng sanh, ơn của tất cả muôn loài.

Đối với hai ơn đầu, cha mẹ và thầy dạy, người con và người học trò nào cũng đều rõ, ở đây không cần bàn thêm.

Với ơn thứ ba là quốc gia mà trực tiếp là chính quyền từ trung ương đến hạ tầng, mỗi quốc dân cần nhận rõ nghĩa vụ của mình nhằm góp phần hoàn chỉnh đời sống và quyền lợi chung. Chính quyền của thời đại ngày nay không phải là chính quyền do "ông trời" nào sắp xếp, đặc cách cho làm "thiên tử" (ông trời con), mà do ý nguyện của số đông, của toàn dân. Chính quyền tốt thì ủng hộ, góp phần xây dựng, làm cho thêm cường thịnh; chính quyền xấu thì góp ý sửa sai, điều chỉnh, có khi cần phải làm cách mạng để lật đổ, thiết lập một chính quyền tốt đẹp hoàn hảo hơn. Bởi vì mục đích của chính quyền là để an dân. Dân không an, xã tắc không ổn định, chính quyền ấy không có lý do tồn tại và bám giữ quyền bính. Suy ra, được sống yên bình trong quốc gia nào phải nhớ ơn quốc gia đó. Những người Việt tị nạn cộng sản, đã định cư trên các quốc gia tự do, dân chủ, phải nhớ ơn quốc gia đón nhận và tạo điều kiện cho đời sống ổn định, bình an, thăng tiến của mình. Sau hơn ba mươi năm sống lưu vong, hầu hết người Việt tị nạn đều trở thành công dân, có quốc tịch của các quốc gia mà tâm thức ban đầu thường nghĩ là đất "tạm dung." Thế thì, là quốc dân của quốc gia mới, không thể phụ ơn mà phải báo ơn bằng cách thi hành các nghĩa vụ công dân, đóng góp tâm trí và tài sức của mình vào cho sự phồn thịnh an vui của quốc gia ấy; nếu không tích cực đóng góp được thì cũng không làm điều gì trái ngược với quyền lợi và nguyện vọng chung của toàn dân trong quốc gia mà mình đang là công dân chính thức. Chính quyền không phải là quốc gia, không phải là tổ quốc. Chính quyền làm tốt thì mang ơn, cảm ơn; chính quyền làm sai làm xấu thì lên tiếng và bày tỏ thái độ phản đối để điều chỉnh. Góp phần làm cho đẹp cho tốt hơn, đó là nhớ ơn, báo ơn quốc gia, chứ không phải nhắm mắt nhắm mũi cảm ơn những kẻ cầm quyền bán nước, hại dân.

Bây giờ hãy nói về ơn thứ tư, là ơn chúng sanh. Đừng nghĩ chúng sanh ở đây là hàng sinh linh luân hồi đối với Phật và bồ-tát giác ngộ. Chúng sinh ở đây bao gồm tất cả loài hữu tình và vô tình. Một định nghĩa khá phổ thông của nhà Phật là *"giả **chúng** duyên nhi **sanh**, cố viết chúng sanh,"* có nghĩa là cái gì vay mượn các yếu tố/phần tử khác để được sinh ra thì cái đó là chúng sanh. Hoa không tự nó sinh ra mà cần có hạt giống, đất, nước, phân bón, không khí, ánh nắng. Vậy hoa là chúng sanh. Người không tự mình sinh ra mà cần có sự kết hợp của thần thức, tinh huyết của cha mẹ, cùng với tứ đại (các hợp chất đất, nước, không khí-gió, nhiệt độ-lửa). Vậy người là chúng sanh. Tứ đại (đất, nước, gió, lửa) cũng không tự sinh mà phải nhờ các nguyên tử đặc trưng của mỗi chất kết hợp nên (âm tử, dương tử, trung hòa tử - electron, proton, neutron), vậy tứ đại cũng là chúng sanh. Các loài muông thú cho đến các loài vô tình như đất, đá, cỏ cây, v.v... cũng đều nhờ đến nhiều yếu tố nhân duyên khác mà sinh ra. Tóm lại, tất cả những gì hiện hữu trên cuộc đời, trong vũ trụ, hữu hình hay vô hình, hữu tình hay vô tình, đều là chúng sanh.

Ơn chúng sanh là ơn của toàn thể vũ trụ, vạn hữu. Cho nên, ơn cha mẹ, ơn thầy dạy, ơn quốc gia, là nói cho cụ thể, chứ ba ơn đó đều nằm trong ơn chúng sanh. Tổ tiên, ông bà sinh ra cha mẹ phải nhờ tất cả những yếu tố nhân duyên chung quanh, trực tiếp và gián tiếp kết hợp, tác động. Thầy dạy, quốc gia cũng thế. Không có ai, không có cái gì tự sinh ra. Tất cả đều phụ thuộc vào nhau, nương vào nhau, tác hưởng với nhau mà hình thành mọi sự, mọi vật, mọi loài trên đời. Triết lý nhà Phật gọi đó là tương sinh, cộng sinh.

Vậy, nghiệm xét thật sâu mối tương quan chằng chịt giữa con người và chúng sanh, mỗi người chúng ta đứng trước cuộc đời, phải trân trọng cảm ơn tất cả. Chẳng có ai, chẳng có vật gì trên đời này mà không ban ơn đến chúng ta. Nâng một ly nước lên uống, chúng ta thấy nước, người mang nước đến, người sản xuất cái ly, ông bà cha mẹ của những người này, những người tạo ra phương tiện chuyên chở để mang nước đến, những người tạo ra máy lọc nước, ông bà cha mẹ của những người này, thầy dạy của những người này, những người tạo ra cơm ăn áo mặc cho tất cả những người kể trên... Nghiệm càng sâu, càng thấy rõ sự liên hệ bất phân giữa mình với thế giới, với muôn loài. Cho nên, cảm ơn là cảm ơn tất cả. Chúng ta luôn là kẻ thọ ơn của thế giới, của chúng sanh. Với ý niệm đó, đừng bao giờ cho rằng mình là kẻ ban ơn, dù mình đã cho ra một thứ gì. Người xưa thường nói, *"Thi ân bất ký, thọ ân bất vong,"* tức là khi ban ơn thì đừng nên nhớ, khi chịu ơn thì đừng nên quên. Bởi vì trong mạng lưới hỗ tương chằng chịt giữa mỗi cá nhân với toàn thể thế giới, chúng ta thực sự chẳng ban ơn cho ai thứ gì cả. Tất cả đều là sự trao đổi, hỗ trợ, hỗ tương. Hãy tự cho mình là kẻ thọ nhận ơn lành của thế giới, của tất cả chúng sanh. Đó là thái độ khiêm cung, hiểu biết của con người trong thời đại mới, thời đại mà người ta nhận thức rằng hành tinh này chỉ là một phần tử thật nhỏ của thiên hà vũ trụ bao la, thời đại mà người ta nhìn ra tính cách tương quan, tương hệ của anh em nhân loại càng lúc càng rõ ràng hơn.

Đó là nhìn cái ơn trong sự thuận lý. Chứ ngay cả trường hợp một cá nhân hay nhóm người nào cố tình làm tổn hại đến mình, dĩ nhiên chúng ta cần có giải pháp đối phó để vượt qua hoàn cảnh nghịch ý đó, nhưng trong lòng cũng nên tỏ niềm biết ơn. Biết ơn kẻ xấu đã cho mình bài học của sự luyện tâm. Nhờ họ, mình hiểu được sự nhẫn nại, lòng khoan dung và đức trầm tĩnh của mình. Không có sự nghịch ý, sẽ không bao giờ chúng ta hiểu được tâm chúng ta cả.

Để cảm ơn tất cả chúng sanh, chúng ta tập sống đơn

giản, hòa bình, nhân ái, đừng cố tình hủy hoại và lạm dụng tài nguyên của thế giới, đừng làm ô nhiễm môi trường sống bằng sự ích kỷ, thù hận, tham lam cá nhân, những yếu tố dẫn đến chiến tranh, chết chóc, khủng bố, đói nghèo. Sự phung phí và thờ ơ của chúng ta luôn tác hại đến kẻ khác, chúng sanh khác.

Tóm lại, không cần phải đợi đến một ngày lễ lớn mỗi năm để nhớ ơn hay báo ơn. Chúng ta có thể nói lời cảm ơn với tất cả những ai ta tiếp xúc hàng ngày. Chẳng hạn, khi cảm ơn cha mẹ, cảm ơn người bán hàng hay người mua hàng, chúng ta đồng lúc liên tưởng đến tất cả nhân duyên nào liên hệ với những người đó. Trong liên tưởng như vậy, chúng ta luôn có trong ta một thế giới thân thuộc, gần gũi, đầy ơn lành của muôn loài chúng sanh. Và như vậy, một lời cảm ơn cha mẹ, một lời cảm ơn người bán hàng hay mua hàng, chúng ta cảm ơn tất cả.

(Tuần lễ Thanksgiving, cuối tháng 11, 2009)

NHƯ NÚI NHƯ MÂY

Núi đứng, mây trôi. Một tịnh, một động. Nhưng cả hai vẫn thường kề cận, tiếp xúc, có khi không thấy đâu là không gian ngăn cách. Mây ôm núi. Núi lẩn trong mây. Hình ảnh ấy, ai cũng từng thấy. Nhưng trong Thiền học, núi thường được dùng đến để nói một trạng thái hay một cảnh giới của định. Dáng ngồi vững chãi của thiền giả cũng được ví như núi. Thầy Nhất Hạnh có viết một bài tựa đề là *"Ngồi Yên Như Núi"* [1] để khích lệ khuyên nhắc các học trò trẻ ở Tu viện Bát Nhã Lâm Đồng khi họ gặp nạn. Còn mây thì thường dùng để chỉ vô thường, biến hoại. Trong văn chương cũng thế: *"Bức tranh vân cẩu vẽ người tang thương."* [2] Mây cũng được dùng trong âm nhạc nghệ thuật để diễn tả tiết tấu và văn phong trôi chảy, nhẹ nhàng, bất tuyệt: *"Lưu thủy, hành vân."* [3]

Tôi muốn mượn cách dùng hình ảnh núi và mây ở trên để nói về các Tăng Ni Bát Nhã, hay Tăng thân Làng Mai ở Tu viện Bát Nhã, Lâm Đồng. Họ là những ai, tôi không biết mặt, và dù đã đọc nhiều bản tin, vẫn không nhớ rõ đạo hiệu của những vị thường được nhắc. Tôi chỉ biết họ là một tập thể xuất gia trẻ, an tịnh, vững chãi. Ngồi như núi, bước như mây, giữa một trần gian đảo điên, bạo động, tráo trở, hiểm ác. Suốt thời gian bị cưỡng bức rời khỏi Bát Nhã với các vụ tấn công liên tục ngày đêm bằng chửi bới, hăm dọa, nguyền rủa, ném gạch đá, phân dơ, đánh đập bằng tay chân, gậy gộc, và cuối cùng là tống xuất bằng bạo lực, những Tăng Ni trẻ này đã tự kiểm soát và tự thắng bằng nội

235

lực của chính họ, không vị đạo sư hay bậc tăng trưởng nào trực tiếp dìu dắt. Tôi xem đây là hình ảnh cao đẹp và rực rỡ nhất của Tăng Ni trẻ Việt Nam suốt hơn 30 năm tu học và hành đạo trong đất nước cộng sản. *Thắng một vạn quân không bằng tự thắng. Tự thắng mới là chiến công oanh liệt nhất,*" kinh Pháp Cú đã ghi lời dạy bất hủ đó của đức Phật; và những Tăng Ni trẻ này đã làm đúng như thế trước cuộc áp đảo tàn bạo của những nhân viên công lực và "những kẻ lạ mặt" đằng đằng sát khí.

Dù đã khoác mặc pháp y của thiền gia, những Tăng Ni này vẫn còn là những người trẻ, tuổi từ 15 đến 35, nét mặt hãy còn thơ ngây, với những bàn tay nhỏ chỉ biết chắp thành búp sen, với những đôi chân chỉ biết bước nhẹ như mây trong dòng chánh niệm. Thân thể quý báu của họ được cha mẹ sinh dưỡng đã vì lý tưởng làm đẹp cuộc đời mà dâng hiến cho đạo. Vậy mà họ lại bị tấn công, lôi kéo, đánh đập, xúc lên xe, chở đi... rồi bỏ xuống đường dưới cơn mưa lạnh cắt của thời tiết cao nguyên, của cơn giông bão số 9 đang dần tiến vào.[4] Họ là những Tăng Ni trẻ, trong đó có một số được gọi là tập sự nam và tập sự nữ (nói nôm na theo ngôn ngữ nhà chùa là "điệu Tăng" và "điệu Ni", tức là những chú tiểu mới học hạnh xuất gia), cố nhiên thời gian tu tập và "tập sự" của họ chưa đủ chín muồi để bước vào những cảnh giới thiền định cao (ngoại trừ những trường hợp túc duyên nhiều đời rất hiếm) mà hành giả tuyệt nhiên không còn biết những gì đang xảy ra đối với thân xác, cũng như đối với các hiện tượng xảy ra chung quanh.[5] Như vậy, đáp lại với các bạo hành của những "người lớn" thế tục, Tăng Ni trẻ Bát Nhã đã không ở trong đại định mà chỉ ở trong chánh niệm, với những ánh mắt tỏa sáng năng lượng từ bi từng được học hỏi quán chiếu trong tu viện. Vũ khí tự vệ của họ là như thế. Cũng không thể nói là vũ khí. Hãy nói là pháp môn đối trị sân hận của chính mình và của người khác.

Chánh niệm là một chi trong Bát Chánh Đạo (Chánh

kiến, chánh tư duy, chánh ngữ, chánh nghiệp, chánh mạng, chánh tinh tấn, chánh niệm và chánh định). Thầy Nhất Hạnh triển khai chánh niệm thành một pháp môn, với lý thuyết nhân-quả đồng thời, nhân là chánh niệm, quả cũng là chánh niệm, chính nơi chánh niệm mà hành giả đạt được "hiện pháp lạc trú." Một câu nói thật văn chương của Thầy Nhất Hạnh bao hàm lý thuyết này là *"Không có con đường dẫn đến hạnh phúc. Hạnh phúc chính là con đường."* Một số người, trong đó có tôi, từng nghi ngại rằng không biết với những bước chân chánh niệm nhẹ nhàng, thảnh thơi, hành giả có thể vượt qua nổi các biến động và nghịch cảnh khắc nghiệt mang tính bạo hành, áp bức hay không. Thì nay, Tăng Ni trẻ tại Bát Nhã Lâm Đồng đã trả lời một cách hùng tráng bằng tinh thần và hành xử an nhiên, bất bạo động của họ. Cốt tủy của Phật giáo, con đường hòa bình của Phật giáo, đã một lần nữa, được chứng thực. Tuổi trẻ Việt Nam, tuổi trẻ Phật giáo Việt Nam đã cất lên tiếng nói của lòng thương yêu và hiểu biết đối với quê hương nói riêng, và toàn thế giới nói chung. Tiếng nói như những hoa sen, cùng lúc nở rộ trên quê hương thống khổ, và khiến cho cả thế giới bàng hoàng xúc động.

Không hờn oán, không sân hận, không trách lỗi ai. Tăng Ni trẻ Bát Nhã đã tiếp nối bước chân của Thầy-Tổ, từ bi và kham nhẫn, đưa vai gánh lấy nỗi khổ nhục của dân tộc và đạo pháp trước những áp bức bất công.

Họ đã làm gì? - Chỉ ngồi yên như núi, và bước đi như mây. Lý tưởng này, tâm nguyện này, vững chãi như núi, không thế lực nào có thể lay chuyển. Hướng đi này, bước chân này, nhẹ tựa mây trôi, chẳng ai có thể cản ngăn. Kiên định mà vô chấp. Từ bi mà thông tuệ. Ngồi như núi, bước như mây. Họ chỉ làm những việc đơn giản như thế.

Còn thế giới những "người lớn," những thế hệ đi trước họ, đã làm gì, nói gì để cứu nguy, để tìm giải pháp tốt đẹp nhất cho họ? Tôi cảm thông và tôn trọng những người im lặng. Có nhiều lý do để giữ im lặng, nhất là đang sống trong hoàn cảnh của đất nước, dưới chế độ ấy, có những điều tế nhị không thể nói ra hết, và không phải lúc nào cũng phải nói. Nhưng tôi thực sự thất vọng với một số người đã nói mà nói những điều không nên nói. Đổ lỗi cho nhau. Nói dối. Che giấu những thủ đoạn mờ ám và phi nhân. Đồng lõa với tội ác. Nói hùa theo phát ngôn nhân của nhà nước rằng đó chỉ là chuyện nội bộ giữa Thầy Nhất Hạnh và Thầy Đức Nghi. Nói chỉ nói chiếc, mỉa mai Thầy của các Tăng Ni Bát Nhã (đang hành đạo ngoài nước) mà không hề quan tâm thực trạng Tăng Ni trẻ đang là những nạn nhân bị áp bức tại quê hương. Đố kỵ, thù ghét Thầy mà tảng lờ khổ nạn của học trò. Bầy trẻ gặp nạn trong nhà lửa, có cần tìm hiểu chúng là con cái của ai không? Người con Phật thà không nói, còn nếu nói, phải nói như Chánh Pháp.

Tôi viết những dòng này, mục đích không phải để lên án những kẻ phi nhân tính, vì mặt thật của họ, cả thế giới đều biết rõ rồi. Tôi chỉ muốn tỏ lòng ngưỡng mộ của tôi đối với các Tăng Ni Việt Nam, trước hết là Tăng thân Làng Mai ở Bát Nhã, sau đó là chư tôn đức đã hết lòng bênh vực, bảo bọc và viết cả tâm thư[6] biểu lộ sự đoàn kết thương yêu đối với đồng đạo của mình. Qua quý vị, tôi biết tương lai của Phật giáo Việt Nam đi về đâu.

Con đường chúng ta đã chọn, không ai có thể thay đổi. Tất nhiên trong những hoàn cảnh nguy kịch và khắc nghiệt nhất, chiếc áo và sinh mệnh chúng ta có thể bị hủy phạm bởi bạo lực, nhưng lòng từ bi và hiểu biết thì không bao giờ vơi mất. Như núi, như mây, chúng ta đi vào cuộc đời.

California, ngày 14.10.2009

---

[1] Xem www.langmai.info và www.phusa.info
[2] *Cung Oán Ngâm Khúc*, Nguyễn Gia Thiều (1741-1789), câu 76.

[3] Nước chảy, mây trôi. Cũng có người dịch là đi mây, lướt nước (biển), nói phong cách giang hồ tự tại, lịch lãm. Trong cải lương Việt Nam có một bản nhạc tên "Lưu thủy hành vân", mà đây cũng là tên một giai điệu của môn nhạc này.

[4] Tăng Ni Bát Nhã bị cưỡng bức rời tu viện ngày 27.9.2009, bão số 9 (Ketsana) quét vào các tỉnh miền Trung và cao nguyên Việt Nam đêm 28.9, rạng ngày 29.9.2009.

[5] Một lần đức Phật nhập đại định, có 500 cỗ xe bò đi ngang qua, bụi lấm đầy người mà ngài không hay. Xem Lê Mạnh Thát, *Tổng Tập Văn Học Phật Giáo Việt Nam*, Tập I, Chương V, Quyển Bảy, Thiền Vượt Bờ.

[6] Xem "Huyết thư" của Tăng Ni trẻ tỉnh Lâm Đồng ở http://hoitrongbatnha.blogspot.com/2009/09/huyet-thu.html

MÂY LÀ NƯỚC

Cuối năm, đất trời vào đông, lạnh lẽo. Ngoài đường ai cũng mặc áo len dày, nhiều lớp; trong nhà, người ta mở máy sưởi. Trời lạnh, nhưng lòng người ấm áp, vì mùa lễ sắp đến, các trường nghỉ học, các công sở, tư sở, hàng quán, chợ búa, thương xá, nô nức bán buôn; ai ai cũng sắp xếp, chuẩn bị những ngày đoàn tụ với gia đình, chia vui với bạn bè, lối xóm. Người người mua sắm, trang trí cây thông trong nhà, ngoài ngõ; đèn giăng ngũ sắc, sáng rực từ lúc mặt trời chưa lặn cho đến bình minh hôm sau, suốt trong nhiều đêm, kể từ Thanksgiving cuối tháng mười một, và sẽ kéo dài đến qua Tết dương lịch. Nhạc giáng sinh reo vui, cảm động, đi đâu cũng nghe.

Đó là ở các nước tây phương theo đạo Thiên Chúa. Nghe nói trong nước Việt Nam, đất nước mà đạo này là thiểu số, cũng tổ chức Giáng sinh tưng bừng, rầm rộ như thế.

Vui, chia sẻ với những người khác đạo trong dịp lễ cuối năm này. Thế nhưng, lòng vẫn nặng trĩu một nỗi buồn. Là vì chúng tôi, những người đồng đạo ở nơi này nơi khác, nhất là ở Việt Nam, đã không thể có được những ngày an bình suốt nhiều năm tháng qua.

Khi tôi viết những dòng này, câu chuyện của những người đồng đạo chúng tôi đã trở thành dĩ vãng, là việc đã rồi, đã an bài. Có nghĩa là giòng sông ấy bị chia cắt thành từng nhánh nhỏ, tản thành mây, thành những giọt nước.

Chúng ta đã từng vững vàng như núi. Chúng ta đã

240

từng đi như một giòng sông. Nhưng nhiều người khác, thế lực khác, đã lay đổ những tảng núi, đã chia chẻ và ngăn cách những giòng sông bằng nhiều cách. Các thế hệ tổ tiên của chúng ta cũng từng trải qua những kinh nghiệm đau thương ấy. Hợp rồi tan. Tan rồi hợp. Rồi lại tan. Rồi lại hợp. Có khi trước bạo lực, một trong những bậc thầy của chúng ta đã dõng dạc tuyên bố: *"Tôi nguyện đem xương máu trang trải cho Phật pháp, nếu chết thì như cái chết của chân lý trước bạo lực chứ không phải chết vì bạo lực nầy kém bạo lực khác!"*

Sẵn sàng đón nhận cái chết để bảo vệ lý tưởng của mình. Đó là thái độ của núi. Nhưng trong một số trường hợp, nhất là trước những hỏa diệm sơn hừng hực vô minh, bạo động, cái chết không phải là chọn lựa thích đáng. Lửa có thể làm tan chảy những tảng băng, nhưng không hoàn toàn tiêu hủy được nước; có thể cách ngăn được nước để đun cho nước bốc hơi, nhưng không thể cản trở được đường bay của mây trời.

Đã nhiều lần trong quá khứ, cha anh chúng ta phải phân tán, không thể tụ lại nơi một trú xứ, không thể nối kết với nhau như một giòng sông. Bạo lực đã xô đẩy cha anh chúng ta vào tình trạng phân hóa ấy. Nhưng, như những giọt nước bị tán mỏng, cha anh chúng ta đã hóa thân, ứng thân khắp các nơi chốn, từ trong nước ra đến hải ngoại. Tiêu cực mà nói, chúng ta bị chia cách; tích cực mà nói, chúng ta dấn thân hành đạo, đem lý tưởng phổ hiện vào từng nơi chốn khác nhau.

Nếu không cùng đi như một giòng sông, hãy lên đường như mây trắng trên bầu trời vô tận. Người ta có thể ngăn sông, cách núi; nhưng không thể giam nhốt, hủy hoại được mây.

Tôi thật là thất vọng khi bao nhiêu người, bao nhiêu tổ chức, trong và ngoài nước, đã hết lòng lên tiếng can thiệp, ký tên, thỉnh nguyện… nhưng cuối cùng, cũng đành chịu thua trước bạo lực. Nghĩa là phải đành câm lặng để cho núi không thể là núi, sông không thể là sông. Nhưng có thể nào mượn câu nói của Thiền sư Duy Tín để nói với nhau hôm nay không:

"Trước khi học đạo, thấy núi là núi, sông là sông. Đang lúc học đạo, thấy núi không là núi, sông không là sông. Sau khi ngộ đạo, thấy núi vẫn là núi, sông vẫn là sông."

Khi chúng ta biết chúng ta là núi, chúng ta là núi. Khi chúng ta biết chúng ta là sông, chúng ta là sông. Ý thức thường trực về sự hiện hữu của mình trong tương quan vô tận với thế giới, chúng ta không ngại gì là núi hay không là núi, là sông hay không là sông. Chúng ta từng ngồi được như núi, từng trôi được như sông, thì cũng có thể bay được như mây. Mây có thể tụ, có thể tan, có thể biến dạng, nhưng không mất, vì mây chính là nước. Không có bạo lực nào có thể triệt hủy được thể tính của nước.

Còn lại vài ngày cuối năm, từ nơi xa xôi, tôi viết những dòng này kính gửi đến những anh chị em trẻ tuổi, thế hệ đi sau tôi, nhưng đối với tôi, là những vị thầy, vì quý vị đã làm được những điều tôi không làm được.

Không biết quý vị đã chuẩn bị lên đường xong cả chưa. Có thể nay mai, tôi không còn nghe thấy tên gọi của tảng núi hay giòng sông. Nhưng tôi có thể nhìn thấy quý vị hàng ngày trên vòm trời bao la xanh thẳm.

California, ngày 23 tháng 12 năm 2009

NỤ CƯỜI XUÂN

Đón giao thừa tại Tu viện Pháp Vương. Hai phong pháo nổ giòn tan trên đỉnh đồi, bên cạnh điện Phật Ngọc. Bốn con lân múa đẹp trong tiếng trống dồn, sinh động. Người người hoan hỷ cười vui giữa phút thiêng. Sau lễ, mọi người thay nhau lễ bái, chụp hình, nhiễu quanh điện Phật Ngọc. Gọi điện về quê hương, thăm mẹ già những phút đầu năm. Chúc mẹ trường thọ an vui cùng con cháu. Mong sẽ được thăm mẹ một ngày rất gần nơi ngôi nhà cổ kính hơn trăm tuổi ấy. Mùi pháo hòa lẫn với hương hoa và trầm hương đêm giao thừa. Đức Phật mỉm cười.

Suốt nhiều giờ sau đó, thầy trụ trì đứng phát lộc cho người hành hương lễ bái đầu năm. Tiếng người cười, nói, chúc Tết, rộn ràng, râm ran. Đến hai giờ khuya mới thưa thớt khách, rồi dần dần im vắng. Kẻ cùng tử bắt đầu ngủ êm trong một phòng bên cạnh chánh điện. Ba giờ khuya thức dậy, một mình mon men đến trước Phật đài. Sương đổ xuống đồi trong niềm tịch lặng của đêm sâu. Trầm hương phảng phất. Cây cỏ rung nhẹ những tấu khúc êm đềm trong gió khuya. Hai ngọn nến lung lay, chập chờn, rồi đọng lắng ánh vàng ấm áp. Trong vùng sáng huyền ảo của điện ngọc, những cành hoa xuân rực rỡ vươn lên. Cùng tử đứng lặng. Như cây khô trải bao mùa nắng quái khốc liệt của sa mạc cuộc đời. Đã từng có khi cây không còn lá, không còn hoa. Đã từng có khi cả thân cây đổ gập xuống bên đường. Đã từng có khi như gỗ mục trôi theo dòng nước lũ. Đã từng có khi như ngọn đuốc cháy ngụt giữa đồng hoang. Những lúc như vậy, đớn đau cùng tận, nào biết nói với ai; giả như có nói, cũng không lời nào tả xiết. Nỗi đau và sự chết, âu lo và sợ hãi, là những khách không mời nhưng luôn có mặt trong cuộc sống, dù là cuộc sống bạt mạng của cùng tử, hay cuộc sống nghiêm túc mô phạm của kẻ sĩ tại gia. Ngạo nghễ khinh bạc trước khổ đau chẳng qua chỉ là cách tự dối mình để tạm thời vượt qua nó. Bên dưới các chiến thắng vẻ vang là những xác khô chồng chất của hoài bão khôn nguôi, của những mơ ước chưa thành, và ngay cả những niềm đau chưa thể gột rửa. Những xác khô ấy vẫn còn đó, mục ủ trong sương móc thời gian, sinh sôi thành những men đời khổ lụy khác.

Kẻ cùng tử đứng đây, lòng rưng rức một nỗi gì mơ hồ. Một nỗi buồn, hay một nỗi oan. Một lầm lỡ, hay niềm tiếc nuối. Đôi mắt cận thị không mang kiếng, chẳng nhìn rõ được dung nhan cha lành. Chỉ thấy được nụ cười từ bi mở ra nơi đôi môi son đỏ như trái tim, nổi bật trên khuôn mặt phết màu vàng nhũ. Người ngồi đó, tự tại an nhiên. Tôi, một cùng tử đi hoang, nhọc nhằn trên từng dặm đường trần gian. Thăng-trầm, vinh-nhục đã có đủ. Bụi bặm chưa phủi hết. Râu tóc bạc phơ hơn nửa đời giong ruổi. Trán cằn khô những vết hằn tháng năm. Đuôi mắt chân chim dẫm mòn những con đường mịt mù sương khói. Một mình đối trước người, chẳng biết phải làm gì, nói gì. Đứng lặng giữa đêm đen. Người là ai? Tôi là ai? Người ta nói đã có hào quang tỏa chiếu từ nơi người vào những ngày trước. Người ta nói có thiên hoa mạn-đà-la rải xuống nơi này. Mắt trần cùng tử nhìn không thấy. Đôi mắt này, đã từng rơi những giọt lệ cho con người, cho cuộc đời thống khổ, và rơi cho những niềm đau cùng tột của mình. Nay muốn khóc dưới chân người mà lệ khô đi, không khóc được. Đôi mắt này, đã đục lờ. Muốn nhìn thấu những hảo tướng trang nghiêm của người cũng không được. Ngước lên, lúc thì thấy một khối ngọc bích tinh tuyền, lúc thì thấy dung nghi một bậc đại hùng đại lực đại từ bi. Là tượng ngọc hay là tượng Phật? Là

Phật hay là ngọc? Là Phật hay là tượng? Đức Phật mỉm cười.

Cùng tử vẫn ngông nghênh lặng đứng giữa đêm trường. Vẫn thắc mắc. Vẫn đầy những nghi vấn. Người là ai? Là trời, là đất, là gió, là lửa, là nước, là mây, là trăng, là sao, là ngọc, là kim cương? hay chỉ là một thoáng chớp lòe của ánh sáng, của cơn ba động vô hình vô tích trong vũ trụ bao la? *Nhược dĩ sắc kiến ngã, dĩ âm thanh cầu ngã, thị nhân hành tà đạo, bất năng kiến Như Lai...* Không thể dùng mắt để thấy người, không thể dùng tai để nghe người. Vậy thì ai đối diện gã cùng tử này? Cha lành và ngọc bích, là một hay là hai? Nếu là một, sao không cử động, nói năng? Nếu là hai, sao uy nghiêm rạng rỡ, từ bi vô lượng khiến cho mọi người tôn kính cúi lạy? Đức Phật mỉm cười.

Bước tới, bước tới. Gã cùng tử bước đến gần hơn. Vẫn lặng lẽ. Ngước nhìn người. Ồ, đúng là tôn tượng một bậc giác ngộ. Người đẹp quá. Một biểu tượng. Không phải một vị Phật bằng xương bằng thịt; nhưng là một biểu tượng thật đẹp. Đừng nhìn người bằng cái nhìn của nhãn căn. Đừng nghe người bằng âm thanh từ nhĩ căn. Đừng để tâm vọng động, rung cảm, lung lay bởi những lời đồn đãi, ca tụng hay chỉ trích, tán thán hay phỉ báng, của bất kỳ nhân vật thân hay sơ nào... Cùng tử đối trước Phật tượng. Tháo giày bước vào khu vực trải chiếu. Chân không. Hai bàn tay không. Đầu óc rỗng không. Đức Phật mỉm cười.

Nếu thực là người ngồi đó, như hơn hai nghìn năm trăm năm trước, ta sẽ làm gì, nói gì, hỏi một câu gì? Trình bày về những kiến văn và sở tri của ta? Hỏi những điều ta còn nghi vấn? Hay là buông bỏ tất cả mọi suy nghĩ, nói năng, chỉ im lặng và sụp lạy với niềm tôn kính? Nếu thực là người ngồi đó, phải chăng người sẽ nhìn, sẽ quan sát nhất cử nhất động của ta, lắng nghe tiếng thở và giọng nói của ta? Người sẽ đoán biết ta muốn nói những gì và che giấu những gì. Người sẽ nghe ra những gì ta không nói hết. Người sẽ thấu đạt những gì ta nghĩ và những gì ta tưởng là không thể nghĩ đến... Đối với một bậc giác ngộ như thế, quả tình là chẳng có gì đáng phải nói. Và hạnh phúc thay, khi được im lặng ngồi xuống bên cạnh một kẻ thấu suốt cả tâm tư, trí tuệ, hành nghiệp, nỗi khổ đau và niềm an lạc tự tâm của mình. Ta sẽ được ngồi với cảm giác yên bình, gần gũi và tràn ngập niềm yêu thương. Ta sẽ không bị thúc bách phải nói hay hỏi một điều gì.

Gã cùng tử ngồi xuống. Đức Phật mỉm cười.

Hai ngàn năm trăm năm trước, trong tám mươi năm người có mặt trên đời và chu du hóa độ, không biết con đang trôi giạt nơi nao? Không nhớ lúc ấy con đã từng diện kiến người hay không? Có thể là qua kiếp sống của một sinh vật nhỏ bé nào đó, như con kiến, con bọ, con thằn lằn. Hay là một con nai lơ đễnh nhai cỏ ven suối. Hay một con chim mải mê đuổi theo tiếng gọi của bầy đàn. Hay đã từng là một sa môn lười biếng, chểnh mảng việc tu tập. Hay là một cư sĩ lãng mạn, vừa siêng học đạo lý mà cũng vừa cuồng nhiệt theo đuổi những cuộc tình diễm ảo gió trăng. Hai ngàn năm trăm năm đã trôi qua rồi, người đã hóa thân, phân thân khắp phương xứ, cứu độ hằng sa chúng sinh; trong khi con vẫn còn là kẻ cùng tử lang thang, đi vào nẻo đạo thì không chịu nổi sự gò bó, khuôn khổ, bước vào cuộc đời thì chẳng giống ai... Suy nghĩ thì không thực tế, hành động thì lừng khừng không quyết liệt, lời nói thì lặp bặp chẳng trôi. Dường như lúc nào cũng muốn thụt lùi, hoặc đi quanh. Dù rằng đã có lúc con giốc cả sinh mệnh của mình vào con đường giải thoát, giác ngộ; nhưng những nỗ lực ấy, chỉ bùng lên trong nhất thời, chẳng bao giờ bền bỉ, liên tục. Con không thể nào là một con người tinh tấn, chuyên cần, kiên trì. Con không bao giờ thích cái gì vuông tròn, thẳng tắp, đều đặn, lặp đi lặp lại... Con người của con là như thế, người nghĩ xem, ngoài những gì người đã từng giảng dạy, như tám thánh đạo, bảy phần bồ-đề, năm căn, năm lực, bốn chánh cần, bốn như ý túc, bốn niệm xứ... có con đường nào thích hợp cho con đi chăng? Đức Phật mỉm cười.

Ngước nhìn dung nhan từ phụ. Người im lặng. Cùng tử im lặng. Ánh mắt người nhìn xuống, chứa chan lòng từ. Môi cười của người tỏa niềm hoan hỷ. Ánh mắt ấy, nụ cười ấy, chưa bao giờ cùng tử bắt gặp trên cuộc đời. Trong cái nhìn của người, dường như tất cả đều là một thể. Cùng tử ngay tức khắc, nhận ra cái điều mà người từng dạy; ngay tức khắc, thấy mình chính là người, chẳng khác. Lòng trần u mê bất chợt như một khối băng tan chảy dưới ánh mặt trời. Ta là Phật đã thành, con là Phật sẽ thành. Vâng, điều này con đã từng học, và đã từng nói với người khác. Nhưng bây giờ, ngay phút giây này, con mới trực thức được nó như thế nào. Nó không phải là điều có thể bàn nói. Chính từ sự trực thức này mà môi cười của người mở ra. Đức Phật mỉm cười.

Cùng tử sụp lạy. Đêm thiêng bừng tỏa niềm vui của một lữ hành lang thang. Nơi đây, giây phút này, có thể được dừng chân, được ngồi xuống với lòng an tịnh. Một lạy này, kính lạy tất cả chư Phật. *Nhất thân phục hiện sát trần thân. Nhất nhất biến lễ sát trần Phật.* Một thân hiện thành vô lượng thân. Mỗi thân cùng lúc đảnh lễ hằng hà sa số chư Phật ở khắp tam thiên giới. Một lạy này, con lạy pháp thân vô tướng của người. Nguyện cho tất cả chúng sanh thành tựu được Phật thân, chứng đắc pháp vô tướng. Thân Phật không phải là thân Phật, mới đúng là thân Phật. Pháp thân vô tướng mới đúng là chân thực tướng. Một lạy này, con lạy tất cả chúng sanh, tất cả những vị Phật tương lai trong khắp mười phương, ba cõi. Tất cả chúng sanh đều có Phật tánh. Chẳng một ai, chẳng một sinh vật hữu hình hay vô hình nào mà chẳng đáng tôn trọng. Đức Phật mỉm cười.

Cùng tử rời điện Phật Ngọc, trở về căn phòng tối om bên hông chánh điện, đánh một giấc ngủ an lành của một đứa con đi hoang trở về ngôi nhà êm ấm.

Những cơn ho rũ rượi kéo theo hắn suốt những ngày đầu năm khi xuống núi để về với đời thường khổ, bệnh. Vài ngày sau, có buổi lễ cung tiễn Phật Ngọc rời tu viện. Nghe nói buổi lễ diễn ra khá cảm động. Nhiều người đã khóc. Cùng tử không đến dự. Nhưng hắn vẫn còn nhớ như in, ánh mắt và nụ cười từ bi dường như chỉ thấy một lần trong suốt một đời người.

(Khai bút đầu năm Canh Dần
22.02.2010)

SEN NỞ NGÀN MẮT NGÀN TAY

HÀNH HƯƠNG

Lên đường hướng về một thánh địa, giữ thân miệng ý thanh tịnh, cúng dường, lễ bái, cầu nguyện, thiền định. Đó là những gì các tín đồ thuần thành của một tôn giáo thường làm trong các chuyến hành hương của họ. Đôi khi trong ý nghĩa hành hương còn mang màu sắc khổ hạnh, thử thách.

Theo ý nghĩa đó, chuyến đi của tôi không phải là một chuyến hành hương, dù rằng trên các thông báo, thư mời, chương trình đều ghi rõ "Lễ Hội Quan Âm – Ngày Hành Hương Cầu Nguyện."

Tôi chỉ lên đường như lữ khách thăm viếng ngôi chùa của một vị thầy khả kính, mà nơi đó có tổ chức lễ lớn, sẽ có nhiều vị thầy khác từ khắp nơi tựu về. Ý nghĩa chuyến đi chỉ như thế. Chuyến đi chẳng gì cực nhọc, gian nan. Cùng ngồi phi cơ với một người bạn đồng hành. Hành trang đơn giản: ngoài một số sách để tặng những người bạn phương xa, chỉ mang theo một tâm ý thảnh thơi, thoải mái của một người được nghỉ ngơi sau nhiều năm tháng làm việc bù đầu, và niềm hy vọng sẽ được đón nhận một lương duyên kỳ ngộ nào đó trong những ngày và đêm có hai vầng nhật nguyệt luân phiên soi sáng trên bầu trời phương lạ.

LỄ HỘI QUAN ÂM

Nói đến lễ hội là nói đến một hay nhiều ngày với một chủ đề và ý nghĩa nào đó, người ta tập trung đông đảo để tổ chức tưởng niệm, vui chơi, giải trí, ăn uống, ca hát, vũ kịch, v.v... Lễ hội luôn mang tính văn hóa đặc trưng của một cộng đồng, một tôn giáo. Ở Việt Nam, người ta nghe quen các lễ hội truyền thống như lễ hội Chùa Hương, lễ hội Đền Hùng, lễ hội Phật Đản, v.v... Lễ hội Quan Âm thì dường như chỉ có trong vòng vài chục năm gần đây. Đặc biệt là tại Trung tâm Phật giáo Chùa Việt Nam, ở Houston, Texas, lễ hội Quan Âm đã được khai lập từ năm 2000, đến nay thì đúng mười năm.

Nói khai lập là vì trước đó chưa từng có. Đúng vậy. Trên đất Hoa Kỳ cũng như các quốc gia ngoài Việt Nam, người phật-tử Việt chưa từng tổ chức lễ hội Quan Âm cho đến khi Chùa Việt Nam Houston khai mở đạo tràng tu tập và cầu nguyện nhân lễ vía đức bồ-tát Quan Thế Âm vào 19 tháng 2 âm lịch (rơi vào khoảng cuối tháng 3 dương lịch) hàng năm. Tôn tượng Quan Thế Âm lộ thiên ở Chùa Việt Nam cao đến 72 feet (khoảng 22 mét), là một tác phẩm điêu khắc tuyệt xảo, lồng lộng trang nghiêm trong một quần thể vườn cảnh mỹ thuật của sân Chùa Việt Nam. Tôn tượng này đã được công nhận như là một trong bảy kỳ quan của thành phố Houston. Được biết tác giả của pho tượng này, sau một thời gian dài chay tịnh để thực hiện công trình điêu khắc, đã xuất gia làm sư nữ. Tôi cho rằng, việc xuất gia của vị này lại là một công trình điêu khắc tuyệt đẹp khác mà cô dâng tặng cuộc đời.

Các lễ hội Quan Âm tổ chức mỗi năm tại Chùa Việt Nam đều tập trung hàng trăm tăng ni và hàng chục nghìn phật-tử từ khắp nơi tụ về. Tính theo thời gian, càng về sau thì số lượng người tham dự càng lúc càng đông. Hàng năm, ban tổ chức lễ hội không cần đạt thư mời mà chỉ thông báo chung về thời gian và chương trình, cứ thế mọi người từ khắp các tiểu bang, có khi ngoài Hoa Kỳ, tự động thu xếp đến tham dự. Đối với các lễ lớn của các chùa tại hải ngoại, đây không phải là điều đơn giản. Thường thì phải có thư mời người ta mới đi. Chỉ có một lễ hội truyền thống người ta mới tự động tìm đến. Như vậy, có thể khẳng định rằng lễ hội Quan Âm của Chùa Việt Nam Houston đã trở thành một truyền thống đẹp. Mà để khai lập, duy trì và phát huy một truyền thống, tất phải hội đủ các yếu tố: thời gian, địa điểm, sinh hoạt và tâm nguyện.

Thời gian của lễ hội Quan Âm Chùa Việt Nam Houston được chọn lựa một trong ba ngày vía của bồ-tát Quan Thế Âm (ngày 19 tháng 2, tháng 6 và tháng 9 âm lịch). Tháng 2 âm lịch nhằm tháng 3 dương lịch hàng năm, thời tiết tương đối tốt và thường rơi vào tuần nghỉ mùa xuân của các trường (Spring break), rất thuận lợi cho giới trẻ và gia đình. Yếu tố thời gian của một lễ hội cũng cần phải nói đến sự lặp đi lặp lại hàng năm, đúng vào một thời gian nhất định nào đó. Nếu thay đổi bất chừng, năm thì tổ chức, năm thì không; năm thì vào tháng này, năm thì vào tháng khác, thì lễ hội sẽ không thành công.

Địa điểm để tổ chức lễ hội Quan Âm thì chưa có nơi nào thuận lợi như ở Chùa Việt Nam Houston, với cảnh trí thoáng đẹp, trang nghiêm, thơ mộng (hồ Tịnh Tâm, ao sen Hương Thủy, cầu Hương Vân, Phổ Đà Hương Sơn...), khuôn viên rộng rãi có thể dung chứa hàng chục nghìn người, và tất nhiên, phải kể đến một trong bảy kỳ quan vĩ đại của thành phố Houston: pho tượng Quan Âm lộ thiên tuyệt đẹp và cao ngất (*Seven Wonders of Houston* - xem bài viết của phóng viên Claudia Feldman trên nhật báo Houston Chronicle số ra ngày 13.7.2007).

Sinh hoạt của lễ hội Quan Âm mang sắc thái văn hóa của Phật giáo và tộc Việt. Ý hướng và ước vọng của cộng đồng được biểu hiện nơi đây qua các hình thái sinh hoạt dân gian như ca, vũ, nhạc, kịch, múa lân, múa trống, biểu diễn võ thuật, triển lãm tranh ảnh, nghệ thuật, giới thiệu các đặc sản ẩm thực của nhiều địa phương, v.v... Các sinh hoạt này nặng tính cách văn hóa hơn là tôn giáo, và hiển nhiên lễ hội như thế là một trong những hình thức duy trì và phát huy ngôn ngữ, văn hóa Việt hữu hiệu nhất nơi xứ người.

Tuy nhiên, sinh hoạt cốt lõi của lễ hội Quan Âm Chùa Việt Nam Houston chính là Đạo tràng Linh hiển Ngàn Mắt Ngàn Tay. Ở đạo tràng này, hàng trăm tăng ni và hàng nghìn phật-tử nhất tâm lễ bái đức Quan Thế Âm bồ-tát và trì tụng linh chú Đại Bi (mật ngôn của vị bồ-tát này), và Thiền Quán Từ Bi. Nghi thức tam bộ nhất bái (ba bước lạy một lạy) đã được cử hành những năm qua một cách trang nghiêm, tạo dấu ấn tâm linh sâu sắc đối với tất cả hành giả tham dự. Rất nhiều phật-tử cho biết họ đến dự lễ hội Quan Âm là để được tu tập, lễ bái và hành trì kinh chú cùng tăng ni và đồng đạo qua đạo tràng này chứ không phải để vui chơi với lễ hội dân gian. Nói như thế, hàm nghĩa rằng lễ hội dân gian đối với người phật-tử chỉ là phụ thuộc, còn đạo tràng tu tập mới là chính yếu. Nhưng dù thế, lễ hội hàng năm vẫn thu hút hàng chục nghìn người kéo về. Đây là điều hiếm có mà Chùa Việt Nam Houston đã thành tựu.

Tâm nguyện của lễ hội thường được hiểu là tâm thức và nguyện vọng chung của cộng đồng tham dự. Lễ hội Quan Âm tập trung ý nguyện của phật-tử Việt đối với tự thân, gia đình, xã hội, đất nước và nhân loại. Có thể nhiều người đến với lễ hội chỉ vì hiếu kỳ, hoặc để giải trí, vui chơi. Nhưng ý lực mạnh mẽ của lễ hội được hội tụ từ những người chủ xướng, tác động lên những người hưởng ứng, rồi lan tỏa thành làn sóng nguyện lực, khiến cho một cộng đồng tản mác với nhiều khuynh hướng, nhiều hoàn cảnh khác nhau vô tình bị cuốn hút theo, để rồi những giờ phút vui chơi, những tâm trí hiếu kỳ, chỉ trong một vài giây phút nào đó, chuyển thành ý nguyện cao đẹp của người phật-tử Việt Nam đối với trần gian thống khổ. Đây là thành tựu bất khả tư nghì của lễ hội Quan Âm.

TÂM NGUYỆN

Nhưng tâm nguyện ấy là gì? Đâu là tâm nguyện của những người chủ xướng, khai lập truyền thống lễ hội Quan

Âm trên đất Hoa Kỳ?

Hãy lắng nghe diễn từ khai mạc lễ hội Quan Âm của thầy Viện chủ Chùa Việt Nam, Thích Nguyên Hạnh: *"Lễ Hội năm nay đánh dấu 10 năm kể từ khi Bảo Tượng Quan Âm hoàn thành; và 20 năm thành lập, xây dựng TTPG-Chùa Việt Nam này. Mười năm nhìn lại, nếu có một và chỉ một điều chúng tôi ước nguyện mà thôi, thì đó là, ước nguyện cho giọt nước Cam Lồ từ Mẹ Hiền Quan Âm vẫn còn mãi đọng lại trong trái tim của mỗi và mọi người chúng ta để làm tiêu tan tất cả sầu hận, tiêu tan tất cả tâm niệm ích kỷ, ganh ghét, đố kỵ hẹp hòi, tiêu tan tất cả những hận thù, cố chấp chia rẽ, ngăn cách. Cũng như 20 năm nhìn lại, cũng nếu có một và cũng chỉ một điều ước nguyện mà thôi - một điều vượt lên trên tất cả mọi hình thức hư ảo; thì đó là, ước nguyện cho ánh sáng Phật Pháp mãi mãi soi sáng thế gian để cho mặt đất này còn có được con đường đi về Thanh Bình, An Lạc và Chân Lý giữa bao nhiêu trá ngụy hư ảo, bao nhiêu máu xương và nước mắt đã đổ ra đêm ngày trong lịch sử."*

Tôi đứng từ xa, nơi tháp chuông, chỉ nhìn thấy những bóng hoàng y thấp thoáng quanh lễ đài Quan Âm, và chỉ thấy một rừng người bao quanh, ngăn cách tôi và thầy Viện chủ. Nhưng tiếng nói của thầy, tâm nguyện của thầy, đi thẳng vào tận đáy tim, chấn động cả bản thể tôi. Vâng, chính tâm nguyện tha thiết và cao đẹp ấy, đã thiết lập, khai mở những con đường, những phương tiện, và là tinh hoa của Phật giáo Việt Nam mọi thời đại.

PHẬT NGỌC

Bảo tượng Phật Ngọc Vì Hòa Bình Thế Giới (Jade Buddha for Universal Peace) đã được ban tổ chức lễ hội Quan Âm cung nghinh về Chùa Việt Nam từ tuần trước. Trong khi một số người đến đây để tham dự lễ hội Quan Âm như mọi năm thì nhiều người khác đã đến đây để được

253

chiêm bái Phật Ngọc. Hai sự kiện lớn được diễn ra trong cùng một thời gian và địa điểm đã tạo duyên lành gấp bội cho những người cũ lẫn mới có mặt nơi đây.

Tôi, lần đầu tiên tham dự lễ hội Quan Âm, và lần thứ hai được chiêm bái Phật Ngọc. Lần này, "gã cùng tử" không còn thắc mắc hay tư lự gì đối với bảo tượng của bậc từ phụ. Trong tôi chỉ cảm thấy tràn đầy hạnh phúc và niềm biết ơn với ban tổ chức. Tôi đã đảnh lễ Phật Ngọc trước ngày khai mạc, khi bảo tượng hãy còn được che phủ bởi một tấm y sẫm màu. Những ngày kế tiếp, tôi vẫn thường lui tới bên cạnh tôn tượng như một đứa con quấn quít bên cạnh cha lành. Quấn quít, gần gũi, đi nhiễu quanh lễ đài thôi, chứ không tâm sự hay vòi vĩnh chi cả; vậy cũng đủ hạnh phúc rồi. Có khi ngồi từ xa, nhìn ngắm thiên hạ thay nhau lễ bái, chụp hình, lấy làm vui. Những khuôn mặt thành kính, những động thái trang nghiêm, những đôi mắt qui ngưỡng... tất cả đều là những bức tranh đẹp và thanh bình.

Thanh bình, ước mơ chung của nhân loại ngàn đời. Ước mơ xuất phát trên cái nền hoang tàn đổ nát của chiến tranh. Nhân danh những lý tưởng cao cả, những thần linh tột cùng, những tham vọng ngất trời được sơn phết bằng những mỹ từ rỗng tuếch, người ta tạo nên những cuộc chiến, từ gươm giáo bom đạn đến giết hại khủng bố, từ giả dối điêu ngoa đến xuyên tạc vu hãm. Tất cả đều thoát thai từ những mộng tưởng đảo điên, những tham lam, sân hận và cuồng si. Những mộng tưởng ấy bốc thành lửa nghiệp bủa vây thế gian trầm thống. May mắn thay, những người con Phật khắp nơi, từ nhiều chủng tộc và những nền văn hóa khác nhau, đã cùng thức ngộ về sứ mệnh hòa bình của mình, thắp sáng một ngọn lửa khác, bi tráng và hùng lực, qua pháp từ của Đại lão Hòa thượng Thích Thắng Hoan trong đêm "Thắp Sáng Ngọn Lửa Từ Bi" như sau:

"Nhưng cũng có ngọn lửa làm cháy ngục vô minh, đốt tan sầu hận, tắt lòng tham ái. Đó là ngọn lửa cháy tỏa như vầng hào quang từ Kim Thân Đức Phật đã một lần

trong lịch sử loài người soi sáng thế gian. Đó là ngọn lửa của Bồ Tát Diệm Nhiên Vương - một hóa thân của Mẹ Hiền Quan Âm tỏa sáng trong chỗ tận cùng của đau khổ, dưới ngục tối âm u, và giữa những loài ngạ quỷ đói khát đang kêu gào. Đó là ngọn lửa của Bồ Tát Dược Vương tự thiêu đốt thân mình như thiêu đốt khối bản ngã vô minh để thành tựu hạnh cúng dường tối thượng lên Như Lai. Đó cũng là ngọn lửa của Bồ Tát Quảng Đức và của bao vị Bồ Tát vị Pháp thiêu thân đã hơn một lần cháy sáng trên quê hương Việt Nam giữa những tham tàn độc ác của người với người. Ngọn lửa ấy không kêu gọi hận thù, không làm tổn hại một ai, một chúng sanh nào. Ngọn lửa ấy chỉ kêu gọi tình thương và làm nên sự sống an bình cho tất cả. Ngọn lửa ấy chính là ngọn lửa Trí Tuệ, ngọn lửa Từ Bi.”

Chỉ ngọn lửa Trí Tuệ và Từ Bi mới có thể mang lại hòa bình cho nhân loại. Cũng trong ý nghĩa này, Phật Ngọc, một biểu tượng cho hòa bình thế giới, thật cần thiết xuất hiện nơi đời. Do đó, Đại lão Hòa thượng Thích Tâm Châu, vị trưởng lão tỳ kheo chứng minh lễ hội, đã minh thị rằng Phật Ngọc chính là một hóa thân của đức Phật, đang trong cuộc hành trình dài vân du khắp thế giới, để tỏa sáng trí tuệ và từ bi đến với con người và cuộc đời đầy biến động khủng hoảng hôm nay.

Phật Ngọc, không đơn giản là một pho tượng quí chạm trổ từ ngọc bích. Một vị trưởng lão tỳ-kheo khác, Đại lão Hòa thượng Thích Chơn Điền, đã thật chí lý khai thị trong lễ khai mạc Tôn Kính - Chiêm Bái Bảo Tượng Phật Ngọc rằng: *“Vượt lên tất cả các giá trị về nghệ thuật, Bảo Tượng Phật Ngọc là sự kết tinh của những tâm hồn cao quý, xuất hiện như một đáp ứng niềm mơ ước ngàn đời của nhân loại giữa sự tàn khốc của chiến tranh và của bao sức mạnh tàn phá, hủy hoại trên mặt đất này: niềm mơ ước Hòa Bình.”*

Lắng nghe những bậc trưởng lão, trong tôi đồng vọng tiếng gọi tha thiết của giấc mơ hòa bình từng ấp ủ lúc thiếu thời, qua những năm tháng khói lửa chiến tranh, cũng như những giai đoạn mà con người hừng hực hận thù, nghi kỵ và đày ải nhau trên chính quê hương mình. Rõ ràng là nửa thế kỷ có mặt trên đời, ước mơ của một người trai nước Việt, dù còn trong nước hay sống đời ly hương, vẫn chỉ là hòa bình.

NGÀN MẮT NGÀN TAY

Buổi sáng tinh mơ khi vầng trăng tròn sáng chưa khuất hẳn ở phương tây, và mặt trời chưa kịp ló dạng ở phương đông, thì hàng nghìn hành giả, xuất gia và tại gia, y áo chỉnh tề, trang nghiêm, đã vân tập trước lễ đài Quan Âm, thành kính đảnh lễ. Hàng trăm tăng ni tuần tự hướng về tiền đường, trước tôn tượng Phật Ngọc. Hàng nghìn phật-tử trong áo tràng lam, thứ lớp xếp thành hàng năm, ngồi dọc theo hai bên con đường dẫn về lễ đài Phật Ngọc. Tại đây, nghi thức trì tụng linh chú Đại Bi được cử hành thật trang nghiêm, cảm động.

Tôi đến trễ, không tham dự khóa lễ của đạo tràng. Từ góc tháp chuông hướng về phía lễ đài, tôi có thể nghe được những giòng mật ngôn hùng tráng cất lên, như thủy triều, sấm động, có khi như thác nước từ núi cao ì ầm đổ xuống vực thẳm, có khi như giòng suối rì rào, tuôn chảy bất tận. Và khi mặt trời bừng lên phía sau lưng các hành giả, trong tôi cũng bừng lên ánh sáng chói lòa của tự tâm. Ngay ở giây phút ấy, trong không khí tịch lặng nhất tâm của cả một rừng người, trong động tác khởi thân và cúi lạy thật nhịp nhàng đồng bộ của hàng ngàn hành giả trước tôn tượng Thế Tôn, tôi nhìn ra một đóa sen ngàn cánh đang khép-mở cánh cửa của trí tuệ, từ bi, và diệu dụng. Ngàn mắt trí tuệ soi chiếu trong ngàn tay từ bi. Diệu dụng của bi-trí là như thế. Phổ môn thị hiện của Quan Âm là như thế. Ngàn mắt thương nhìn tất cả cõi giới và chúng sinh. Ngàn tay cứu khổ mở ra tất cả phương tiện huyền môn. Tất cả phương tiện huyền môn, tất cả cánh cửa của trần gian ảo mộng, đều có thể mở ra khung trời của Phật Pháp mầu nhiệm.

Tôi chắp tay, thành kính cúi lạy đóa sen ngàn cánh của hiện tiền đại chúng.

LỜI CẢM TẠ

Sau các khóa lễ, chương trình lễ hội bắt đầu với những sinh hoạt văn hóa dân gian. Nào là thư pháp, bói kiều, thả thơ, triển lãm tranh ảnh, tượng Phật, múa võ, v.v... hầu như không thiếu môn nào. Buổi tối có đêm văn nghệ với nhiều ca sĩ nổi danh cùng với sự đóng góp của các đơn vị Gia Đình Phật Tử thật là đặc sắc. Không khí lễ hội suốt ngày đêm, thật vui tươi, nhộn nhịp. Mà chỗ rộn ràng nhất vẫn là các gian hàng ẩm thực. Người ta có thể thiếu sót thưởng thức một số gian hàng nào đó, nhưng chẳng ai từ chối hoặc quên ghé các gian hàng ăn uống. Tất cả các gian hàng đều bán thực phẩm chay. Nhìn các "thương hiệu" thấy toàn là tên nhà chùa: Chùa Liên Hoa, Tu viện Hương Nghiêm, Quán Giác Ngộ, Tịnh xá Ngọc Nhẫn, Chùa Tây Tạng, Chùa Linh Sơn, Chùa A Di Đà, Chùa Giác Viên, Chùa Đông Hưng, Chùa Thanh Hương, GĐPT Huyền Quang, Chùa Huê Lâm, Tịnh xá Minh Đăng Quang, Chùa Bảo Quang, Chùa Hương Lâm, GĐPT Phổ Đà, Chùa Lâm Tỳ Ni, Chùa Tây Thiên, Tu viện Phước Đức, v.v...

Vui lây niềm vui của đám đông lễ hội, quên mất cả ngày giờ. Mỗi đêm về đến quán trọ đều khuya lắc, và trăng lúc nào cũng đã qua khỏi đầu. Có đêm ngồi ngắm trăng ở thềm tháp chuông đến quá giờ làm việc, ban di chuyển đã nghỉ hết không ai đưa về phải nhờ một thầy địa phương cho quá giang.

Ôn lại những ngày lui tới qua lại giữa quán trọ và chùa, không biết phải nói thế nào cho hết ý cảm ơn ban di chuyển tận tình, chu đáo. Cũng không quên tất cả những tăng ni, phật-tử mỗi người một tay góp phần cho sự thành tựu của lễ hội. Thôi thì mượn lời cảm tạ của Thượng tọa Thích Nguyên Đạt, chân thành gửi đến mọi người:

"Đạo Phật là đạo từ bi. Mẹ Hiền Quan Âm là trái tim từ bi của đạo Phật. Lễ Hội Quan Âm - Ngày Hành Hương và Cầu Nguyện được tổ chức hằng năm, là để làm sống lại một truyền thống tín ngưỡng tâm linh đã có từ lâu đời; để tất cả người con Phật cảm niệm ân đức cứu khổ của Mẹ Hiền; và thiết thực hơn, để tất cả chúng ta cùng trở về tắm gội trong nguồn suối từ bi mà nuôi lớn tình thương giữa thế gian đầy hận thù tranh chấp này. Đó cũng chính là mục đích của việc cung nghinh Bảo Tượng Phật Ngọc cho Hòa Bình và tôn trí tại mảnh đất già lam này cho tất cả chúng ta có cơ hội đảnh lễ, chiêm bái. Chính với mục đích đó mà chúng con xin đem tất cả phước lành có được trong Lễ Hội Quan Âm và trong việc cung nghinh, tôn trí Bảo Tượng Phật Ngọc cho Hòa Bình hồi hướng cầu nguyện cho tự do của dân tộc, hòa bình của thế giới và niềm an lạc hạnh phúc của muôn loài."

TRỞ VỀ

Ngày về, rời khách sạn thật sớm. Xe chở về chùa để cùng ra phi trường với một vị hòa thượng đã từng quen từ lúc còn ở Việt Nam. Người lái xe đưa ra phi trường cũng chính là người đã mua giùm vé máy bay cho chuyến đi lễ hội này. Lại thầm cảm ơn một tín nữ tích cực, tận tâm.

Trên xe, im lặng dõi theo vầng trăng lúc hiện lúc ẩn ở phía tây. Có một nỗi gì dường như là ngậm ngùi, luyến tiếc. Những ngày lễ hội đã qua với cảm nghĩ chung của mọi người là thành công mỹ mãn. Nhưng trong lòng, vẫn còn vương vất một nỗi buồn. Có vẻ như có một điều gì đó muốn thực hiện mà không thành. Năm ngày đêm đến đây, đã không viết một chữ nào. Cũng chưa từng nói một lời nào gọi là trao đổi, tâm sự với ai. Chỉ là một chuyến đi thăm viếng ngôi linh tự và những vị thầy ở phương xa.

Bất chợt, khi mang hành lý khỏi xe, mới nhận ra là hành trang của mình lúc này thật là nhẹ tênh. Hành trang đơn giản khi lên đường cũng không khỏi nặng nề với những cuốn sách đem tặng. Nay buông hết, quả thật là nhẹ nhàng. Chẳng ai có thể hẹn trước một điều gì ở phút này hay phút sau, ở kiếp này hay kiếp sau. Nhưng lương duyên của một chuyến viễn hành, chính là tùy duyên. Tất cả duyên sẽ hợp, tất cả duyên sẽ tan. Nhậm vận cuộc thịnh-suy, nắm bắt hay buông bỏ một cách vô tư vô lự. Đó là con đường trở về.

Nghiệm lại mới thấy khi ra đi đã từng nghĩ rằng đây chỉ là một chuyến rong chơi; nhưng kỳ thực, cuộc rong chơi nào trong cõi đời hư ảo, nếu chân tình, tha thiết trong từng giây phút hiện tiền, cũng đều là một chuyến hành hương ý vị.

(California, ngày 01.4.2010
Kỷ niệm lễ hội Quan Âm lần thứ 10)

CON PHẬT

Trôi lăn từ muôn kiếp nào. Không nhớ, không biết. Hễ cứ sinh ra thì tiếp tục trôi lăn. Tiền tài, sắc đẹp, danh vọng. Phải gắng sức học hành, thi cử, làm lụng, lao tâm khổ trí, tốn hao thời gian để có được những thứ ấy. Có khi vì bất tài hoặc vì kém may mắn, phải tìm cách chiếm đoạt từ kẻ khác, nơi khác, làm khổ người để được phần mình. Được rồi thì ăn ngon, ngủ kỹ. Những thú vui khác lần lượt xuất hiện, lôi kéo mình vào cuộc sống hưởng thụ xa hoa, không còn nhớ nghĩ đến niềm đau nỗi khổ của kẻ khác.

Một hôm mỏi mệt, dừng bước bên hiên chùa, lắng nghe một bài kinh, nghiền ngẫm một câu pháp. Bất chợt bừng ngộ. Bao nhiêu kiếp đời trầm luân, bao nhiêu năm tháng mê muội, chỉ trong một chớp mắt, tụ thành một mặt trời rực sáng rồi vỡ thành tro bụi rơi xuống thềm không môn. Từ đó quay về với Phật, trọng Pháp, kính Tăng, thấy rõ con đường để cất những bước chân hướng đến giải thoát tối thượng. Cũng từ đó được mệnh danh là phật-tử, là con của Phật. Đứa con này được sinh ra từ miệng của Phật, do từ lời vàng của Phật mà hóa sinh. Bởi là con của Phật, biết tự tâm vốn hàm tàng hạt giống của Như Lai, biết mình có thể nương nơi Pháp, dựa nơi Tăng, mà chăm bón và phát triển hạt giống ấy. Nếu hạt giống không có sẵn, dù trải muôn triệu kiếp nỗ lực huân tu, vẫn không thể nào trở thành Phật như Phật. Nếu không tin và thực hành Pháp, dù trải muôn triệu kiếp kính Phật, vẫn không thể nào trở thành Phật như Phật. Nếu không kính Tăng, không thân cận Tăng mà học hỏi như những bậc thầy thay mặt Phật hướng dẫn dìu dắt mình, dù trải muôn triệu kiếp tin Phật tin Pháp, vẫn không thể nào bước được những bước chân vững chãi đến giác ngộ an vui.

Là con Phật, thật hãnh diện, thật hạnh phúc. Trôi lăn bao nhiêu đời kiếp, học hỏi bao nhiêu đạo sư, chưa thấy ai cho mình niềm tự tin về phẩm tính siêu việt sẵn có, về khả năng thành Phật của mình, như là đức Phật.

Làm con Phật, chắc chắn sẽ thành Phật. Tin và hiểu thâm sâu điều này, tức là chuẩn bị đầy đủ hành trang cho chuyến viễn trình tiến về Phật quả. Nếu không tin, không hiểu, và không làm những việc phù hợp với phẩm tính Phật của mình, thì dù tại gia hay xuất gia, cũng chỉ là lạm xưng, không thể tự nhận là con Phật.

Bởi vậy trong hiện đời, khi có thể khẳng định mình là con Phật, phải sống như là một người con hiếu. Hiếu này không phải là phụng dưỡng cha lành, mà chính là chăm bón, tưới tẩm và phát triển hạt giống Phật của mình. Đứa con hiếu ấy, nếu không nói được những gì Phật nói, hãy im lặng như Chánh Pháp, đừng nói những lời ác, xuyên tạc, bịa đặt, vu khống, làm tổn hại kẻ khác; nếu không làm được những gì Phật làm, hãy im lặng và lắng nghe, quan sát, học hỏi những thiện tri thức, đừng vọng động làm những điều thương tổn đến tha nhân; nếu không suy nghĩ được như Phật, hãy lắng tâm, tịnh mặc, đừng dấy khởi những ý niệm thị-phi, nhân-ngã, hơn-thua, chỉ gieo khổ đau đến người và làm tiêu mòn công đức của mình.

Con Phật là ai? - Là kẻ biết nghĩ điều lành, nói điều lành, làm việc lành. Đơn giản vậy thôi.

Ôi, kẻ lữ hành lang thang, nay đã trở về ngôi nhà yên ấm, còn phóng tâm vọng cầu nơi đâu, uổng phí gia tài của cha lành!

(tháng 5.2010)

CON LÀ BỒ-TÁT

(viết thay những người làm cha mẹ,
và để tặng những thiên thần bé nhỏ trên đời)

TIẾNG GỌI CỦA LÒNG TỪ

Cơn trốt tàn nhẫn quét ngang cánh đồng trống, ngang qua những căn nhà gỗ mong manh, xoáy mạnh và bốc lên cao những người, thú, đất đá và cây cối..., rồi vô tình thả xuống lại trên những đồng cỏ và mặt đất xác xơ. Trốt qua rồi, không gì còn nguyên vẹn. Trên những dặm vuông dài là hoang tàn, đổ nát.

Con người ở đời này vẫn thường phá hoại như thế. Chỉ vì những cái tên, người ta vô tâm, lạnh lùng hãm hại và làm tổn thương kẻ khác. Cái tên đối với một số những người lớn, không đơn thuần là cái tên để gọi và để phân biệt giữa người này với người nọ; mà trở thành mục tiêu để theo đuổi những thành quả ở đời đến nỗi có thể dẫm đạp lên sự thật, đánh mất niềm tin về nhân-quả, vô ân bạc nghĩa, và không còn lòng trắc ẩn đối với nỗi khổ của con người.

Con của ba mẹ không như thế. Con không có khái niệm gì về một cái tên và giá trị phân biệt nào của nó. Khi gọi "ba ơi, mẹ ơi!", con gọi với lòng thương yêu và nhu cầu thương yêu của con. Tiếng "ba," tiếng "mẹ," không phải là những cái tên mà là những ký hiệu của thương yêu. Mỗi lần nghe con gọi "ba, ba ơi!", hay "mẹ, mẹ ơi!", ba mẹ rung

262

động cả tâm can. Dường như trọn vẹn cả hồn và xác ba mẹ đều được đánh thức dậy bởi tiếng gọi đó của con. Tiếng gọi đầu đời của con là tiếng gọi của lòng thương yêu, của niềm trắc ẩn. Dù tâm hồn của ba mẹ có băng giá đến đâu, dù ba mẹ có là những người vị kỷ sống trên đời không làm lợi ích cho ai, nhưng nghe tiếng con gọi là tất cả lòng thương yêu được trỗi dậy, và tính vị kỷ liền tan biến ngay. Tiếng gọi của con chẳng khác gì ban cho ba mẹ niềm vui và lòng thương tưởng đến kẻ khác.

Con đã nhắc nhở ba mẹ thế nào là lòng từ bi, con có biết không?

KHOAN DUNG, THA THỨ

Người ta thường có khuynh hướng tự tha thứ: dễ dàng xí xóa cho bản thân nếu làm phải điều lỗi lầm gì; nhưng lại quá khe khắt, quá cố chấp đối với những lỗi lầm của kẻ khác. Có khi chỉ vì một vài lỗi nhỏ mà những người thương nhau đã không nhìn mặt nhau trong một thời gian dài, hoặc vĩnh viễn xa nhau. Có khi vì những sai lầm của ai đó, người ta giận ghét lây đến nhiều người khác. Có khi lỗi lầm của thế hệ trước lại trút những hậu quả hận thù và khổ đau đến nhiều thế hệ sau. Có khi đã tỏ ý ăn năn và xin lỗi về những sai lầm đã phạm, không tái phạm về sau, vẫn bị người đời đay nghiến, nguyền rủa và nhắc tới nhắc lui suốt đời. Có khi miệng nói xin lỗi mà lòng chẳng ăn năn, việc sai lầm cứ lặp lại, từ sai lầm nhỏ tiến đến những sai lầm trầm trọng hơn, thương tổn đến nhiều người, nhiều thế hệ khác. Người ta dễ dàng kết án, luận tội, phán xét về lỗi lầm của kẻ khác, không khoan dung tha thứ cho ai, ngoại trừ cho chính bản thân.

Con của ba mẹ không như thế. Trong khi ba mẹ luôn la trách, điều chỉnh những điều con làm không đúng thì con luôn luôn là người lắng nghe, sửa đổi. Những điều gọi là lỗi lầm mà ba mẹ dạy con, yêu cầu con đừng tái phạm, chẳng qua là vì không đúng với ý của ba mẹ và xã hội. Ba mẹ đã lấy đi sự hồn nhiên trong trắng của con bằng những hình phạt, không cho ăn, không cho chơi, giới hạn những điều con thích, có khi là phạt đòn (dù chỉ là những đòn khẽ nhẹ nhàng), để cho con phải khóc, phải giận... Nhưng liền sau đó, con đã vui đùa trong thế giới hình tượng và đồ chơi của con. Dường như sống ở đời này, ba mẹ nào cũng cho rằng mình không có lỗi, và chưa hề biết xin lỗi ai, huống gì xin lỗi con. Ba mẹ chỉ biết dạy con phải chịu lỗi và vòng tay xin lỗi. Ba mẹ chưa kịp tha thứ cho con thì con đã biết tha thứ cho ba mẹ. Con không bao giờ giữ lâu trong lòng những điều bất mãn, không như ý. Con không bao giờ để tâm về những sai lầm và các hành vi quá đáng của ba mẹ hay của người khác. Chung quanh con, trước mắt con là thế giới thơ mộng, đẹp đẽ, đầy những điều kỳ diệu và khám phá mới. Con khóc đó, nhưng rồi con cũng cười đó. Nụ cười ngây thơ rạng rỡ của con, ánh mắt trong veo của con, bàn tay thiên thần nhỏ nhắn của con, tất cả những thứ ấy đã xoa dịu và đánh tan đi những ưu tư phiền muộn của ba mẹ.

Con đã nhắc nhở ba mẹ về lòng khoan dung, tha thứ, con có biết không?

BUÔNG XẢ

Thế giới người lớn thường bày vẽ những trò chơi huyễn mị. Từ ngàn xưa đến ngàn sau, người ta hăm hở mong được trưởng thành sớm để thực hiện những hoài vọng, cao vọng; tùy theo sở thích và khả năng, khuynh hướng và địa vị, chọn lựa những lý tưởng và mục tiêu riêng hay chung, cho cá nhân hoặc cho những tập thể cùng quan điểm hay lối sống, cùng tôn giáo hay đảng phái, cùng quốc gia hay sắc tộc; để rồi, ức hiếp, chèn lấn, cạnh tranh, đày đọa, giết hại lẫn nhau... Nhân danh những đấng thiêng liêng, những nhà lãnh đạo tối cao, những chính nghĩa cao tột, con người tự cho mình quyền hạn cướp đoạt sở hữu và mạng sống của kẻ khác. Tất cả những tham vọng thâm căn cố để của lịch sử loài người, từ nhiều thế hệ di truyền và tiếp nối nhau, kết tập thành một cọng nghiệp bao trùm thế giới, tác động lên toàn bộ cuộc sống của người xưa, người nay. Trong cái khung kiên cố trói chặt cuộc đời với hỗn loạn, đấu tranh, bất an và thống khổ, con người tuần tự sinh ra và lớn lên, không thắc mắc hoài nghi về ý nghĩa đích thực của cuộc tồn sinh này. Bên dưới những bàn thờ, bàn họp, bàn tiệc, bàn làm việc, bàn cân, bàn toán, bàn cờ... là những bàn đạp để con người ngoi mình lên, dìm kẻ khác xuống. Lềnh bềnh trong vũng lầy trần gian là những âu lo, hãi sợ, trăn trở, thao thức, bất đắc chí, hy vọng, thất vọng... và phiền não triền miên...

Con của ba mẹ không như thế. Con có mặt không phải để tom góp, chiếm hữu. Những gì ba mẹ sắm sửa và ban tặng con, muốn con hiểu rằng đó là những sở hữu của con, con không bao giờ nắm giữ, bám chặt. Đối với áo quần, giày giép, đồ chơi, ba mẹ cố gắng dạy con sự phân biệt để cân nhắc lợi-hại, hơn-thua, đắt-rẻ, nặng-nhẹ... nhưng trong mắt con, tất cả cũng chỉ là những món vật bình đẳng, không hơn không kém. Con có thể cầm nắm, hân thưởng và giữ làm của riêng trong một thời gian ngắn, nhưng rồi con cũng buông bỏ tất cả. Điều quan trọng nhất trong đời con, chỉ là nụ cười của ba mẹ và những người chung quanh. Con chỉ cần được thương và trao gởi tình thương của con. Thế giới của con không có sự cạnh tranh, không có những nỗ lực để chiếm hữu, cho nên cũng không có những phiền muộn, tân toan. Một ngày vui chơi, đêm về nằm nghe kể chuyện, và đánh một giấc ngủ vô tư vô lự.

Con đã nhắc nhở ba mẹ về sự buông xả, con có biết không?

BAN TẶNG

Khi không thể hoàn thiện phẩm cách của chính mình, người ta thích soi mói lỗi lầm, khuyết điểm của người khác. Dường như nói lên điều dở của ai đó sẽ khiến người ta thấy mình tốt đẹp hơn. Thói quen này không sửa đổi được gì cho người khác, nếu thực sự là họ có những khiếm khuyết, mà cũng khó để cải thiện nhân cách của mình. Nó khiến người ta thù ghét, ganh tỵ thay vì thương yêu; đố kỵ, ghim gút thay vì vui vẻ tha thứ; cố chấp, khư khư thành kiến thay vì bao dung, buông xả. Những suy nghĩ, lời nói và hành động của thế giới người lớn thường đi theo vết mòn hướng ngoại: thấy cái sai khuyết của người, chê bai châm biếm điều lỗi của người, cạnh tranh với người khác để mình được trội hơn. Tưởng như vậy là đóng góp xây dựng cuộc đời, mà kỳ thực chỉ là những vọng động của bản ngã, chỉ mang lại xung đột và phá hoại.

Kinh nghiệm của các bậc hiền trí cho thấy sự cải thiện nào cũng phải bắt đầu từ nội tâm, từ chính mình. Sửa đổi mình trước khi góp ý cải cách xã hội, sửa đổi con người. Chúng ta không thể sửa đổi kẻ khác điều mà chúng ta không thể sửa đổi.

Có lần con đang ngồi xếp các ô hình bỗng ngừng lại, ngước nhìn ba. Con nhìn ba thật lâu, ba biết, nhưng ba vẫn phải cắm cúi làm việc. Con đã đến bên ba, níu lấy tay ba, "ba ơi, chơi với con." Ba nhăn mặt nhíu mày, "ba đang làm việc, con không thấy sao?" Lúc đó ba nghĩ con ích kỷ, chỉ biết vòi vĩnh, bắt ba phải ngưng việc để chơi với con. Ba có ý thầm trách con. Nhưng con vẫn nài nỉ, "ba, đừng có làm việc nữa, ba chơi với con." Ba bắt đầu bực bội, nói giọng không được nhẹ nhàng với con, "ba cần làm xong việc này trong ngày hôm nay. Con chơi đi." Con không chịu thua, dạt hai tay ba sang hai bên, lên vào ở giữa, chắn ngang ba và bàn phím, "ba chơi với con, đừng có làm việc nữa." Ba

266

gần phát cáu, "con, đừng có như vậy, để ba làm việc; khi nào xong ba sẽ chơi với con." Nhưng ngay sau câu nói đó, nhìn đôi mắt khẩn khoản và đầy tình thương của con, lòng ba lắng xuống, lời ba dịu lại, "con... con muốn chơi gì?" Hai bàn tay nhỏ nắm lấy hai cổ tay ba, con cố sức kéo ba ra khỏi bàn làm việc. Ba miễn cưỡng theo con, rời thế giới của người lớn. Ba hỏi lại, "con muốn chơi gì đây? Trốn-tìm, vật lộn, hay cưỡi ngựa?" Con tròn mắt nói "ba mở nhạc lên, nhảy." Ba hơi khựng, lại hỏi "nhạc nào, con thích bài nào?" Con chỉ vào cái máy hát, "ba bấm lên đi, nhạc đó." Ba uể oải bước đến máy, bấm. Nhạc lên, con níu lấy tay ba, hét lớn "nhảy, nhảy, ba nhảy đi!" Rồi không chờ ba nhảy, con nhảy trước làm gương. Bước nhảy, điệu bộ đôi tay và đôi vai của con không theo bất kỳ thể điệu nào của các điệu nhảy thông thường. Chẳng phải cha-cha, bebop, slow, soul, tango, disco, hip hop... Chẳng phải điệu nào của thế giới người lớn. Nhịp nhàng theo nhạc, con bước những bước nhẹ như mây, đôi tay như đôi cánh múa lượn uyển chuyển. Ba sững sờ nhìn con trong giây phút. Chưa bao giờ ba cảm nhận nhạc điệu và bước nhảy hòa quyện với nhau kỳ diệu, bất phân như con đang trình diễn. Con học từ đâu, ba tự hỏi. Không từ đâu cả. Không phải cái gì hay thì đều học từ người lớn. Con chỉ biểu hiện thể cách của một thiên thần, không có định kiến, không có những nề nếp và thói quen, không có những công thức và khuôn khổ của thế giới người lớn mà ba kinh qua. Ba cố gắng bước theo con, nhưng chỉ là những bước vụng về, nặng nhọc. Ba nghĩ ba có thể như nhà văn nọ, nơi bãi biển lộng gió, ở tận cùng của tuyệt vọng mất mát, học nhảy từ Zorba, con người ngang tàng lịch lãm—nhân vật chính trong tác phẩm của Nikos Kazantzakis, nhưng ở đây, ba không thể học bước nhảy của thiên thần. Điệu nhảy của con không thông qua trường lớp nào, con người nào. Con vừa nhảy vừa cười rạng rỡ, đôi khi có vẻ chìm đắm lặng lờ trong tiết điệu. Từ bản nhạc này, lại tiếp qua bản khác, con nhảy liên tục.

Nhạc điệu nào con cũng có cách biểu đạt riêng của con. Hết đĩa nhạc, ba ngồi bệt xuống sàn, im lặng ngắm nhìn con. Nài nỉ ba mở đĩa nhạc khác không được, con nhào tới vật ba xuống, đùa giỡn, cù lét. Chúng ta chơi với nhau như con nít đồng trang lứa. Mệt mỏi, đổ mồ hôi, con nằm lăn trên sàn nhà, mỉm cười nhìn ba một lúc, rồi nhẹ nhàng đi vào giấc ngủ.

Ba hiểu rằng con rủ ba chơi đùa không phải vì con, mà vì ba. Con thương ba sao cứ ngồi cặm cụi làm việc với vầng trán nhăn, nhíu. Con thương ba không biết thư giãn, vui đùa. Con thương ba không biết thỉnh thoảng dừng lại, hát lên những bản nhạc mình thích hoặc chỉ nghe nhạc và nhảy… Con đã ban tặng ba những gì ba không có hoặc đã quên lãng.

Gần một giờ đồng hồ buông hết công việc, múa nhảy và chơi đùa theo con, ba nghiệm ra rằng, nhiều khi người lớn tưởng là không có gì để ban tặng cuộc đời thì thực ra ai cũng đều có một điều gì đó tốt đẹp để ban tặng; những việc nghĩ là không thể buông xả, đều có thể buông xả; những gì tưởng là không thể tha thứ, đều có thể tha thứ; những ai mình tưởng là không thể thương yêu, đều có thể thương yêu.

Một thiên thần ba tuổi như con, rồi đây sẽ được ba mẹ, học đường và xã hội dạy cho chữ nghĩa, con số, màu sắc, âm thanh, hình tượng, mùi vị, cách đo lường, tính toán, phân biệt, suy tưởng, phân tích, kết luận… để rồi con sẽ trưởng thành như một người lớn trong số hàng tỉ người lớn đã sinh ra và mất đi trên cõi đời này. Người lớn thường tự hào hãnh diện về những thành tựu của họ để dựng nên nền văn minh kỹ thuật hiện đại. Nhưng họ không bao giờ thực sự hạnh phúc, bởi vì họ không biết thương yêu, tha thứ, buông xả và ban tặng.

Cho nên, nếu một ngày nào con học được từ đâu đó, sự vinh danh cha mẹ là những vị Phật, thì con nên hiểu rằng đó chỉ là ẩn dụ đầy ấn tượng để nhắc nhở những người con kính yêu và tri ân bậc sinh thành của mình; đồng thời, cũng nhắc nhở những người lớn phải biết học và ôn lại cái đẹp hồn nhiên vốn có của mình từ thế giới trẻ con.

Nhìn lại chặng đường đã kinh qua, với tâm tư, ý chí và những hành xử rập khuôn theo ước lệ của gia đình và xã hội, chỉ khiến gây thêm tranh cãi, hỗn loạn và khổ đau cho cuộc đời, ba mẹ tự thấy không xứng đáng là những vị Phật. Danh hiệu Phật phong tặng những người không toàn đức toàn trí chỉ khiến ba mẹ thêm xấu hổ. Nhưng con, thiên thần tuyệt vời của ba mẹ, con đã vô tư trao đến ba mẹ những bài học về các phẩm tính cao đẹp mà ba mẹ bỏ quên từ khi bắt đầu làm người lớn. Chỉ ngần ấy không thôi, nếu cần nói một lời nào để cảm ơn con, ba mẹ muốn nói rằng: con xứng đáng được gọi là bồ-tát của ba mẹ.

(California, mùa Vu Lan, năm 2010)

NHỮNG NGƯỜI BƯỚC CHẬM

Ngày lập đông. Trời lạnh suốt từ đêm qua đến sáng sớm hôm nay; mãi đến trưa mới có nắng ấm dìu dịu giữa một trời lãng đãng sương giăng. Một ngày như thế nơi công viên nhỏ ít bóng cây không phải lý tưởng cho lắm. Nhưng bãi cỏ ở đây thì thật đẹp. Dù mùa thu đã qua với nhiều lá vàng khô còn rơi rớt đâu đó, thảm cỏ công viên vẫn xanh mướt, tạo cảm giác êm dịu cho đôi mắt đã mờ đục vì bụi bặm trần gian.

Công viên cách xa lộ không bao xa, mà trục lộ chính của thành phố lại chạy ngang mặt trước, nên thỉnh thoảng, tiếng động cơ của vài chiếc xe nào đó cố tình gây huyên náo, cũng tràn đến băng ghế đá, như những đợt sóng dữ phả vào, làm chao động cả vách núi im. Có một người ngồi đó, lặng lẽ nhìn, lặng lẽ nghe.

Huyên náo rộn ràng thường khi chỉ biểu hiện một cái gì rỗng tuếch. Nhưng người ta vẫn muốn phơi bày cái rỗng tuếch ấy, vì rỗng tuếch chính là chất liệu của một đời sống vô nghĩa, vô hồn nơi họ. Một cái giếng không bắt được mạch nguồn vô tận thì sau vài gàu nước đục, đã thành cạn khô. Người ngồi nơi ấy, lặng lẽ nhìn, lặng lẽ nghe.

Một chiếc xe đi vào bãi đậu công viên với tốc độ không bình thường. Nơi đây mọi thứ động tác, mọi chuyển động của con người và cây cỏ đều chầm chậm, nhẹ nhàng. Xe vào thật nhanh, cửa đóng ầm ầm, có vẻ gì như là một cuộc xâm lấn. Từ trên xe, những người mau mắn và tự tin bước ra. Điện thoại cầm tay, mỗi người một cái, nói chuyện với một ai đó ở mơ hồ phương xứ. Ba người đồng hành không nói chuyện với nhau mà lại nói chuyện với những ai khác qua điện thoại tiện ích tân kỳ. Một người khác ngồi lại trên xe, chăm chú dán mắt vào máy vi tính xách tay. Đọc truyện hay xem tin tức, hay đang liên lạc với ai khác bằng vi thư? Thế giới loài người hôm nay đem cái xa gần lại, và đẩy cái gần đi xa.

Người ta đã nói thật nhiều nhưng không nói được bao nhiêu. Những điều đã nói, không thực sự cần nói. Tràn ngập trên truyền thanh, truyền hình, và hàng triệu trang lưới tập thể, trang lưới cá nhân, là những tiếng nói, hình ảnh, sắc màu. Chưa bao giờ loài người được quyền nói nhiều, đăng nhiều, biểu đạt nhiều như thế. Cái gì cũng nói được, phơi bày được, và đã được gửi lên mạng lưới toàn cầu một cách nhanh chóng. Nhanh chóng đăng lên, rồi nhanh chóng bị đẩy lùi vào trang sau để nhường trang trước cho các bài mới. Những trang mạng chuyên về tin tức chính trị, thời sự, kinh tế... cập nhật hàng ngày là chuyện bình thường. Nhưng các trang về tôn giáo, triết học, văn chương... cũng thế, cập nhật mỗi ngày, hoặc vài ba ngày một lần. Cập nhật, cập nhật, cập nhật... Update, update, update... Đó là từ ngữ quan trọng nhất của xã hội thông tin ngày nay. Trang nào, báo nào không cập nhật hàng ngày thì bị bỏ rơi, bị chê là chậm quá, giống như chiếc xe lái chậm trên xa lộ, chỉ cần giảm tốc độ trong vòng vài giây, vài phút, đã thấy hàng trăm xe vượt qua mặt (có khi đã qua mặt rồi còn ngoái cổ nhìn xem thử ai mà lái chậm thế!). Bài nào không kịp đọc hôm nay, ngày mai có thể là tìm không thấy. Phải đọc nhanh cho biết. Cái gì cũng cần biết, không cần hiểu. Nếu nhiều bài quá mà không có thời gian đọc, chỉ cần liếc qua tựa đề hoặc xa hơn nữa, liếc đoạn đầu đoạn cuối của bài là đủ. Đây là cách đọc và học của con người thời đại. Tư tưởng, triết lý, văn chương... phải cô động lại và được biểu hiện qua hình ảnh và âm thanh chắt lọc nhất, giống như áp-phích quảng cáo: vừa đưa lên đó thì thoắt cái đã biến mất. Những người nhẩn nhơ thong thả sẽ không kịp thấy. Những đầu óc chậm phân tích sẽ không kịp hiểu. Những người trầm tư ít nói sẽ là những người lạc hậu...

Người đàn ông ngồi đọc sách nơi băng đá công viên. Mấy con chim nhảy qua nhảy lại gần giỏ rác. Xe vượt nhanh trên con đường cao tốc gần đó. Trời hanh nắng. Gió đưa nhè nhẹ hơi lạnh của ngày chớm đông. Mây xám chen mây trắng, lờ lững như giòng nước đục. Một cặp tình nhân kề vai sóng bước, chậm rãi đi qua. Cặp tình nhân không còn trẻ. Chàng lớn hơn nàng khá nhiều tuổi. Có thể là một cặp vợ chồng. Nhưng cách họ nắm tay, lặng lẽ bước bên nhau nơi công viên nhỏ bé này, giống như tình nhân, hay đôi bạn tri kỷ vong niên. Đôi mắt họ tràn ngập hạnh phúc. Thế giới của họ bây giờ là đôi bàn tay nắm chặt lấy nhau, còn có nhau trên đời. Chậm rãi dạo bước công viên. Im lặng ngồi bên nhau nhìn ngắm mây bay lững lờ. Không cần biết họ là ai, làm gì, xuất thân từ đâu; chỉ biết tình yêu của họ là tình yêu của đầu thế kỷ trước.

Thuở ấy, người ta hãy còn làm thơ. Và những người yêu nhau, không đến không đi vội vã. Họ trao và nhận những câu thơ để đọc chậm rãi, và có thể đọc tới đọc lui nhiều lần.

Khi nhiều người rầm rộ tiến đến tương lai thật nhanh bằng tốc độ của điện tử, bằng hàng triệu bài viết dài ngắn, bằng muôn vàn lời nói, bằng muôn vàn hình ảnh và âm thanh sôi động... có những người thật lặng lẽ, ngồi nơi băng đá công viên, nắm tay nhau, hoặc một mình, thong thả đọc sách...

Một ngày mùa đông, tháng 12.2010

HOA ĐỐM MÙA XUÂN

Cuối năm.

Trời vẫn còn lạnh. Buổi trưa có nắng ấm, nhưng lại nhiều gió khiến những cánh hoa đang rộ nở phải run rẩy, ngửa nghiêng. Chậu mai duy nhất trong sân đã được tuốt lá từ nhiều ngày trước, chuẩn bị đón Tết với trăm nụ hoa còn ươm xuân vàng trong những lộc xanh. Bánh chưng bánh tét truyền thống được gửi tặng từ một người bạn phương xa cũng đã đơm cúng trên bàn thờ Phật và bàn thờ tổ tiên. Hoa quả, bánh mứt từ chợ xuân mang về, đầy hương sắc và sinh phong của một năm mới. Sổ sách cuối năm, báo chí đầu năm, cập nhật tin tức và bài vở các trang nhà, thiệp xuân (điện tử), v.v… mọi thứ đều đã chuẩn bị xong xuôi đâu vào đó. Những ngày cận Tết, thực sự không còn gì để lo, nghĩ, làm, hoặc viết.

Một đời lăng xăng, trôi giạt, có lẽ cũng nên chuẩn bị những ngày cuối cùng của mình như thế. Những ngày cuối cùng ấy, bắt đầu từ khoảng thời gian nào? Tuổi thiếu niên, hồn nhiên, vui chơi, thắc mắc, tò mò… đã qua rồi. Tuổi thanh niên, nhiệt huyết, sôi động, lúc nào cũng muốn thay đổi, cải cách, kiêu căng và thách đố, sẵn sàng dấn mình vào những cuộc phiêu lưu nguy hiểm… cũng qua rồi. Tuổi trung niên, trầm tư, cân nhắc từng ý nghĩ, lời nói, hành động; bước vững con đường đã chọn, nhìn trước những gì ở tương lai… cũng qua rồi. Tuổi lão niên—có phải đã là lão niên không nhỉ? Ngoài năm mươi, tóc trên đầu đã bạc nhiều; ừ, thì lão niên—nhìn mọi thứ trong cuộc đời như là

273

những sắp xếp trật tự của nhân duyên, nhậm vận mà hành xử… cũng đang đi qua, từng phút, từng giờ. Đã qua đi tất cả những cái hiện tại, hiện tiền. Đã qua đi những cái ngày nay, năm nay, nơi này. Vậy mà những ngày cuối cùng của đời mình vẫn là khoảng thời gian mơ hồ, không thể biết trước để sắp xếp một chuyến đi thanh thản, nhẹ nhàng, không vướng bận. Biết chăng, là biết sự chấm dứt của một đời người có thể xảy ra bất cứ lúc nào. Nhưng cái biết ấy không đủ là một chuẩn bị chu đáo cho thời gian cuối đời.

Cuối ngày, cuối tháng, cuối năm, cuối đời, thực ra bản chất cũng không khác gì nhau. Nhưng chúng ta chỉ biết thu xếp cho ngày tháng năm, mà không thu xếp đàng hoàng cho cuối đời.

Đêm giao thừa.

Sau khi cùng gia đình lễ Phật nơi vài cảnh chùa trước giờ giao thừa, một mình lái xe đi trong đêm. Xa lộ vắng xe mà vẫn lái thong thả, đúng tốc độ qui định. Không có gì vội vã, dù rằng quí thầy nơi tu viện gọi điện thoại thăm chừng đã đến đâu, có vẻ hối thúc. Giữa đường ghé lại trạm nghỉ ngơi. Mua một ly cà phê nóng nơi máy pha chế tự động. Đứng giữa trời đêm, gió lạnh cắt, nhấp từng ngụm nhỏ, thật sảng khoái. Muôn sao lấp lánh như thể muốn chia sẻ sự run lạnh của một lữ hành trong đêm.

Xe lên đến cổng tu viện thì vừa đúng 12 giờ khuya, giờ giao thừa. Đậu xe nơi bãi, không vội vào trong. Trên xe, bấm số gọi điện thoại phương xa. Nghe tiếng mẹ qua điện thoại. Mẹ không nhận ra mình là ai, chỉ đoán là một trong những đứa con xa nhà của bà. Không sao, nghe được tiếng mẹ, biết mẹ còn khỏe là đủ rồi. Giờ giao thừa, một mình giữa đất trời im, nói đôi lời với người thương, nghe được tiếng người thương, không gì hạnh phúc hơn.

Ra khỏi xe nghe hoa rừng lao xao trong gió. Hương cỏ ngập tràn đêm ba mươi. Đứng lặng giữa đêm sâu. Ngước nhìn muôn sao le lói trong biển đen thẳm. Bất chợt nhận ra sao mai, lồng lộng ngời lên như một thiên thần. Sao mai, hay hoa mai của trời cao, tỏa cánh thiêng, ôm lấy mình, hay chính mình đã đi vào trong sao. Trong khoảnh khắc, trần gian tan biến. Tất cả những nơi chốn, đất và trời, ngày và đêm, tất cả quá khứ, hiện tại, vị lai, đều không hiện hữu. Phút thiêng giao thừa, cất lên bản giao hưởng của tâm, của tình, của cả sắc thân, cảm giác, tư tưởng, hành nghiệp và ý thức. Một năm, một đời, dễ gì có một lần giao cảm huyền diệu như thế.

Lững thững rời bãi đậu xe, vào tu viện. Lễ đón giao thừa đã kết thúc hơn một giờ đồng hồ trước đó. Hóa ra từ đường xa đến đây không phải để cùng mọi người làm lễ mà để trang nghiêm tiếp nhận hương hoa của đất trời. Tu viện vắng ngắt, không còn khách vãng lai. Bãi đậu xe chỉ riêng xe mình đậu. Uống trà cùng sơn tăng trong đêm lạnh mịt mùng.

Sáng sớm rời tu viện. Ánh triêu dương bừng vỡ cả núi đồi. Muôn sao rụng xuống thành muôn hoa, rực rỡ sắc màu trong nắng xuân đầu ngày.

Đầu năm.

Nắng ấm. Không còn gió chướng như ngày cuối năm hôm trước. Từ tu viện lái xe về, ghé ngồi với người bạn thân nơi vỉa hè một quán cà phê của khu thương mại người Việt. Nghe nhạc xuân tưng bừng. Nghe pháo Tết nổ giòn từ các chợ và cửa hàng. Mùi thuốc pháo quyện lấy cả một không gian rộn rịp người qua kẻ lại, nói cười râm rang. Chợt hòa vui theo niềm vui của thiên hạ.

Đường về nhà ít xe qua lại. Hai bên đường có nhiều cây hơn. Những bãi cỏ được cắt xén thành nhiều hình thù khác nhau, trông như những ao hồ xanh rợp. Bồn hoa của các cơ xưởng khoe sắc, tỏa hương trong nắng xuân. Nhìn đâu cũng thấy hoa. Con người sống trên đời, dù ở xứ sở nào, sắc tộc nào, dường như không thể thiếu hoa. Hoa là ngôn ngữ, là biểu tượng chung của con người mọi thời đại.

Biểu tượng của cái đẹp. Nghĩ vậy mà lòng thấy nhẹ nhàng, nhiều cảm thông, tha thứ. Cảm thông ngay cả những gì không phải là hoa, trái ngược với tính chất của hoa.

Nhưng khi lái xe vào hẻm vắng, bỗng cảm nghe một nỗi gì trống rỗng, mang mang. Có vẻ như tâm thức cũng chuyển động, thay đổi ở ngày đầu năm. Tại sao ngày đầu năm? Phải chăng có thực một ngày đầu năm? Cái gì khác giữa cũ và mới? Cái gì khác giữa tâm thức hôm nay và ngày qua? Năm cũ, có phải đã qua đi và một năm mới bắt đầu? Cái gì còn lại? Cái gì tái sinh? Cái gì mới vừa sinh ra?

Hoa xuân.

Bước vào đến sân, nghi vấn vẫn còn lờn vờn trong đầu. Rồi bất chợt, khi nhìn thấy cành mai nở sáu nụ vàng thắm trên những cành trĩu đầy nụ xanh, trí như khai ngộ một lẽ gì. Cơn biến động của thời thế và đổi thay của lòng người, từ lâu vẫn âm thầm bào mòn, phá hoại, làm giảm đi niềm vui và tin yêu của mình đối với cuộc đời, phút chốc vỡ òa ra, rồi sáng lên theo những nụ mai vàng. Phô trương, đãi bôi, man trá, giả trang, kiêu hãnh, hám danh, hám lợi, lộng quyền, mê tín, cuồng tín, tự đại… những thứ ấy, của những con người ấy, đã từng một thời không ưa, nay tha thứ, cảm thông hết, chấp nhận hết. Vì dù thế nào, họ cũng biết chăm sóc, hoặc nhìn ra vẻ đẹp của hoa.

Ngồi xuống nơi vườn sau. Hoa xuân rực rỡ. Chim ríu rít trong lùm cây rậm nơi tường rào. Mây trắng vẫn bay ngang trời rộng. Vết xuân đi cũng nhẹ nhàng, đơn giản thế thôi. Con người và cuộc đời, với hạnh phúc và khổ đau, yêu thương và giận ghét, đoàn tụ và ly biệt… cũng sống và trôi đi đơn giản, bình thường thế thôi. Hoa sẽ tàn và rồi sẽ nở; sẽ nở rồi lại tàn. Người xấu đó, rồi tốt đó; tốt đó, rồi lại xấu đó. Hưng thịnh hay suy vong của một đất nước, một thể chế, một tổ chức, hay của một cá nhân, cũng rất là bình thường như hoa nở hoa tàn. Không thể đoán trước được những gì sẽ xảy đến, và xảy đến như thế nào. Nhưng đổi

276

thay là lẽ tất định.

Hoa đốm.

Thế gian ly sinh diệt. Do như hư không hoa. Cuộc đời trong hiện tượng vốn biến dịch, đổi thay; nhưng kỳ thực, bản chất của nó vượt ra ngoài sự sinh-diệt còn-mất. Chẳng khác gì hoa đốm giữa hư không. Hoa đốm nào, ở đâu? Ở ngay trước mắt. Mắt bệnh, mắt nhòa, mắt nổ đom đóm… sẽ thấy hoa ấy nở giữa hư không. *Hư không hoa,* chẳng phải hoa nào xuất hiện hay được rải từ hư không, từ thiên giới, mà chính là hoa nở từ trong mắt. Phát xuất từ nhãn quan, mà trình hiện nơi không giới. Cái đẹp của hoa ấy không giống các loài hoa của trần thế, nhưng tên nó, *hư không hoa,* đọc lên nghe hay và thi vị làm sao! Cái đẹp của nó không chỉ ở cái tên, mà còn ở nơi tính chất không thực, bất định, khó nắm bắt, không phải lúc nào muốn thấy thì sẽ thấy. Chính từ đây mà nghiệm ra vẻ lung linh muôn sắc tuyệt vời của hoa trần gian, hay của chính trần gian vô thường biến hoại. Người biết nhìn ra vẻ đẹp thực sự của hoa, là người thấy được tính cách vô thường của chúng.

Hoa nếu nở mãi không tàn, sẽ không quí, không đẹp. Phát tiết một thời để tàn rụi một thời, chính đó là vẻ đẹp mong manh mà huyền diệu của hoa, và của cuộc đời. Mọi thứ sẽ không sinh nếu không diệt. Mọi thứ sẽ không diệt, nếu không sinh. Chẳng có nhân nào mà không kết thành quả. Chẳng có quả nào mà không được kết thành bởi nhân và duyên. Chẳng có duyên nào không phải là nhân hay là quả của những duyên khác. Ý nghĩa nội hàm của nhân, duyên, và quả theo cách ấy, là tất cả mọi sự mọi vật đều không thể tự là nhân, là duyên, là quả cho chính nó hay cho bất cứ cái gì khác. Như vậy, một cái hoa, là kết quả của nhiều nhân duyên, mà đồng thời cũng không phải kết quả gì cả. Cũng không phải là nhân hay duyên gì cả. Bởi vì bản chất thực sự của nó là không bản chất riêng, không đặc tính. Nhờ không bản chất riêng mà nó được kết hợp và hình thành bởi muôn vàn cái gọi là nhân hay là duyên khác. Vì không bản chất riêng mà nó biến hoại, không thường hằng; mà cũng nhờ không bản chất riêng, nó vượt ra khỏi sự sinh diệt. Thế gian ly sinh diệt. Không có cái gì thực sự được sinh ra và bị mất đi. Cái gì đã hiện hữu, đang hiện hữu, hay chưa hiện hữu, đều biến hoại, mà đồng thời là không sinh, không diệt.

Nói theo Bát-nhã thì hoa không phải là hoa, mới chính là hoa. Và nói cho thi vị thì hoa, hay cả thế gian này, với tất cả những con người đáng yêu (hay không đáng yêu) này, đều là hư không hoa.

Trên những nhánh mai nhỏ khiêm nhường của mùa xuân năm nay, có những nụ hoa chưa kịp nở, có những hạt mầm của hoa chưa được gieo xuống. Nhưng kỳ thực thì nụ hoa đã là hoa, và hạt mầm cũng đã là hoa. Tình yêu, một khi xuất hiện, nó đi vào vô cùng.

Khai bút đầu năm Tân Mão 2011

CHA MẸ:
THẦY DẪN ĐẠO CỦA CON
(Kính tặng Ba Mẹ nhân mùa Vu Lan năm 2011)

Mỗi khuya thức dậy, nghe mõ nhịp nhàng, nghe chuông nhẹ điểm, hòa trong tiếng tụng kinh nho nhỏ mà tha thiết chân thành của mẹ; gần đó, hồng chung chùa sư nữ Vạn Thạnh ngân vang, xa xa vẳng tiếng chuông Hải Đức dội về. Tất cả những thanh âm thiền vị, sâu lắng và đẹp đẽ nhất đã nuôi dưỡng tâm hồn nhạy cảm của tôi từ lúc bé thơ.

Tôi lớn lên từ chiếc nôi đó. Chiếc nôi đặt giữa thành phố Nha Trang bé nhỏ, hiền hòa. Trở mình, chợp mắt, có thể nhìn thấy dáng mẹ trang nghiêm trong chiếc áo tràng lam, một mình trì tụng kinh Pháp Hoa cùng lúc với thời công phu khuya của các chùa lớn nhỏ chung quanh. Những hình ảnh và âm thanh ấy có lẽ được ghi lại rõ rệt vào tuổi lên năm, lên bảy; và đi ngược thời gian xa hơn nữa, tôi đoán chừng có cậu bé chưa thôi nôi, nằm im, mở mắt thao láo, dỏng tai lắng nghe tiếng chuông mõ và giọng tụng kinh trầm ấm của mẹ hiền mỗi khuya.

Thế rồi lớn khôn lên một chút, tôi đã biết đi chùa sư nữ để tụng kinh Pháp Hoa vào mỗi tối. Tụng đọc lại những lời kinh mà mẹ tụng hàng ngày trước đó. Mỗi tối, mỗi tối, và mỗi tối tụng đọc, lời kinh lan thấm trong máu huyết tôi, để rồi một ngày nọ, tôi xin đi tu. Chuyện đi tu không đơn giản. Nhà đông người, người ý này, người ý nọ. Nhưng ba mẹ cũng đã chiều theo ý tôi. Nha Trang nhiều chùa, nhiều thầy, mẹ phân tích và so sánh cho con từng nơi, cho phép con chọn lựa. Con đã chọn vị thầy khó nhất, và ngôi chùa ở trên đồi cao nhất: chùa Hải Đức! Tập luyện và học kinh từ chùa sư nữ gần nhà, rồi xuất gia nơi ngôi chùa có tiếng chuông linh thiêng điểm vào tâm con mỗi sớm. Con trở thành chú tiểu từ đó.

Lần đầu về thăm nhà, bỡ ngỡ như một người khách. Đi tu khó không, khổ nhọc không? Ánh mắt ba nhìn tôi như trào ra những câu hỏi ấy. Không, ba ơi, con vui lắm, con không thấy khổ. Ở chùa, thức dậy lúc ba giờ rưỡi sáng ngồi nghe chuông, niệm Phật, đọc các kệ chú, rồi bốn giờ tụng thời công phu khuya, giống như thuở bé con thức giấc nghe me tụng đọc kinh Pháp Hoa, không khó đâu. Ba không bật ra câu hỏi, tôi cũng không buông ra câu trả lời. Cha con nhìn nhau, thương yêu, đầm ấm.

Một lần khác thăm nhà, chỉ có ba mẹ ngồi bên con, chú tiểu ngơ ngác. Ba ôm vai con, nói:

"Chị con du học bên Mỹ đã lấy bằng tiến sĩ văn chương, dạy đại học bên đó, ba mẹ rất vui, rất hãnh diện. Nhưng ba có thể nói rằng có một đứa con xuất gia, ba me cảm thấy phước báo vô cùng, không niềm vui nào to lớn hơn."

Mẹ gật gù tán đồng, đôi mắt tràn thương yêu nhìn chú tiểu:

"Đúng vậy, đúng vậy đó con."

Ba mẹ đâu nói chi nhiều. Chỉ ngần ấy thôi. Tiễn con về với chùa, theo thầy bạn. Một năm, hai năm, ba năm… Con mỗi lúc một xa, không thường về thăm nhà. Sinh nhật chú tiểu, mẹ lên chùa thăm con, âm thầm tặng một bài thơ, gói theo hộp bánh dẻo.

Chiều thu thăm con ở chùa

"Đồi mùa thu trải lá
Non tây hút mặt trời

Sương lành thâu nắng ngã
Chuông chùa ngân chơi vơi...

Dưới thấp bước lên cao
Me để thành phố lại
Bỏ sắc đời hư hao
Quên chuyện đời khôn dại...

Bằng hai bàn tay không
Me ôm đầy tâm niệm
Khuyên con luyện chí đồng
Me quỳ dâng mật nguyện...

Trở về cao xuống thấp
Sương mớm lá thu vàng
Trên đồi như nai nhỏ
Áo nhật-bình màu lam...'' (*)

Mật nguyện của mẹ là gì, chưa bao giờ mẹ nói ra. Con cũng chưa bao giờ hỏi. Mẹ con lẳng lặng giao cảm tâm với tâm.

Mười năm, mười lăm năm, con trôi giạt những phương trời. Ba mẹ âm thầm dõi theo bóng con, học ở đâu, tu ở đâu, hành đạo ở đâu... Thoảng khi tương ngộ, chỉ im lặng nhìn con, chú tiểu năm xưa đã trưởng thành. Bao năm học đạo, phước duyên thọ giáo các bậc đạo hạnh chân tu, biết tâm chí hạnh nguyện bây giờ đặt ở cảnh giới nào!

Mười bảy năm, về thăm ba, thắp hương khóc tràn. Nhớ nụ cười ba hiền lành, bao dung... Con đứng nơi bàn thờ, tụng cho ba bài Tâm Kinh Bát Nhã như ba vẫn thường tụng mỗi ngày. Ba không thuộc nhiều kinh, ba chỉ biết tụng duy nhất bài kinh ngắn Bát Nhã. Giọng ba tụng lí nhí, nho nhỏ, không chuông không mõ. Giờ con cũng tụng cho ba, không mõ không chuông và không cả lời.

Hai mươi năm, giữ áo ca-sa, thôi không làm tiểu nữa.

Mẹ vui con có bạn đời tốt, nhưng mẹ cứ khóc. Mẹ ơi, mẹ đừng khóc nữa. Dù thế nào, con vẫn còn là chú tiểu năm xưa đây mà! Con biết và con tin như vậy.

Mẹ thấy không? Hai mươi hai năm sau kể từ ngày xa mẹ, khi chân con hãy còn chập chững trong dòng đời, bỗng một phút quay nhìn, thấy mình chưa hề rời xa chốn ấy. Vẫn là cảnh giới cao đẹp, trong sáng, tĩnh lặng của năm nào. Từ đó, con đã viết tặng các chú tiểu, mà cũng là tặng ba mẹ: *Thiên Thần Quét Lá*. Tác phẩm ấy không nói gì cao siêu, chỉ nói cái chí nguyện ban đầu của người học đạo. Chí nguyện ấy, một khi đã phát khởi, làm sao có thể mất đi được? Dù không còn để chỏm, không còn mặc áo nâu, nhưng việc quét lá, là trách nhiệm của con kia mà! Con biết chí nguyện của con không kiên cường như mẹ mong đợi. Nhưng con đường, vâng, thưa mẹ, con đường ấy, con đã thấy.

Bốn mươi năm, nhìn lại. Tóc đã ngả hai màu trên đầu, mà lòng vẫn như con trẻ, thiết tha nhớ giọng đọc Bát Nhã của ba; nhớ lời kinh Pháp Hoa mẹ tụng; nhớ tiếng chuông chùa nuôi dưỡng tâm con từ ấu thời. Chính những âm thanh, ngôn từ, cảm xúc, ý chí, tâm tư ấy, đẩy con xa khỏi vòng tay yêu thương của ba mẹ đến mấy mươi năm. Và trên bước viễn hành, con đường càng lúc càng mở rộng theo sự dìu dắt bởi các bậc thầy của con. Nhưng con không bao giờ quên rằng, ba mẹ chính là những vị thầy dẫn đạo ban đầu, đưa con vào lộ trình thênh thang của một thiên thần quét lá.

California, ngày 19 tháng 7 năm 2011.

(*) Thơ của Nữ sĩ Tâm Tấn (thân mẫu của Vĩnh Hảo)

VỀ MỘT VỊ THIỀN SƯ

Tôi không có duyên may thân cận Sư. Chỉ qua những phật sự chung của giáo hội, được diện kiến Sư trong các buổi họp, hoặc đại hội. Cảm nhận sự hiện diện của Sư nơi đám đông, là người lặng lẽ nhất trong những người lặng lẽ. Ngồi nơi ghế cao mà thu mình lại như chưa hề ngồi đó. Đôi lần phát biểu thì ngôn ngữ cô đọng, kiệm lời, như chưa hề lên tiếng.

Một đôi lần ở bưu điện tại thành phố North Hills, thấy Sư ăn mặc đơn sơ, bộ vạt khách màu lam, lùi xùi, nhăn nhúm, quần ống cao ống thấp, như một thầy tu chùa làng. Người Sư nhỏ nhắn, nước da đen đủi, thấp thoáng hình ảnh của Thánh Cam-địa ở xứ Ấn. Chắp tay chào thì được đáp lại bằng đôi mắt tinh anh và nụ cười chân tình rạng rỡ. Ở đó, tôi mở hộp thư của tôi, Sư mở hộp thư của Sư. Thư từ mới nhận, bỏ vào đấy; rồi lôi ra một túi ni-lông đầy những phong bì lớn gửi sách. Sư đứng xếp hàng chờ tới phiên. Thấp người nhất trong số những người xếp hàng. Nét mặt an nhẫn, hiền hòa. Gửi sách đi đâu nhiều thế, mà tuần nào cũng thấy có mặt tại bưu điện! Sau đó mới biết Sư gửi kinh sách cho những ngôi chùa, hoặc tư gia phật-tử ở các tiểu bang xa. Công việc cũng âm thầm lặng lẽ như việc dịch thuật, trước tác nơi thư phòng nhỏ của Sư tại Phật học viện. Công việc ấy, không khác việc kết kén nhả tơ, không ồn ào phô trương, của một nhà văn hóa. Một nhà văn hóa trong nhân dáng của một thầy tu; một thầy tu đơn giản, đạm bạc nhất trong số các nhà sư hành đạo lâu năm tại hải ngoại.

Con người văn hóa ấy, âm thầm lui tới mấy mươi tiểu bang bằng phương tiện xe buýt, thành lập trên năm mươi tự viện, đạo tràng, tổ chức Phật giáo. Không một người nào trước Sư và sau Sư có thể làm được việc này. Đây quả là một kỳ tích. Không chỉ là kỳ tích của văn hóa, mà còn là kỳ tích của hoằng pháp giáo dục.

Những năm gần đây, biết tôi đơn độc chủ trương một tờ báo Phật giáo, Sư tận tình chia sẻ, khích lệ, đóng góp từ bài vở đến tài chánh. Khi báo bị đình bản, Sư gọi điện an ủi và thảo luận tìm cách tục bản. Tình cảm và sự ân cần ấy, Sư không nói hết bằng lời nhưng tôi có thể cảm nhận được bằng tâm ý. Tôi cũng chưa hề bày tỏ được với Sư niềm tri ân của tôi. Thầy-trò chỉ âm thầm hiệp ý, cùng nhìn về hướng tương lai dài lâu...

Đến khi có biến động, lủng củng trong giáo hội, Sư tuyên bố với các đồng đạo là muốn qui ẩn, chỉ lo việc văn hóa, dịch thuật, giảng dạy. Cũng phải. Con người khiêm nhã, lặng lẽ ấy, làm sao mà thích hợp với những chấp tranh, thị phi, mâu thuẫn và thủ thuật cơ tâm xảy ra nơi những đồng đạo mà Sư từng tin tưởng, cộng sự! Những ngày ấy thật là buồn. Tôi biết Sư cũng buồn. Buồn cho sự suy vi của Phật giáo. Sư gọi điện thoại trao đổi, chia sẻ với tôi nhiều lần. Vẫn luôn nhắc nhở con đường văn hóa, giáo dục mà người con Phật phải làm, bất kể là xuất gia hay tại gia. Thế rồi, cái thế và cái duyên bảo vệ ngôi nhà của thầy-tổ đương kỳ mục rữa, đã đẩy đưa Sư trở thành đầu tàu của tổ chức giáo hội dù Sư đã năm lần bảy lượt từ chối. Trong cung cách mà Sư từ chối địa vị lãnh đạo hàng đầu của tổ chức giáo hội, ai cũng nhìn ra đạo hạnh cao vời của một bậc chân tu thời đại.

Rồi một tờ báo khác của Phật giáo lại được khai sinh trong thời buổi nhiễu loạn nhất của nền Phật giáo hải ngoại. Sư tận tình góp sức, thường xuyên khích lệ tôi và nhắc nhở mọi người yểm trợ, xem như đây là tiếng nói của tổ chức, cũng là biểu hiện tối thiểu mà người con Phật có thể làm để góp phần hoằng dương Chánh Pháp qua con đường của văn hóa, nghệ thuật. Báo ra được hơn hai năm thì Sư ngã bệnh. Tôi được thăm Sư nơi giường bệnh tại chùa lúc Sư đã rời bệnh viện. Những lời cuối cùng mà Sư nói với tôi lúc đó cũng chỉ tập trung vào tờ báo. Sư bảo tôi yên tâm, tờ báo rồi cũng sẽ được tiến hành thuận lợi, sẽ có nhiều người hiểu được công việc của chúng ta, và họ sẽ ủng hộ.

Một tuần sau ngày đến thăm Sư nơi giường bệnh, tôi nghe tin Sư viên tịch. Sự viên tịch của Sư lại cũng là một kỳ tích. Khổ bệnh không lay động thân tâm. Điềm nhiên sắp xếp dặn dò các thứ. Đưa tay vẫy chào với đồng đạo lần cuối trong tiếng niệm Phật hộ niệm của đại chúng. Thở hơi cuối cùng thật nhẹ, rồi đi. Phong thái tự tại này, nếu không phải bậc thiền sư đạt đạo, không dễ gì có được.

Tang lễ Sư diễn ra trọng thể. Tăng Ni và phật tử kính viếng rất đông đảo. Tôi đến đảnh lễ Sư mà bỗng thấy đời mình sao trống rỗng, hụt hẫng chi lạ. Tôi muốn nói, muốn viết chi đó về Sư mà không viết được. Suốt gần một năm trời, bây giờ đã giáp năm, sắp đến lễ tiểu tường, tôi mới viết được những giòng này.

Có lẽ không cần phải tán thán ca tụng đường bay của hạc trắng ngang qua từng không. Có lẽ cũng không cần ghi lại dấu tích của một thiền sư, vì tất cả dấu tích đều huyễn mộng. Tôi chỉ muốn nói một điều thật chân tình: đã lâu rồi từ khi rời nước hơn hai mươi năm trước, tôi không còn cơ hội đảnh lễ một vị tăng mà lòng dấy lên sự tôn kính như đảnh lễ Phật. Nhưng trong tang lễ năm rồi, tôi đã được đảnh lễ kim quan của Sư trong sự tôn kính đó.

Kính dâng Thiền Sư Thích Trí Chơn nhân Lễ Tiểu Tường, những ngày cuối năm Tân Mão (01.2012)

CƯ SĨ MỌI THỜI

Sau khi đạt được toàn giác, nếu Đức Phật không vận chuyển bánh xe Chánh Pháp lần đầu tiên tại vườn Nai, nếu bốn chúng đệ tử của ngài suốt 2500 năm qua không tiếp nhận, thực hành và truyền bá giáo lý, sẽ không có Phật giáo hiện hữu trên đời, và không có Phật Pháp để chúng ta học tập, hành trì ngày nay.

Không lâu khi Tăng đoàn mới thành lập với 60 thánh giả chứng đắc A-la-hán, Đức Phật đã có lần kêu gọi các vị này lên đường truyền bá chánh pháp với lời lẽ thật cảm động như sau:

"Này các Tỳ kheo!... hãy lên đường vì lợi lạc của nhiều người, vì hạnh phúc của số đông, vì lòng lân mẫn đối với thế gian, vì lợi lạc, vì hạnh phúc của trời và người. Các ông hãy đi, nhưng đừng đi hai người cùng một hướng, hãy đi mỗi người một ngả, hãy truyền bá chánh pháp... Hãy phất lên ngọn cờ của bậc thiện trí, hãy truyền dạy giáo pháp cao siêu, hãy mang lại sự tốt đẹp cho người khác; được vậy, là các ông đã hoàn tất nhiệm vụ". [i]

Lời dạy tha thiết này trở thành tuyên ngôn, là cương lĩnh, nêu rõ động cơ và mục đích của việc hoằng pháp.

MỤC ĐÍCH HOẰNG PHÁP

Không giống bất kỳ tôn giáo nào khác, người theo Phật truyền bá giáo lý không phải để được ban thưởng đời này hay đời sau, không phải để vinh danh Đức Phật hay thần linh nào, cũng không phải để mở rộng tổ chức Phật giáo với cơ sở và quần chúng đông đảo, hoặc mong mỏi Phật giáo trở thành độc tôn trong một quốc gia, hay trên toàn thế giới.

Động cơ hoằng pháp của Phật giáo là *lòng lân mẫn đối với thế gian.*

Mục đích hoằng pháp của Phật giáo rất đơn giản, nhưng tối quan trọng, và cảm động, đó là: *vì lợi lạc, vì hạnh phúc của số đông, vì sự tốt đẹp cho người khác.*

Hoằng pháp không phải là để đền ơn Tam Bảo (Phật, Pháp, Tăng). Hoằng pháp không phải vì đức tối thắng của Phật, không phải vì lẽ cao siêu của Pháp, cũng không phải vì tính thanh tịnh trang nghiêm của Tăng đoàn. Hoằng pháp là vì lợi ích, an lạc của chúng sanh. Chỉ có như thế; và đây là ý nghĩa cao đẹp nhất trong việc truyền bá của Phật giáo; mà cũng chính qua ý nghĩa này, Phật giáo mới đến với nhân loại bằng con đường hòa bình, khoan dung.

SỨ MỆNH HOẰNG PHÁP

Sứ mệnh hoằng pháp thật quan trọng, và không phải là việc riêng của người xuất gia. Chính người tại gia, ngay từ thời Phật cho đến nay, dù ở bất cứ quốc gia nào, thời đại nào, sinh hoạt trong giáo hội hay hệ phái nào, đã đóng một vai trò vô cùng trọng yếu trong tất cả các sinh hoạt của Phật giáo, trong đó tất nhiên phải kể đến hoằng pháp.

Theo cơ cấu hình thành bốn chúng đệ tử Phật, xuất gia có hai chúng (tỳ-kheo, tỳ-kheo-ni) thì tại gia cũng có hai chúng (ưu-bà-tắc, ưu-bà-di), ngang bằng như nhau. Từ điểm này, không thể nói việc hoằng pháp là việc của Tăng Ni, còn cư sĩ tại gia chỉ là những kẻ hộ trì, hỗ trợ.

Đức Phật là kẻ đã hoàn toàn giải thoát, giác ngộ. Thực hành lời Phật dạy là nhắm vào mục tiêu giải thoát, giác ngộ như Phật. Trong thời kỳ không có Phật thì duyên may hãy còn Pháp, là kinh điển, giáo lý do Phật dạy được ghi chép, truyền lại. Pháp ấy, nếu không có hàng Tăng Ni xuất gia giốc trọn cuộc đời để hành trì và truyền đạt thì chỉ là học thuyết trên sách vở, không thể tồn tại như một nền giáo lý thực tiễn sống động, mang lại lợi ích an lạc cho nhân loại suốt hơn 25 thế kỷ qua. Đây là nền tảng để từ đó Tam Bảo được hình thành như là biểu tượng nương tựa tâm linh và cũng là mục tiêu hướng đến của người theo Phật.

Nhưng ai là đối tượng để Tăng Ni truyền đạt Phật Pháp? – Chính là những người cư sĩ, những người tại gia theo Phật.

Những người cư sĩ đón nhận Phật Pháp ở đâu, khi nào? – Từ nơi tu viện, chùa chiền, tịnh xá, các đạo tràng và những trụ xứ mà Tăng Ni có mặt; và vào những thời điểm ở các trụ xứ ấy có Tăng Ni thuyết pháp, giảng dạy giáo lý.

Nói như thế, có nghĩa rằng những ai có đến chùa gặp Tăng Ni hoặc nhằm vào thời thuyết giảng của Tăng Ni thì kẻ đó được truyền dạy Phật Pháp (bằng thân giáo hay khẩu giáo); còn ngoài ra, đều không có cơ hội đón nhận giáo lý Phật, và không thể nào là đối tượng cho việc hoằng pháp của Tăng Ni. Phật Pháp nếu chỉ được truyền bá theo cách ấy thì đã hoại diệt từ lâu rồi, không làm sao tồn tại đến ngày hôm nay.

Vì vậy, nên hiểu rằng hoằng pháp là trách nhiệm của bốn chúng, trong đó những vị xuất gia là những bậc liễu tri và chứng nghiệm Phật Pháp, truyền dạy Phật Pháp cho hàng cư sĩ tại gia, trong khi chính mỗi cư sĩ là người trực tiếp đem đạo vào đời, cải hóa gia đình và xã hội.

CƯ SĨ LÀ AI?

Theo định nghĩa phổ quát của các hệ phái Phật giáo, cư sĩ là người tại gia theo đạo Phật, đã quy y Tam Bảo, giữ năm giới và hộ trì Tam Bảo. Chữ cư sĩ được dịch nghĩa từ chữ *gahapati* trong tiếng Pali (phiên âm là già-la-việt, hay ca-la-việt); đồng nghĩa với từ upāsaka (ưu-bà-tắc), upāsikā (ưu-bà-di), dịch nghĩa phổ thông là cận-sự nam và cận-sự nữ (những người thân cận hộ trì Tam Bảo). Các từ thông dụng khác trong tiếng Việt là phật-tử (con Phật), thiện nam, thiện nữ, thí chủ, đàn-việt (danapati), tín chủ, v.v… Chữ cư sĩ trải qua thời gian, mặc nhiên được xem là từ ngữ phổ thông nhất có thể nói lên tính chất cốt lõi của người tại gia theo Phật.

Tính chất ấy được tìm thấy trong kinh *Tăng Chi Bộ*, phần "Thích tử Mahànàma". Ở đây Đức Phật trả lời Mahànàma câu hỏi thế nào là người (nam) cư sĩ, thế nào là cư sĩ giữ giới, và thế nào là cư sĩ thực hành tự lợi, lợi tha.

"Này Mahànàma, khi nào quy y Phật, quy y Pháp, quy y chúng Tăng, cho đến như vậy là người nam cư sĩ."

"Này, Mahànàma, khi nào người nam cư sĩ từ bỏ sát sanh, từ bỏ lấy của không cho, từ bỏ tà hạnh trong các dục, từ bỏ nói láo, từ bỏ đắm say rượu men, rượu nấu, cho đến như vậy, là người nam cư sĩ giữ giới."

"Này Mahànàma, khi nào nam cư sĩ tự mình thành tựu lòng tin và khích lệ người khác thành tựu lòng tin; khi nào tự mình giữ giới và khích lệ người khác giữ giới; khi nào tự mình bố thí và khích lệ người khác bố thí; khi nào tự mình muốn đi đến yết kiến các Tỷ-kheo và khích lệ người khác đi đến yết kiến các Tỷ-kheo; khi nào tự mình muốn nghe diệu pháp và khích lệ người khác nghe diệu pháp; khi nào tự mình thọ trì những pháp đã được nghe và khích lệ người khác thọ trì những pháp đã được nghe; khi nào tự mình suy nghĩ đến ý nghĩa các pháp đã thọ trì và khích lệ người khác suy nghĩ đến ý nghĩa các pháp đã thọ trì; sau khi tự mình biết nghĩa, biết pháp, thực hiện pháp đúng Chánh pháp, khích lệ người khác sau khi biết nghĩa biết pháp, thực hiện pháp đúng Chánh pháp. Cho đến như vậy, này Mahànàma, là nam cư sĩ thực hành vì tự lợi và lợi tha." [ii]

Theo đoạn kinh trên, một cư sĩ lý tưởng là người phật-tử tại gia có đầy đủ **tín, giới** và **thí**.

Tín là lòng tin nơi Phật, Pháp và Tăng. Từ sự hiểu biết, quí kính và tín phụng Phật, Pháp, Tăng, người cư sĩ phát nguyện quy y Tam Bảo, chọn Đức Phật làm bậc thầy tối thượng biểu trưng cho giải thoát giác ngộ; chọn sự học hỏi, thực hành và truyền bá Chánh Pháp làm lý tưởng sống; và chọn Tăng đoàn làm những bậc thầy cao cả, thay mặt Đức Phật hướng dẫn con đường tiến đến giải thoát giác ngộ.

Giới của người cư sĩ tại gia là năm giới, tức năm điều bảo vệ con người tránh xa các việc làm tổn hại đến mình và chúng sanh khác: từ bỏ sát sanh, từ bỏ trộm cắp, từ bỏ tà hạnh, từ bỏ nói dối và từ bỏ say sưa, nghiện ngập. Giới (sìla) là học xứ (điều cần học và thực hành), là những điều có khả năng bảo vệ mình tránh những nghiệp xấu-ác. Giới không phải là điều răn cấm cứng nhắc như thói quen suy nghĩ của nhiều người. Cư sĩ tự nguyện quy y Tam Bảo thì cũng tự nguyện giữ giới khi hiểu rõ rằng việc giữ giới sẽ bảo vệ đức hạnh của mình và tạo đời sống an vui, hòa hợp với những người chung quanh. Cư sĩ có thể tùy theo căn cơ và hoàn cảnh của mình mà phát nguyện giữ thêm các hạnh lành hoặc giới khác như thập thiện nghiệp đạo, bồ-tát (tại gia); nhưng năm giới là căn bản cần giữ gìn để bắt đầu một đời sống lý tưởng của người theo Phật.

Thí là việc bố thí, cúng dường. Thí ở đây không giới hạn trong việc hộ trì Tam Bảo, góp phần in kinh, tô tượng, đúc chuông, xây chùa, mà còn là thiện ý chia sớt, san sẻ với người khác từ tài vật (tài thí), kiến thức về đời sống và Phật Pháp (pháp thí), cho đến sự bình an, không sợ hãi (vô úy thí). Trên căn bản của nhân-quả, bố thí mang lại phước báo cho người thực hành, do đó, cư sĩ nên thực hiện để tạo thuận duyên cho việc tu tập của mình và tha nhân. Ngoài phước báo tất phải gặt hái ở đời này hay đời sau, bố thí còn là phương thức nhằm xả bỏ tâm tham, buông dần những chấp thủ của mình đối với các ràng buộc của đời sống, trước mắt là qua những gì mình sở hữu (ngã sở).

VAI TRÒ CỦA CƯ SĨ TRONG VIỆC HOẰNG PHÁP

Định danh chi tiết và có tính cách điển chương như trên là để nhận dạng nhân cách đặc biệt của cư sĩ. Nói chung, cư sĩ là người tại gia phát nguyện quy y Tam Bảo, giữ giới, thực hành bố thí, học và thực hành Phật Pháp trong đời sống hàng ngày để lợi mình, lợi người.

Theo ý nghĩa của hoằng pháp là duy trì và truyền bá giáo lý vi diệu của Phật, các yếu tố nêu trên của người cư sĩ, nếu thực hiện đúng mức thì đều là việc hoằng pháp.

- **Quy y Tam Bảo chính là hoằng pháp:** Trở về nương tựa Phật, tin nơi Phật tánh sẵn có của mình và lấy việc thành Phật làm cứu cánh tu học; trở về nương tựa Pháp, tin tưởng giáo lý của Phật có khả năng giải thoát khổ đau, đem lại an vui hạnh phúc cho mình và cho người; trở về nương tựa Tăng, tin tưởng Tăng là đoàn thể xuất gia đạo hạnh, dẫn mình trên con đường của Phật và có kinh nghiệm dẫn dắt mình đi theo con đường đó một cách vững chắc. Nương tựa và tin tưởng sâu sắc như vậy, tự thân người cư sĩ kiên trì giữ đạo, học đạo, khích lệ người thân làm theo. Pháp Phật nhờ vậy mà được tồn tại và truyền rộng.

- **Giữ giới chính là hoằng pháp:** Việc giữ giới của cư sĩ, tức tự nguyện từ bỏ những điều tiêu cực có thể gây nên rối loạn, phiền não trong đời sống gia đình và xã hội, tạo nên phẩm cách trong sáng của người đức hạnh, khiến cho kẻ khác tin tưởng, quí trọng và noi gương. Giữ năm giới không những là tự rèn luyện, trau dồi phẩm hạnh của mình mà còn là bài học thân giáo, khẩu giáo đối với tha nhân. Ảnh hưởng của Pháp Phật có thể được nhận xét và đón nhận trực tiếp qua nhân cách của người cư sĩ giữ gìn năm giới.

- **Thực hành bố thí chính là hoằng pháp:** Trong khi giữ giới là tránh xa những điều tổn hại kẻ khác (không làm các việc ác) thì bố thí là hành động cụ thể nhất để mang lại lợi ích cho tha nhân (nên làm các việc lành)[iii]. Bố thí đứng

291

hàng đầu trong tứ nhiếp pháp [(iv)] mà Phật dạy cho hàng cư sĩ dấn thân vào đời, cải hóa xã hội; và cũng đứng hàng đầu trong lục độ [(v)]. Điều này cho thấy, bố thí không phải là việc hành thiện bình thường mà chính là pháp môn tu, là phương tiện thiện xảo của hàng bồ-tát nhằm cứu độ và cảm hóa chúng sanh. Về mặt tự lợi, bố thí để diệt trừ tâm tham đắm chấp thủ, cởi bỏ dần sự chấp ngã (như đã nói ở trước); về mặt lợi tha, bố thí để cứu nạn đói khổ, thiếu thốn của tha nhân về phương diện tinh thần cũng như vật chất.

Vậy, qua **tín, giới** và **thí** nói trên, cư sĩ đã mặc nhiên thực hiện việc hoằng pháp trong đời sống hàng ngày. Nói theo ngôn ngữ thông tục, vai trò của cư sĩ là vai trò của người trực tiếp **giữ đạo và truyền đạo.**

Đạo, nếu không giữ, sẽ mất; đã mất, lấy đâu mà truyền. Cho nên, cá nhân mỗi cư sĩ có thể quyết định sự hưng-suy, còn-mất của Phật Pháp ngay trong gia đình của mình. Tăng Ni truyền dạy Phật Pháp cho cư sĩ nơi giảng tòa với thời gian giới hạn, nhất định; và để giữ cho Phật Pháp được lưu chuyển trong nhân gian, chính cư sĩ là những kẻ phải thường trực đối diện và phấn đấu để vượt qua những lôi kéo, quyến dụ của tài lợi, sắc đẹp, danh vọng, hoặc ngay cả sự áp bức, đe dọa của cuộc đời, của ngoại đạo, tà giáo và ác đảng.

Cho nên, có thể nói rằng trong việc đem đạo vào đời, truyền bá chánh pháp, Tăng Ni gián tiếp, cư sĩ trực tiếp. Trực tiếp ở đây là trong 24 giờ, ngày và đêm, người cư sĩ sống và tiếp cận với con người trong gia đình và xã hội, trải nghiệm những khổ đau, hạnh phúc, phiền não, an lạc, những được-mất, hơn-thua, vinh-nhục… bằng cả thân và tâm của mình. Đời người cư sĩ, do vậy, là một cuộc dấn thân, trắc nghiệm sở tri và nội lực tu học của mình ngay trong kiếp nhân sinh vô thường, thống khổ. Chính cuộc dấn thân ấy là giữ đạo, truyền đạo; là vai trò hoằng pháp cao đẹp của cư sĩ.

CƯ SĨ MỌI THỜI

Theo tài liệu lịch sử cũng như trong thực tế, hàng cư sĩ đã có những đóng góp lớn lao và tích cực hơn trong việc hoằng pháp chứ không phải chỉ qua những gì trình bày ở trước. Một số cư sĩ có thể thuyết giảng hoặc viết sách biên khảo về giáo lý Phật, hoặc góp phần hoằng pháp qua văn học nghệ thuật. Trong một số trường hợp, cư sĩ là thầy dạy của các trường Phật học chuyên khoa dành cho Tăng Ni. Ngoài ra, hình thức cư sĩ của hầu hết các vị bồ-tát trong kinh điển Đại thừa (Quán Thế Âm, Đại Thế Chí, Văn Thù, Phổ Hiền, Duy Ma Cật, Thắng Man, Thiện Tài…) cũng cho thấy vai trò cư sĩ không phải là nhỏ trong công cuộc hoằng pháp, cứu độ chúng sanh.

Trong quá khứ, không thiếu các cư sĩ nổi danh thời Phật như vua Ba-tư-nặc (Pasenadi), trưởng giả Cấp-cô-độc (Anāthapiṇḍika), tín nữ Tỳ-xá-khư (Visākhā); sau thời Phật, có cư sĩ vĩ đại A Dục vương (Ashoka); ở Trung Hoa có cư sĩ quyền uy như Lương Vũ Đế, có cư sĩ là học giả uyên thâm như Lương Khải Siêu; ở Việt Nam thời Lý-Trần có các cư sĩ "triều đình" như Lý Công Uẩn, Lý Thường Kiệt, Trần Nhân Tông, Tuệ Trung Thượng Sỹ, thời hậu-Lê có cư sĩ Nguyễn Trãi, thời Trịnh-Nguyễn có cư sĩ Ngô Thời Nhậm, Nguyễn Du, thời cận đại và hiện đại có các cư sĩ danh tiếng là giáo sư, học giả, nhà văn như Lê Đình Thám, Mai Thọ Truyền, Thiều Chửu, Đoàn Trung Còn, Trúc Thiên, Nhất Linh, Nghiêm Xuân Hồng, Bùi Giáng, Phạm Công Thiện, Trịnh Công Sơn…; cũng không thể không nhắc đến các cư sĩ tây phương cận đại như Edwin Arnold, Christmas Humphreys, E. Conze, … và các cư sĩ tiếng tăm lẫy lừng trên màn bạc sân khấu hiện nay tại Hoa Kỳ như Richard Gere, Steven Segal, Tina Turner, Oliver Stone, Orlando Bloom…

Mỗi người cư sĩ, từ xưa đến nay, khắp các quốc gia trên thế giới, đã tùy theo hoàn cảnh và căn trí của mình mà đến với Phật giáo, thực hành giáo lý, góp phần hoằng pháp trong khả năng riêng, bằng những phương thức khác nhau, qua các ngôn ngữ và văn hóa khác nhau. Nhưng đâu là điểm đồng nhất của hàng cư sĩ mọi thời đại, mọi quốc độ?

Có hai điểm tương đồng đáng lưu ý ở đây: một là, cư sĩ theo nhân duyên mà đến với Phật, trong một tâm thức tự do, tự nguyện, không hề có sự bó buộc, cưỡng ép; hai là, cũng với tâm thức tự do, cư sĩ phát nguyện quy y Tam Bảo (với lễ nghi hoặc chỉ bằng tâm niệm).

Do tự nguyện mà nghi thức quy y Tam Bảo cũng là một chọn lựa, không phải là điều kiện hay qui định.

Kinh điển ghi chép nhiều cư sĩ đã chứng được thánh quả khi chỉ một lần nghe Phật thuyết pháp, và hầu hết những vị này phát nguyện quy y Tam Bảo sau khi giác ngộ. Trưởng giả Úc-già (Ugga) trong Trung A Hàm là một điển hình [vi]. Điểm này cho thấy vấn đề chứng thánh, giác ngộ, không tùy thuộc vào việc quy y Tam Bảo mà hệ trọng nơi căn cơ và trí tuệ của mỗi người khi tiếp nhận và thực hành giáo pháp. Nhưng cũng chính điểm này xác minh tầm quan trọng của việc quy y Tam Bảo: giác ngộ, chứng quả rồi, các vị thánh cư sĩ ngày xưa vẫn phải phát nguyện quy y Tam Bảo.

Hãy tạm gác qua hình thức của những buổi lễ trao truyền Tam Quy – Ngũ Giới dưới sự chứng minh của đại diện Tăng bảo. Hãy tạm gác qua những phái điệp Quy Y ghi tên và pháp danh của những người hiểu hoặc không hiểu Phật Pháp, hành hoặc không hành Phật Pháp. Các lễ nghi và hình thức này, có người được truyền thọ, có người không; có khi được truyền thọ mà lại không hề quy kính Tam Bảo; có khi chưa hề tiếp thọ mà lại một lòng qui hướng Phật, Pháp, Tăng.

Ý nghĩa chân thực của việc quy y Tam Bảo là, với lòng hoan hỷ, kính mộ, với sự thông tuệ, tự do, với tâm thuần nhất, dũng mãnh hướng về mục tiêu tối hậu là giải thoát giác ngộ (Phật), người cư sĩ khẳng định chính mình như một con người mới, được sinh ra từ giáo lý thâm diệu (Pháp), quyết định đặt đời sống của mình trên đạo lộ Trí Tuệ, Từ Bi, dưới sự dìu dắt của những bậc thầy xuất gia cao quý (Tăng).

Trong tinh thần tự nguyện và ý nghĩa quy y Tam Bảo như thế, cư sĩ mọi thời đại, mọi nơi chốn, có chung một tiếng nói, một niềm tin, một con đường cao đẹp; và chỉ những người cư sĩ như thế mới xứng đáng là kẻ "thừa tự Chánh Pháp" [vii] của Thế Tôn.

(01.12.2012)

<hr>

i.   Mahàvagga – Đại Phẩm, Luật tạng, chương Trọng yếu, tụng phẩm thứ 2, đoạn 32. Xem bản dịch của Indacanda Nguyệt Thiên, http://www.budsas.org/uni/u-luat-daipham/dp-00.htm.

ii.   Tăng Chi Bộ tập 2, chương Tám Pháp, phẩm Gia Chủ, phần Mahànàma, HT. Thích Minh Châu dịch (phiên bản điện tử, trang 524).

iii.   "Không làm các điều ác, nên làm các điều lành", Kinh Pháp Cú, câu 183.

iv.   Bốn phương thức cảm hóa chúng sanh, gồm có: bố thí, ái ngữ, lợi hành và đồng sự.

v.   Sáu pháp ba-la-mật: bố thí, trì giới, nhẫn nhục, tinh tấn, thiền định và trí tuệ.

vi.   Trung A Hàm, phẩm Vị Tằng Hữu Pháp, kinh Úc-già Trưởng giả (I),   Tuệ   Sỹ   dịch,   phiên   bản   điện   tử: http://www.quangduc.com/kinhdien/Trungaham/trungah04-38.html

vii.   Trung Bộ Kinh, Kinh Bất Đoạn - Anupada Sutta, HT. Thích Minh Châu dịch.

PHỤ LỤC

- TRẢ LỜI PHỎNG VẤN CỦA TẠP CHÍ VĂN HỌC NHÂN KỶ NIỆM 20 NĂM VĂN HỌC VIỆT NAM HẢI NGOẠI (1975-1995)
- TRẢ LỜI PHỎNG VẤN CỦA TẠP CHÍ KHỞI HÀNH
- NHỮNG LÁ THƯ TÒA SOẠN (VIẾT CHO NGUYỆT SAN CHÁNH PHÁP)

TRẢ LỜI PHỎNG VẤN
của TẠP CHÍ VĂN HỌC
NHÂN KỶ NIỆM 20 NĂM VĂN HỌC
VIỆT NAM HẢI NGOẠI (1975 - 1995)

Cuộc phỏng vấn hình như kéo dài từ tháng 4 năm 1995 cho đến tháng 5 năm 1996, với thư gửi riêng và thông báo chung trên *Văn Học*. Giới cầm bút tham gia trả lời phỏng vấn rất đông đảo.

Được nghe rằng sau khi chấm dứt cuộc phỏng vấn theo thời gian dự trù, sẽ cho xuất bản một tuyển tập đại loại với chủ đề *20 Năm Văn Học Việt Nam tại Hải Ngoại*. Nhưng cuối cùng, không rõ vì lý do gì, tuyển tập này đã không được hình thành. Cùng trong thời gian ấy lại có một tuyển tập khác, mang cùng chủ đề, được chủ trương và xuất bản bởi nhà Đại Nam với sự góp mặt của 158 văn nghệ sĩ. Tôi cũng có góp mặt trong ấy với đôi dòng tiểu sử, một tấm hình nhỏ và truyện ngắn *Những Ván Cờ*.

Nhân dịp lục soạn hồ sơ cũ, bắt gặp được tờ báo đăng bài phỏng vấn mình của 7 năm trước, ghi lại đây để chia sẻ cùng bạn đọc. Mỗi người cầm bút tham gia trả lời phỏng vấn, ngoài chân dung và tiểu sử, cũng gửi kèm một vài bài thơ hay truyện ngắn tiêu biểu của mình. Tôi cũng gửi truyện ngắn *Những Ván Cờ* cho cuộc phỏng vấn này. Câu trả lời phỏng vấn của tôi đăng trên tạp chí *Văn Học* số 116, tháng 12 năm 1995 (tr. 44 - 56).

*****

Văn Học hỏi:
1. Sống trong một hoàn cảnh mà thì giờ vốn hiếm hoi và văn chương chữ nghĩa vốn là món hàng xa xỉ, điều gì đã

thúc đẩy anh/chị đi vào/tiếp tục đi vào lãnh vực văn chương?

Vĩnh Hảo trả lời:

Cái gì mình mê thích thì tự dưng phải có thì giờ cho cái ấy. Không có ý cưỡng lại nổi đam mê thì bị chính nó thúc đẩy.

Cái gì xa xỉ thì có cũng được, không có cũng chẳng sao. Văn chương chữ nghĩa, như có người nói, giống như hơi thở, nên không phải là thứ xa xỉ. Chỉ có quay lưng với văn chương chữ nghĩa mới là thái độ xa xỉ mà thôi.

Văn Học hỏi:

2. Anh/Chị viết về cái gì? Viết như thế nào? Viết cho ai đọc?

Vĩnh Hảo trả lời:

Tôi viết về con người.

Viết như thế nào nghĩa là sao? Kỹ thuật viết? Hoàn cảnh viết? Thói quen khi viết? Sở trường, sở đoản?

Tôi viết suốt ngày, suốt đêm, trong khi làm việc, trong khi ăn, trong khi đi bộ, lái xe... thậm chí trong giấc ngủ. Viết trong đầu thôi. Khi nào chín muồi mới viết ra thành văn, thành lời và khi viết thì viết rất nhanh, viết say sưa, quên hết mọi thứ chung quanh. Cho nên có khi mấy tháng không viết (ghi chép ra) chữ nào, có khi mấy tháng chỉ tập trung vào mỗi một công việc là viết.

Tôi không chú ý nhiều đến kỹ thuật, bút pháp, thể loại... Nếu có chăng một thứ chủ đề hay thể loại nào tôi thường sử dụng để hoàn thành tác phẩm của tôi thì đó là chủ đề và thể loại thích hợp, khiến tôi thấy thoải mái trong khi viết, chứ không phải vì chúng là chỗ sở trường.

Tôi viết cho con người đọc.

TRẢ LỜI PHỎNG VẤN
của NGUYỆT SAN KHỞI HÀNH

(Bài phỏng vấn này đã được Nguyệt san Khởi Hành đăng ở số 67, tháng 5-2002, trang 21-22)

CUỐN SÁCH NÀO ĐÃ ẢNH HƯỞNG NHẤT ĐẾN MỘT NHÀ VĂN, NHÀ THƠ, MỘT NGHỆ SĨ mà bạn có thể đã đọc, đã biết, đó là chủ đề mới nhất của Nguyệt san *Khởi Hành*. Chúng tôi đã gửi tới các nhà văn, nhà thơ, nghệ sĩ, học giả, lá thư ngắn sau đây: "Để giúp độc giả có thể biết nhiều hơn về các tác giả của Văn học Việt Nam, cũng như có thể tạo thêm thích thú cho người đọc sách báo văn học, Nguyệt san *Khởi Hành* mở cuộc phỏng vấn kể từ số này, với chỉ một câu hỏi chính: **"Cuốn sách nào đã ảnh hưởng (hay có một tác động nào đó) tới Anh / Chị nhiều nhất từ trước tới nay? Vui lòng cho biết trường hợp đọc cuốn sách đó."** (ạp chí Khởi Hành)

(Sau đây là bài trả lời của Vĩnh Hảo. Xin trích đăng lại nguyên văn. Tuy vậy, nơi nguyệt san Khởi Hành bị sai sót một vài hàng, hoặc một vài chữ, nhân đây cũng đính chính lại đúng như nguyên bản đã gửi đến tòa soạn. Thành thật cảm ơn Khởi Hành.)

Khởi Hành: Vui lòng cho biết cuốn sách nào ảnh hưởng nhất tới anh từ trước tới nay? Anh đọc trong trường hợp nào?

Vĩnh Hảo: Câu hỏi thật bất ngờ và thú vị đối với tôi. Bất ngờ là hỏi cái điều tôi không bao giờ nghĩ tới; thú vị là nó buộc mình phải đi ngược lại quá khứ để tự tìm hiểu xem, có một tác phẩm nào thực sự ảnh hưởng đến mình. Cho tôi một ít thời gian để suy nghĩ nhé. Ừm, ừm... hình như là chẳng có tác phẩm nào "ảnh hưởng tôi từ trước tới nay" cả.

Để tôi nói rõ hơn một chút. Chữ "ảnh hưởng" mà *Khởi Hành* dùng cũng khá rộng, và khá nặng đối với một người cầm bút. Ảnh hưởng là ảnh hưởng lên cái gì? Tư tưởng? Đời sống thực tế? Khuynh hướng sáng tác? Văn phong? Cách bố cục truyện?... Tác phẩm mà có thể ảnh hưởng một người cầm bút "từ trước tới nay" thì phải là một tác phẩm lớn (ở nội dung--không phải ở kích thước, độ dày, hoặc có nhiều nhân vật) mà nhà văn hay nhà thơ bị ảnh hưởng ắt là phải có tác phẩm đó trên kệ sách hoặc nơi đầu giường. Tôi không biết những người khác có bị ảnh hưởng sâu đậm như thế đối với một tác phẩm nào đó không. Riêng tôi, xin trả lời không. Có thể KH và những người cầm bút khác hoặc độc giả khắp nơi cho rằng ít nhiều gì cũng phải "bị ảnh hưởng" thì tôi cũng không phản đối gì. Tôi chỉ muốn nói là nếu thực sự có một tác phẩm ảnh hưởng tôi từ trước tới nay thì khi KH hỏi, tôi sẽ trả lời ngay, chẳng cần phải suy nghĩ hay hồi niệm quá khứ. Đàng này, phải suy nghĩ thật lâu lắc mà cũng chẳng thấy tên tác giả, tựa sách hay hình dạng cuốn sách nào hiện ra trong đầu cả! Thế thì trả lời không là đúng rồi.

Nhưng tôi có thích, thích rất nhiều tác phẩm, mà khốn nỗi, đa phần là sách của các văn thi hào nước ngoài được dịch từ Anh/Pháp/Đức/Hoa... sang Việt ngữ, hoặc một số gần đây được cơ hội đọc thẳng bản Anh ngữ. Dĩ nhiên tôi cũng thích rất nhiều tác phẩm của văn thi nhân Việt-nam; nhưng nói là "ảnh hưởng" thì hoặc là tôi trả lời không, hoặc là tôi không trả lời được. Xin dành câu trả lời cho những nhà biên khảo và phê bình văn học. Nếu có những nhà phân tích phê bình văn học tìm thấy tôi bị ảnh hưởng ai, ảnh hưởng thế nào, vì lý do nào, trong trường hợp nào... thì xin mách bảo giùm cho. Còn nếu KH cho phép tôi cứ phát biểu linh tinh ngoài đề (nhưng ít nhiều có liên hệ tới câu hỏi) thì xin trình bày trường hợp của tôi thế này:

Ngoại trừ những tác phẩm quá tệ của những người biết viết, biết kể chuyện (mà không hề làm văn chương), hình như tác giả hay tác phẩm nào của văn thi nhân Việt-nam tôi đều có đọc. Nếu không có tác phẩm của họ thì tôi cũng say mê đọc họ trên những tạp chí. Hồi còn ở Việt-nam thì tôi mê nhiều tác giả ngoại quốc (chẳng phải vọng ngoại đâu! Hồi đó ai cũng vậy mà! Người ta viết hay quá trời làm sao không mê được!) và có nhiều tác phẩm đã đọc đi đọc lại mấy lần. Tác phẩm "nội hóa" thì có những cuốn của Tự Lực Văn Đoàn, và một số khác của Nhất Hạnh, Phạm Công Thiện, Bùi Giáng, Doãn Quốc Sỹ, Võ Phiến, Nguyễn Đình Toàn, Viên Linh, Võ Hồng, Nguyễn Đức Sơn, Nguyễn Thị Hoàng, Phạm Thiên Thư... Gần đây nhất ở hải ngoại, tôi có lưu ý hai tác phẩm: một là *"Một Nửa Đàn Ông Là Đàn Bà"* của Trương Hiền Lượng (nhà văn Trung Hoa lục địa), do Phan Thịnh chuyển dịch sang Việt ngữ; hai là *"Đi Về Nơi Hoang Dã"* của Nhật Tuấn. Hai cuốn ấy không "ảnh hưởng" tôi, nhưng phải nói là tôi rất thích. Cuốn trước tôi đọc đến 3 lần. Cuốn sau thì chỉ mới đọc qua một lần thôi, chưa có thời giờ đọc lại, nhưng tác phẩm có "thấm" thế nào đó trong lòng khiến mình không quên được. Hai cuốn này, theo nhận xét của tôi, đúng thực là những tác phẩm văn chương đáng đọc và nên giữ nơi tủ sách, lâu lâu lấy ra đọc lại.

Không biết tôi có nói sai không: tôi nghĩ rằng Việt-nam chưa có tác phẩm lớn hoặc tác giả lớn đến độ "ảnh hưởng" một người cầm bút "từ trước tới nay". Nếu miễn cưỡng mà chia chẻ ra từng khía cạnh của sự ảnh hưởng thì tôi có thể nói trong trường hợp cá biệt của tôi như sau:

- Tác phẩm, đời sống, tư tưởng của tôi chịu ảnh hưởng tinh thần Thiền của Phật giáo Đại thừa;

- Tôi thích văn phong nhẹ nhàng, trong sáng của nhà

văn Nhất Hạnh mà đồng thời cũng thích cái vẻ diễu cợt phiêu hốt của thi hào Bùi Giáng;

- Tôi không hề để ý đến khuynh hướng sáng tác vị nghệ thuật hay vị nhân sinh; tuy vậy, tôi không thích những tác phẩm có mặt mà như không, chẳng tác động gì đến con người hay cuộc đời cả... (chua thêm: có những tác phẩm như vậy không nhỉ? Nếu có, sao có thể gọi là "tác phẩm" được nhỉ?)

Lời cuối: tôi nghĩ rằng những người cầm bút khác cũng chỉ mê thích một vài tác giả, tác phẩm nào đó trong đời chứ không bị ảnh hưởng "dài dài" đến việc sáng tác của họ. Nếu một người cầm bút mà bị ảnh hưởng rề rề bởi một người cầm bút khác "từ trước tới nay" thì có lẽ anh/chị ấy vẫn đang làm người học trò tập làm văn để nộp bài cho thầy giáo chứ chẳng có sáng tạo gì đâu.

Sáng tạo là vượt qua. Vượt qua người trước, vượt qua những tác phẩm, vượt qua chính mình. (Xin chua thêm: *vượt qua* không có nghĩa là vượt hơn, mà chỉ có nghĩa là "ra khỏi ảnh hưởng".)

NHỮNG LÁ THƯ TÒA SOẠN

(do Vĩnh Hảo, Chủ bút Nguyệt san Chánh Pháp, viết mỗi tháng một lá, bắt đầu từ tháng 12.2011. Một vài câu hay đoạn trong các lá thư nói về tình trạng tờ báo sẽ được lược bỏ nơi đây)

KHỞI ĐẦU CHO MỘT HÀNH TRÌNH
(THƯ TÒA SOẠN SỐ 1, THÁNG 12.2011)

Chúng ta đang bước vào tháng cuối cùng của một năm nhiều biến động với thiên tai, nhân họa, cùng những thay đổi chính trị ở nhiều quốc gia trên thế giới.

Khủng hoảng kinh tế toàn cầu. Vài quốc gia ở châu Âu đang bên bờ vực phá sản, vỡ nợ. Sóng thần và động đất Nhật Bản, lũ lụt Thái Lan, động đất Thổ Nhĩ Kỳ, bão lụt Việt Nam… Chiến dịch hoa lài Tunisia vào cuối tháng 12 năm trước, lật đổ cả chính quyền nước này, và trở thành niềm gợi hứng cải cách, ảnh hưởng sâu rộng đến các nước Trung Đông, châu Phi: Egypt, Libya, Syria, Algeria, Maroc, Jordanie, Bahrain, Yemen… khiến cho các thể chế chính trị độc tài còn lại trên thế giới phải lo ngại, nao núng, tìm mọi cách ngăn chặn tác động của làn sóng dân chủ.

Cũng năm này, đã có 12 Tăng Ni Tây Tạng tự thiêu để phản đối cuộc xâm lăng văn hóa và đàn áp tôn giáo của Trung quốc trên đất nước họ. Phật giáo Việt Nam tại Hoa Kỳ vắng bóng một số chư tôn đức rường cột. Biển đông và các quần đảo của Việt Nam trở thành điểm nóng cho những tranh chấp chủ quyền, dấy động niềm căm phẫn, khơi dậy lòng yêu nước của nhiều người thuộc nhiều quốc gia, ở quốc nội hay hải ngoại.

Năm 2011 là bức tranh vân cầu chập chùng những biến thiên, chuyển động, thay đổi. Người con Phật không thể không quán sát các biến động ấy để chứng nghiệm về lẽ vô thường, thống khổ, huyễn mộng và vô ngã mà Phật dạy. Tất cả mọi sự mọi vật đều do nhân duyên kết hợp mà sinh ra, do nhân duyên tan rã mà hoại diệt.

Những quốc gia hùng mạnh, những chế độ vững bền, 30 năm, hay trên 40 năm như chế độ của Gaddafi, cuối cùng cũng lung lay, hoặc sụp đổ. Say trong danh lợi và quyền lực, con người thường quên lãng nỗi thống khổ của kẻ khác, và không sao tưởng tượng được sẽ có một ngày những gì mình vun đắp, củng cố cho lâu đài tự ngã sẽ tan tành như mây khói.

Tu tập theo Phật, chúng ta cởi bỏ dần các vướng mắc nơi tự ngã, khởi đi từ thô đến tế, từ danh đến thực. Thô và danh là điều có thể thấy-nghe từ thân và miệng. Tế và thực là những cái trừu tượng của ý, của tâm thức. Tu tập là chuyển hóa thân, miệng, ý của mình từ xấu-ác đến đẹp-lành; từ tham lam đến thiểu dục, bố thí; từ sân hận đến từ bi, nhẫn nhục; từ si mê đến hỷ xả, trí tuệ. Tu tập là một tiến trình của đổi thay, cải tiến, hoàn thiện đi từ nhân đến quả, từ phàm đến thánh, từ vô minh đến tuệ giác, từ vọng chấp đến giải thoát. Tu tập để phá vỡ danh tướng, lột dần sự chấp ngã, chứ không phải bồi đắp cho thêm bền chắc những vọng tưởng và huyễn danh. Bày ra những chiến dịch, lập ra những tổ chức để rồi chỉ biết tranh nhau danh vọng và địa vị, không phải là mục tiêu của việc tu tập hay cải cách, cách mạng.

Tu tập hay cải cách, chỉ có ý nghĩa khi từng hành động, lời nói, ý nghĩ của mình tương hợp với chánh pháp, với lẽ phải và công bình, luôn hướng về lợi ích an vui cho số đông. Tất cả các hành xử của người học Phật, nếu không đặt nền tảng nơi tâm bồ-đề, thì chỉ là những vọng động của vô minh, chấp thủ.

Nhìn lại những đổi thay chuyển dịch của thế giới, của

hành tinh, để tự nghiệm xét về lý tưởng sống và mục tiêu tối hậu của đời mình. Trong cơn bão lốc của vô thường thúc tới từ sau lưng, diễn ra ngay trước mắt, chúng ta nên làm gì, nói gì, nghĩ gì cho kịp và cho xứng đáng với những giây phút mong manh hiện hữu trên cuộc đời?

(lược bớt một đoạn)

Chúng tôi cũng tâm niệm rằng, thành quả hôm nay là do nhiều trợ duyên từ ngày hôm qua, và chỉ là bước khởi đầu cho những ngày kế tiếp ở mai sau. Thành quả, thực ra chỉ là "khởi đầu cho một hành trình." Với tâm niệm ấy, xin bắt đầu cho Chánh Pháp bộ mới bằng tháng cuối cùng của một năm đầy biến động. Có nghĩa rằng, nơi miền tuyết lãnh, nở những đóa sen tuyệt sắc.

Thành kính tri ân và xin cùng quý bạn đọc khép lại một năm cũ, khép lại những trang báo cũ, đón chào một mùa mới, một khung trời mới.

LÁ THƯ XUÂN
(THƯ TÒA SOẠN SỐ 2, THÁNG 01.2012)

Mùa xuân là mùa đầu của năm, đi trước các mùa khác. Xuân sang, khí trời ấm áp, quang đãng hơn, và muôn vật như bừng dậy sau một giấc ngủ dài của mùa đông lạnh lẽo, băng giá. Vậy, nói đến xuân, là nói đến vẻ xinh tươi, xán lạn, rực rỡ, phong nhiêu… của đất trời, sông biển, núi rừng, cây cỏ, muông thú…; và ở nơi người, là sức sống, là tuổi trẻ, là sự khai mở, vươn dậy của cả thể xác lẫn tâm hồn. Đây là ý xuân của thời tiết và đời sống muôn loài. Trong đó, mùa xuân của con người thường được biểu hiện qua những ngày đầu năm, những ngày Tết, dương lịch hay âm lịch, đông phương hay tây phương. Những ngày đầu xuân là những ngày lễ hội rộn ràng, vui vẻ, nhộn nhịp và sinh động với những cuộc thăm viếng, thú vui, lời chúc tụng và quà tặng.

Mùa xuân ấy vui nhưng không tồn tại lâu dài. Mỗi năm chỉ có vài tháng, sau đó là phiên lượt của mùa khác. Vận hành của thời tiết và vận hành của đời người có chung một tính chất: vô thường. Sinh, trụ, dị, diệt. Ai cũng biết vậy nhưng không ai làm được gì để có một mùa xuân vĩnh cửu.

Đức Phật đã chứng nghiệm một mùa xuân như thế, không phải ở một thế giới nào khác, mà chính ngay nơi trần gian này. Trong hữu hạn tìm ra vô hạn, trong vô thường nhìn ra chân thường. Mùa xuân ấy có sẵn nơi mọi người, mọi loài. Cho nên tất cả kinh điển đều nhắm vào việc khai mở, hướng dẫn mọi loài trở về với tánh Phật sẵn có nơi chính mình; và nói một cách ẩn dụ văn chương thì chúng ta tu học theo Phật là để tìm lại mùa xuân trường cửu. Mùa xuân ấy luôn hiện hữu, nhưng chúng ta không thấy. Chúng ta chạy đuổi theo những cái tạm bợ, nhất thời và hữu hạn mà quên đi nó mà thôi.

Nhưng làm thế nào để có mùa xuân hằng hữu nơi chính mình? Có nhiều phương cách tu tập, không thể nói hết. Chỉ có thể mượn mùa xuân của trần thế mà nghiệm ra bản chất của mùa xuân vĩnh hằng. Hạnh phúc và an lạc của chúng ta đến từ đâu, đến như thế nào trong tiếp xử với chính tự tâm của mình và tương giao với con người, với thế giới? Nó không đến từ những phân biệt, đối đãi, xung đột, chấp tranh, vị ngã. Nó đến từ sự hòa hợp, bất phân, vô vi, vô tránh, vô ngã. Các tranh chấp, bất hòa của con người và muôn loài trên thế giới này đều bắt nguồn từ tham lam, sân hận, si mê. Từ bất hòa tranh chấp mà gây tạo khổ đau cho nhau.

Không chấp vào tự ngã, không tranh chấp vọng động với người, không cô phụ bản tâm thanh tịnh sẵn có của mình, đó là chìa khóa để mở ra cánh cửa của mùa xuân bất diệt. Và điều quan trọng nhất là phải tin rằng mùa xuân thường tại ở ngay nơi tự tâm mình; có nghĩa rằng chúng ta tin nơi Phật tánh bình đẳng đã hàm hữu nơi vạn loại chúng sanh. Có tin như thế mới có thể trở về. Chúng ta không tìm kiếm Phật tánh, không tìm kiếm mùa xuân bất diệt—vì cái sẵn có và bất diệt thì không mất đâu mà tìm. Chúng ta chỉ "trở về" mà thôi.

Mùa xuân bất diệt ấy biểu hiện tướng và dụng của nó trong đời sống hàng ngày, và trong mùa xuân sinh-diệt của trần thế. Tùy theo duyên mà đến và đi. Nhưng bản chất của mùa xuân, bản chất của muôn sự muôn vật vốn là vắng lặng, như nhiên:

Chư pháp tùng bổn lai
Thường tự tịch diệt tướng
Xuân đáo bách hoa khai
Hoàng oanh đề liễu thượng.
(Các pháp từ xưa nay
Tướng thường tự vắng lặng
Xuân đến trăm hoa khai
Hoàng oanh hót đầu cành)

Mùa xuân trần thế đang đến với chúng ta bằng hình ảnh một con rồng (Nhâm Thìn), khiến người trong nhà Thiền không khỏi nhớ về Long Nữ con gái của Long Vương trong kinh Pháp Hoa, phẩm Đề-bà Đạt-đa (quyển thứ tư, phẩm thứ 12). Long Nữ tám tuổi đã thành Phật là điều vi diệu, hy hữu, khó tin. Nhưng kinh đã diễn thuyết như thế, cho ta thấy 3 điều khác thường: một là, không phải thân người mà là loài rồng; hai là, tuổi nhỏ (tuổi xuân); ba là thân nữ. Ba điều chướng ngại để thành Phật mà Long Nữ đã làm được, chứng tỏ điều Phật dạy không hư dối: tất cả chúng sanh đều có Phật tánh và đều có thể thành Phật. Nói theo xuân ý nhà Thiền thì ai cũng có thể có được mùa xuân vĩnh cửu, ai cũng có thể đạt được niềm hạnh phúc an lạc chân thật nếu trở về được bản tâm của mình và tu tập đúng cách.

Một mùa xuân an lạc và miên trường, là lời chúc nguyện đầu năm, chân thành gửi đến tất cả.

Trước thềm xuân mới, ngày 01/01/2012

NHÌN GIÒNG SÔNG TRÔI
(THƯ TÒA SOẠN SỐ 3, THÁNG 02.2012)

Tết đã qua rồi, xuân còn ở lại. Không lâu sau đó, xuân cũng sẽ ra đi, như mọi năm, như mọi mùa.

Sự đến và đi của các mùa khác, hạ, thu, đông, có vẻ trầm lặng, không sôi nổi như là mùa xuân. Đến trong nhẹ nhàng thì đi cũng trong nhẹ nhàng. Thực ra, mùa nào cũng vậy thôi. Khác chăng là do nơi lòng người đối xử, phân biệt. Khi xuân sắp đến, chúng ta rộn ràng, hăm hở, chuẩn bị đủ thứ cho những ngày đầu năm, những ngày Tết. Đó là những ngày không làm việc, những ngày vui chơi, hoặc làm việc một cách thư thả, không lăng xăng, chộn rộn như suốt năm. Chúng ta đã tạm gác lại nhiều việc, nhiều vấn đề trong cuộc sống, để có những ngày an vui, nhàn hạ. Chúng ta tiếp xử với mọi người trong sự cởi mở, bao dung và hoan hỷ. Chúng ta dễ dàng khoan thứ cho những người, những việc mà đáng ra trong những ngày thường, khó lòng khoan thứ. Tết nhứt mà, chuyện gì cũng bỏ qua được. Là bởi lòng chúng ta vui, và bởi thời gian ngắn ngủi ấy (ba ngày hay một tuần, hay nguyên cả tháng Giêng ăn chơi), chúng ta cần buông xả những nhọc nhằn lao lung của một năm dài qua đi. Chúng ta cần hạnh phúc.

Hạnh phúc chân thật không phải là sự tạm dừng của những nhọc nhằn, khổ đau. Nó không đến như là sự đắp đổi của không gian, thời tiết. Nó đến, chỉ khi nào chúng ta nhìn rõ bản chất và sự vận hành của mọi sự, mọi vật. Bản chất ấy là Vô thường, Khổ, Không (vô ngã). Bản chất này không có nghĩa gì là tiêu cực, bi quan cả. Đó là vận hành tự nhiên của các nhân duyên, của sự nhóm họp và tan rã. Hạnh phúc mong manh, vô thường thì khổ đau cũng mong manh, vô thường. Chẳng có gì tồn tại vĩnh viễn. Trong đời sống, chúng ta luôn bám víu, lo sợ hạnh phúc trôi đi; nhưng chẳng ai bám víu vào khổ đau, lo sợ khổ đau tan mất. Kỳ thực thì hạnh phúc hay khổ đau đều sẽ trôi qua, dù có bám víu hay không bám víu, dù lo sợ hay không lo sợ. *"Nỗi buồn như giọt nước, niềm vui như nắng chiều,"* một nhà thơ—nay đã là người thiên cổ, từng nói thế.

Hạnh phúc hay khổ đau mà chúng ta trải nghiệm hàng ngày, trong suốt cuộc đời, chẳng qua chỉ là hiện tượng, là bèo giạt trên giòng sông chuyển dịch vô thường. Hạnh phúc nhiều hay khổ đau nhiều là do mức độ chấp thủ của chúng ta đối với các pháp (mọi sự, mọi vật). Nỗi khổ to lớn nhất của chúng ta hầu như chính là sự sợ hãi phải bị mất đi những gì mình yêu thương, trân quí. Sợ hãi như thế là sợ bèo không chịu dừng đứng yên vị trên giòng sông; sợ mây trắng không tụ mãi trên bầu trời xanh biếc; sợ mai vàng sẽ rơi rụng như xác pháo ngày xuân…

Người học Phật không sợ hãi sự chuyển biến đổi thay của vạn pháp. Đổi thay, chính là bản chất của cuộc đời. Không có đổi thay, sẽ không có xuân, hạ, thu, đông; sẽ không có giọt lệ hay nụ cười; và sẽ không có bất kỳ một chúng sanh nào có thể tiến đến Phật quả.

Những ngày Tết đã qua đi. Vẻ rộn ràng tươi vui của hoa xuân, bánh mứt, hội chợ… và những nụ cười rạng rỡ đầu năm, đã nhạt dần từng ngày. Nhưng hãy còn đó sự tĩnh tại của tâm chúng ta, những người trầm lặng, biết nhìn và quán sát sự trôi đi của giòng sông…

NHỮNG BƯỚC CHÂN TRẦN
(THƯ TÒA SOẠN SỐ 4, THÁNG 3.2012)

Hành trình của một người hướng về giải thoát, giác ngộ, là hành trình của buông xả.

Buông xả sự chấp chặt vào bản ngã; buông xả những gì được cho là thuộc về bản ngã; buông xả luôn cả ý niệm là mình đã buông xả hay đang buông xả… Từ nội tâm đến ngoại giới, đều phải buông xả, không vướng mắc, không trói buộc vào bất cứ điều gì.

Đó là công hạnh của người xuất gia, công hạnh của hành giả thực sự mong cầu giải thoát. Đối với đời sống thường nhật, công hạnh này được biểu hiện cụ thể qua việc bố thí, cúng dường. Bố thí tài sản, vật chất, sức lực, thời giờ; bố thí kinh nghiệm, kiến thức và Phật Pháp; bố thí sự an tâm, vô úy.

Nhờ công hạnh buông xả dần dần tự ngã cho đến khi đạt đến vô ngã hoàn toàn, người con Phật sống trong sự khiêm cung, cởi mở, hòa hợp với tất cả sinh loại. Cho nên không lạ gì trong quá khứ, thái tử Siddhartha rời bỏ cung vàng điện ngọc để xuất gia tầm đạo và thành đạo, bao vương tôn công tử thời ấy nối gót ngài, cũng xa lìa đời sống phú quí xa hoa, làm khất sĩ không nhà. Buông xả tất cả để sống vì tất cả.

Trong vòng một vài năm qua, tại hải ngoại đã có nhiều vị cao tăng đạo hạnh và cư sĩ thời danh ra đi, để lại những công trình đáng kể cho nền văn hóa Phật Việt. Sở học, sở tri và sở hành của họ đáng cho người đời sau chiêm nghiệm, tri ân. Trong số những vị trên, Chánh Pháp số này đặc biệt tưởng niệm Hòa thượng Thích Trí Chơn với hành trạng cao đẹp tuyệt vời, xứng đáng là một bậc tôn sư của thời đại: làm tất cả việc với lòng chí thành, tận tụy, nhưng đồng thời buông bỏ tất cả, chẳng vướng mắc lưu giữ gì cho bản thân, từ vật chất đến tinh thần. Tạo dựng rất nhiều đạo tràng, hướng dẫn hàng ngàn phật tử, nhưng chỉ sống đạm bạc trong một căn phòng nhỏ chứa đầy sách báo để khảo cứu, trước tác, dịch thuật, giảng dạy. Có bằng cấp học vị mà không bao giờ phô trương; xuất bản bao nhiêu tác phẩm mà chẳng bao giờ khoe khoang, ra mắt. Âm thầm vãng lai hành đạo; lặng lẽ du phương hoằng pháp. Độc hành trì chí suốt bao năm trường cho việc văn hóa giáo dục. Ở thời đại này, nhất là trong xã hội thực dụng Âu-Mỹ, không dễ gì giữ được tâm thái và hành xử khiêm cung, bình dị, vô chấp như vậy.

Chúng ta thường đi qua cuộc đời này với những bước

chân nặng nề hình thức, danh vọng, chức tước, học vị, lợi lộc... Mỗi bước chân của chúng ta đều lưu lại dấu vết lồi lõm trên cát, mà không hề ý thức rằng chẳng bao lâu sau đó, sóng nước vô thường sẽ phủ lấp đi, không còn gì.

Người học Phật tỉnh thức là người đi vào cuộc đời như chim bay ngang trời, như thiên nga bỏ lại hồ nước trong: có thể đến bất cứ nơi đâu, có thể rời xa tất cả chỗ, mà không để lại một vết tích hay gợn sóng nào sau lưng. Chúng ta có thể thực hành được điều này, bằng cách cởi bỏ dần những gì chúng ta sở hữu, thủ đắc. Con đường giải thoát là con đường mà hành giả bước đi với hai tay không, với vai không gánh gồng, và với những bước chân trần, nhẹ nhàng, vô tư lự, trong lặng im cô tịch...

HẠNH PHÚC TO LỚN CỦA NGƯỜI CON PHẬT
(THƯ TÒA SOẠN SỐ 5, THÁNG 4.2012)

Khát vọng kỳ cùng của con người, của chúng sanh, là bất tử. Nhưng bao nhiêu ngàn năm trôi qua, chẳng thấy ai được bất tử, dù kẻ ấy là quân vương nhiều quyền lực, lắm tiền của. Từng cá nhân, từng mệnh đời nằm xuống. Từng chính thể, từng chế độ suy tàn, rồi diệt vong. Bất quá, người ta có thể dùng tiền bạc hay công sức để mua được sự trường sinh bằng y dược, hay các phương thức thể dục, dưỡng sinh. Nhưng trường sinh cũng không thắng nổi nghiệp báo, không vượt qua được cửa ngõ vô thường; nói chi điều viễn vông là bất tử.

Đức Phật đản sinh ở cõi này, không phải để ban phát cho chúng ta một đời sống vĩnh hằng nơi thế giới nào đó. Ngài luôn nhắc chúng ta về sự bất định, chuyển biến không ngừng của mọi sự mọi vật. Tất cả các pháp hữu vi, những gì có hình thể, sắc tướng, cho đến những gì thuộc về tâm thức nhưng do duyên hợp mà sinh, thì đều vô thường, biến hoại. Nghĩa là không có một thân xác hay linh hồn trường sanh, bất tử nào cả.

Chỉ cái gì bất sinh, cái đó mới bất diệt.

Kỳ diệu thay! Đó lại là cái mà tất cả chúng sanh đều có, bình đẳng như nhau: Phật tánh.

Phật tánh đã sẵn có nơi chúng ta, dù sinh ra ở giới tính nào, chủng tộc nào, quốc gia nào, cũng đồng đẳng, không hơn không kém; và dù trôi lăn trong vòng lục đạo bao nhiêu đời kiếp luân hồi, cũng không giảm thiểu hay mất đi.

Đức Phật thị hiện nơi đời là để nhắc nhở chúng ta điều ấy. Rằng với Phật tánh sẵn có, chúng ta có khả năng giác ngộ, trở thành bậc đại giác như đức Phật. Tất nhiên việc thành Phật không đơn giản chỉ là tri ngộ về bản thể chân tánh của mình, mà phải qua sự chứng nghiệm toàn vẹn của một tiến trình tu tập, tích tạo công đức, đãi lọc các phiền não và sở chướng, vượt qua các sở kiến sở chấp... Nhưng ít nhất, trong ý chí vươn lên, trong khát vọng giải thoát, thì tri kiến ban sơ của người học Phật, rằng tất cả chúng sanh đều có Phật tánh, chính là nền tảng để từ đó cất những bước chân hướng về chánh quả.

Đây là niềm hạnh phúc to lớn nhất của người con Phật. Hạnh phúc vì đức Phật ra đời, mở bày cho chúng ta về kho tàng mà chúng ta sẵn có. Hạnh phúc vì sau khi Ngài nhập Niết-bàn, đã để lại giáo pháp vi diệu để chúng ta học hỏi, suy nghiệm. Hạnh phúc vì hàng xuất gia đệ tử Phật, thừa tiếp con đường cao rộng của Ngài, trực tiếp hướng dẫn chúng ta tu tập hành trì, cùng hướng về giải thoát giác ngộ.

Như vậy, thay vì tìm cầu một đời sống bất tử không thể có trong thế giới sinh diệt huyễn mộng, chúng ta hãy tu tập theo chánh pháp để đạt đến cảnh giới bất sinh bất diệt. Cảnh giới ấy, chẳng ở đâu xa. Chính là Phật tánh sẵn có nơi tất cả chúng ta.

Cúng dường Phật Đản không gì quí hơn là mỗi người trở về với bản tâm của mình, vận dụng lòng đại bi, hiển hiện tánh Phật trong đời sống hàng ngày, để con người thương yêu nhau, xã hội bình đẳng không tranh chấp, và thế giới thực sự hòa bình an lạc.

TỪ THỐNG KHỔ VƯƠN DẬY
(THƯ TÒA SOẠN SỐ 6, THÁNG 5.2012)

Theo truyền thuyết, Thái tử Tất Đạt Đa giáng hạ nơi vườn Lumbini, dưới gốc cây vô-ưu, với bảy bước chân được nâng bằng bảy hoa sen. Từ đó, người theo Phật thường gọi mùa Phật Đản là mùa hoa vô-ưu, mùa sen nở, hoặc mùa hoa ưu-đàm (linh thoại), v.v…

Có người nói hoa vô-ưu và ưu-đàm là một, nhưng theo kinh điển thì hoa ưu-đàm cả ngàn năm mới nở một lần, còn vô-ưu là một loại cây hoa nở quanh năm ở Ấn-độ và một số nước Á châu. Sen cũng không phải là loại hoa hiếm quý, vì thường nở rộ vào mùa khô hàng năm. Dù thế nào, truyền thuyết, linh thoại hay thực tế, các loại hoa này đều là những biểu tượng đẹp trong Phật giáo. Đặc biệt là hoa sen, được nhắc đến rất nhiều trong kinh điển và rất phổ thông trong tất cả các hình thức nghệ thuật và kiến trúc Phật giáo.

Sen cũng được dùng để đặt tên cho một bộ kinh nổi tiếng của truyền thống Đại thừa (Diệu Pháp Liên Hoa) mà từ đó phát sinh một tông phái lớn của Nhật-bản và Trung-hoa: Liên Hoa tông.

Một kinh khác chép rằng, sau khi thành đạo, Đức Phật đã quán xét tâm tính và căn cơ của chúng sanh trước khi quyết định chuyển vận bánh xe chánh pháp. Qua sự chiêm nghiệm của Ngài, muôn loại chúng sanh được biểu thị như là những hoa sen rộ nở trong các hồ mùa hạ. "Như trong hồ sen xanh, hồ sen hồng, hay hồ sen trắng, có một số hoa sen sinh ra dưới nước, lớn lên dưới nước, sống vươn lên trên mặt nước, không bị dính sình lầy, cũng không bị nước ướt đẫm… Cũng vậy, có hạng chúng sanh nhiễm nhiều trần tục nhưng cũng có hạng chúng sanh ít nhiễm trần tục…" (kinh *Ariyapariyesana* – Trung Bộ). Với hình ảnh thi vị đó, có thể hiểu rằng dù sinh ra trong cảnh giới nào, chủng loại hay chủng tộc nào, bản chất của con người và chúng sanh là sen, là bất nhiễm, vô nhiễm. Bản chất ấy là Phật tánh. Với bản chất thanh tịnh đồng đẳng với chư Phật, tất cả chúng sanh đều có thể tùy theo phước đức, năng lực và hoàn cảnh của mình, hướng về đạo quả vô thượng.

Sen có thể vươn khỏi mặt nước một cách sạch sẽ thanh cao, có thể bị chìm ngập dưới sình lầy, hoặc dính sình lầy nhiều hay ít trong quá trình trưởng thành, nhưng một khi nở hoa, sen nào cũng ngát hương. Cách thế vào đời của Phật, Bồ-tát hay chúng sanh cũng đều như thế: từ nơi sình lầy thống khổ của trần gian mà vươn dậy.

Giải thoát chẳng phải là sinh ra từ hư không, sinh từ nơi thơm sạch, mà chính là từ nơi trần tục, nhiễm ô, tỏa cánh chân thường tự tại.

Nhân mùa sen Phật Đản, xin nguyện cùng với bạn đạo muôn phương, xông ướp hương thơm đức hạnh, giải thoát để dâng tặng trần gian khổ lụy này…

BẢN NGÃ
(THƯ TÒA SOẠN SỐ 7, THÁNG 6.2012)

An cư kiết hạ (hay kiết đông) là truyền thống lâu đời của Tăng đoàn, hàng ngũ những đệ tử xuất gia của Phật. Không chỉ là truyền thống, An cư còn là nguyên tắc sinh hoạt bắt buộc phải có. Nơi đâu có tỳ kheo và tỳ kheo ni lưu trú, hành đạo, từ bốn vị trở lên, nơi đó phải được tổ chức An cư. Tuổi thọ (hạ lạp) của tỳ kheo được tính theo mỗi mùa An cư mà họ nhiệt thành và tự nguyện tham dự. Trong ý nghĩa sâu xa hơn, tuổi thọ của Chánh Pháp tùy thuộc nơi truyền thống An cư này. Bao lâu hội chúng tỳ kheo, tỳ kheo ni, còn vân tập trong thanh tịnh hòa hợp để sách tấn và thực hành giới luật, giảng luận và học hỏi giáo lý, Chánh Pháp vẫn còn tồn tại. Bởi vì An cư là biểu hiện sinh động của đời sống Tăng lữ. Qua An cư, giới luật được hội chúng tỳ-kheo nghiêm minh gìn giữ; và cũng qua An cư, tính cách hòa hợp của Tăng đoàn được thể nghiệm.

Một cách cô đọng, có thể nói là trong sinh hoạt Tăng đoàn, nhờ Giới luật mà có thanh tịnh, nhờ Vô ngã mà có hòa hợp. Đây là tiêu chí mà Đức Phật đưa ra để khích lệ các vị tỳ kheo nhằm giữ gìn giới thân huệ mạng của mình cũng như để bảo tồn mạng mạch Chánh Pháp. Hơn hai nghìn năm trăm năm, trải qua nhiều thế hệ tăng lữ của nhiều quốc gia, Chánh Pháp đã được lưu truyền trong cách đó.

Giới luật và Vô ngã không phải là lý tưởng hay lý thuyết để theo đuổi, mà chính là con đường thực hành. An cư là cơ hội cho sự thực hành ấy. Tức là thực hiện tinh thần Giới luật và Vô ngã ngay trong sinh hoạt của một cộng đồng, một tập thể mà trong số những người tham dự, không phải ai cũng đều là người thân thuộc, quen biết. Tôn ty trật tự của cộng đồng Tăng lữ được thực hiện một cách tự nhiên trên tinh thần giới luật và đức hạnh. Giới luật thì có giới bổn để qui chiếu, còn đức hạnh của từng cá nhân là do nơi nội lực thực hành Phật Pháp, không phải nơi việc xuất gia sớm hay muộn, thọ giới trước hay sau. Người đức hạnh là người thực hành Vô ngã. Vô ngã không phải một sớm một chiều tuyệt dứt bản ngã của mình, mà chính là dần dần lột bỏ từng sở chấp nơi tự tâm, buông xả từng vật, từng điều, từng thành tựu, từng sở đắc, từng ý niệm mà mình cho rằng mình đã hay đang sở hữu.

Trong thế giới vô thường hữu hạn này, mọi thứ mà chúng ta tranh thủ để có được trong đời sống, có thể rời khỏi chúng ta bất cứ lúc nào. Nếu chúng không rời chúng ta, thì có thể qua một đêm mơ màng không bao giờ mở mắt trở lại, chính chúng ta sẽ rời khỏi chúng. Một căn nhà, một dinh thự hay tự viện nguy nga; tiền bạc, của cải, và những trang sức đắt giá; bằng cấp, học hàm, danh vọng và chức vị... Tất cả đều là sương khói, huyễn mộng, sẽ không theo chúng ta qua đời sống kế tiếp.

Người thực hành Vô ngã là người không cố gắng theo đuổi hoặc níu giữ một cách vô vọng những điều huyễn mộng của thế gian. Hương thơm đức hạnh chỉ có thể tỏa ra từ con người Vô ngã ấy.

Nhờ Vô ngã mà khi cần, một hành giả có thể từ bỏ huyễn thân, cúng dường Chánh Pháp. Phật giáo Việt Nam đã từng có những vị chân tăng như thế. Chúng ta tôn xưng họ là những bồ-tát. Gần đây, trên mười hai tăng sĩ và cư sĩ Tây Tạng cũng đã thiêu thân cho lý tưởng tự do của đất nước và nền Phật giáo của họ. Đức vô úy, nhẫn nhục, tâm bố thí, lòng từ bi và hỷ xả, nói chung là tất cả đức hạnh cao đẹp của một hành giả chân tu, đều bắt nguồn từ tinh thần Vô ngã. Chỉ trong Vô ngã, buông hết tất cả, con người mới có được tất cả. Nói một cách quyết liệt hơn, mỗi người chúng ta phải chết đi bản ngã của mình, mới có thể làm sống dậy tinh thần của Chánh Pháp.

TRỞ VỀ BIỂN LỚN
(THƯ TÒA SOẠN SỐ 8, THÁNG 7.2012)

Trong mùa An cư kiết hạ của Tăng-già, người con Phật thường nghe nhắc đến các tiêu đề "thúc liễm thân tâm," "thanh tịnh hòa hợp"… Các tiêu đề này nhắc nhở người xuất gia bản nguyện và sơ tâm của mình đối với tự thân, cũng như đối với Phật Pháp và con đường tiếp độ sanh chúng.

Nói đến Tăng-già (Sangha) là nói đến tăng chúng, tập thể của người xuất gia đã thọ giới tỳ-kheo (bhikkhu), tỳ-kheo ni (bhikkhuni), qui định là từ bốn vị trở lên. (Một tỳ-kheo chúng ta gọi là "tăng", một vị tỳ-kheo ni chúng ta gọi là "ni", chỉ là cách gọi cho gọn trong thói quen của Phật giáo Việt Nam, kỳ thực chữ "tăng" hay "ni" không đủ và không đúng để gọi một vị tỳ-kheo hay tỳ-kheo ni)

Ngày nay có người triển khai chữ "Sangha" để gọi chung cho các tập thể cư sĩ không thọ giới tỳ-kheo hay tỳ-kheo ni do Phật chế; có người thí phát cho nam nữ phật-tử tu gieo duyên vài ngày, thọ giới sa-di và sa-di ni, hoặc không thọ giới gì cả, cũng xưng là "tăng, ni". Các việc xảy ra như thế, là do không qui chiếu nơi giới luật, không nghiên cứu tường tận ý nghĩa và các nguyên tắc sinh hoạt truyền thống của Tăng-già. Không biết mà vẫn làm, hoặc biết mà vẫn cứ làm, thì đều là lạm xưng.

Tăng-già là rường cột của Phật Pháp, gồm những vị đã tự nguyện cắt bỏ đời sống gia đình thân thuộc, chọn lựa nếp sống chay tịnh, độc thân suốt đời nơi chốn thiền môn, thành tâm lãnh thọ đại giới (của tỳ kheo, tỳ kheo ni); trong thì vun bồi đạo hạnh, giới đức, ngoài thì thể hiện hạnh vô cầu, vô tránh ("nội cần khắc niệm chi công, ngoại hoằng bất tránh chi đức"), mục đích là để tìm cầu giải thoát giác ngộ và cứu độ chúng sinh.

Trong ý nghĩa cốt lõi ấy, các tỳ-kheo, tỳ-kheo ni, phải sống theo tăng-chúng, tăng-đoàn (Sangha), có nghĩa là không thể tách rời các sinh hoạt của cộng đồng Tăng-già. Dù trong hoàn cảnh phải độc cư hành đạo ở một trú xứ, đạo tràng nào đó, cũng phải tự động trở về với tăng-chúng khi có hội chúng tỳ-kheo, tỳ-kheo ni vân tập để bố-tát, an cư, tự tứ, v.v.. Suốt nhiều tháng trong năm, vì hoằng pháp mà phải giao tiếp, hướng dẫn, ứng phó đạo tràng, làm tất cả việc thiệp thế, một tỳ-kheo hay tỳ-kheo ni cần có thời gian cho việc trở về với chính mình, trở về với Tăng-già để tu tập, nghiên tầm giáo điển, thiền quán, lễ tụng... An cư là cơ hội để trở về ấy. Đức Phật là bậc đại giác mà có khi cũng dành thời gian an cư, không tiếp khách; huống hồ hàng đệ tử của ngài, chưa hẳn là tất cả đều đã giải thoát giác ngộ. Hẳn là bậc Đại giác không sợ loạn tâm khi giao tiếp, nhưng ngài đã vì Tăng-già mà nêu gương. Cái gương đó, đệ tử của ngài nên suy nghiệm để nghiêm túc thực hành bổn phận và bổn nguyện của người trưởng tử Như Lai.

Thiện nam thiện nữ phật-tử cũng nên thấu suốt điều ấy để hết lòng hộ trì, ủng hộ các đạo tràng an cư của Tăng-già. Bởi vì thời gian an cư mới chính là đời sống thực của Tăng chúng: dừng lại các sinh hoạt thiệp thế, kiểm soát thân, giới hạn nói năng, quán sát tâm ý, lắng đọng ba nghiệp cho thanh tịnh; dành trọn ngày đêm cho việc tu tập hành trì. Và chính nhờ thời gian này, các hành giả độc cư được tắm gội trong biển đức của Tăng-đoàn, học hỏi những điều thâm sâu uyên áo, giải tỏa những điều khúc mắc chưa gặp minh sư khai thị, soi lại chính mình trong gương sáng của các bậc trưởng thượng và pháp lữ chung quanh. Suốt năm sống xa Tăng-đoàn, nay là dịp thử nghiệm nội lực của chính mình: giữa tăng lữ khắp nơi tụ hội về, mỗi người một tánh ý, xuất thân từ nhiều địa phương khác nhau, sinh từ những thế hệ cách biệt nhau, khác thầy tổ, khác tông môn, có thấy chút tự mãn, bất đồng, hay phiền não nào khởi lên trong sinh hoạt đồng sự suốt thời gian cấm túc an cư hay không? Lục hòa có thể áp dụng được không? Sống xa Tăng-đoàn làm sao biết được tâm mình rỗng rang thanh tịnh có thể hòa hợp với bất cứ ai, bất cứ hoàn cảnh nào? Sinh hoạt với Tăng-đoàn, mới có thể chứng thực được điều ấy.

Đó là ý nghĩa của "thúc liễm thân tâm," và cũng là ý nghĩa của "thanh tịnh hòa hợp" mà một mùa an cư có thể mang lại cho chư vị tỳ-kheo, tỳ-kheo ni, những bậc xuất trần cao cả, những kẻ thừa tự Chánh Pháp của Như Lai.

Người phật-tử tại gia khắp nơi luôn qui hướng các đạo tràng an cư, kỳ vọng nơi tánh đức như hải của Tăng-già có thể tỏa rộng để Phật Pháp được trường tồn và mọi loài chúng sanh nhờ đó mà được nhuần thấm hương đạo.

Trong những giai đoạn suy vong, nguy biến cùng cực của Phật giáo, vẫn thường xuất hiện những bậc bồ-tát hóa thân, lấy lòng từ bi mà cảm hóa nhân tâm, tỏa trí sáng mà khai mở cho kẻ lầm mê, đem đức uy dũng mà đương cự ác đảng, tà đạo. Đón nhận tất cả khổ nhục mà không lời oán than. Chịu đựng tất cả gian nguy mà lòng vẫn an nhiên. Nhìn chúng sanh bằng con mắt thương yêu của cha mẹ đối với con cái. Con ngoan, con hư, đều một lòng ân cần chăm sóc. Có khi phải đem cả sinh mệnh của mình để trang trải cho sự sống còn của đạo pháp.

Phật giáo cận đại và hiện đại, nói riêng về Giáo hội Phật giáo Việt Nam Thống nhất, trải qua bốn đời Tăng thống, thì Đức Đệ tứ Tăng thống Thích Huyền Quang, là vị cao tăng trực tiếp đương đầu với thế lực ác, đứng trên đầu ngọn sóng mà lèo lái và bảo vệ con thuyền đạo pháp lúc nguy nan.

Năm 1992, khi Đại lão Hòa thượng Thích Đôn Hậu nằm xuống, Giáo hội dường như phải bị chôn theo, thì chính Hòa thượng Thích Huyền Quang, một mình giữa trùng vây của bạo lực, ứng khẩu thuyết minh về thực thể của Phật giáo trong lòng dân tộc, tuyên bố lập trường nhất quán của Giáo hội, để rồi từ đó, mở đầu con đường đấu tranh bất bạo động cho sự phục hoạt Giáo hội Phật giáo Việt Nam Thống nhất. Thời điểm ấy, con người ấy, chỉ có một trong dòng lịch sử Phật giáo Việt Nam.

Đến năm 2003 thì Giáo hội, qua Hội đồng Lưỡng viện trong nước và các hội đồng giáo phẩm tại hải ngoại suy tôn ngài lên ngôi vị Tăng thống. Ngôi vị cao tột ấy, không phải do công lao hay thành tích đấu tranh, hoặc do thời gian dài lâu phục vụ Giáo hội, mà chính là do nơi đạo hạnh sáng ngời của một bậc long tượng kỳ vĩ: trong thì hòa hợp lân mẫn với đồng đạo khắp nơi bằng giới đức và lòng khiêm ái;

ngoài thì cảm hóa, chinh phục quần sinh bằng hạnh lợi tha và lòng bi mẫn; khi cần cứng cỏi thì sừng sững như núi, không gì lay đổ; khi cần uyển chuyển thì nhu thuận hiền hòa như nước chảy mây bay. Đối với người hiền hay kẻ ác, tiếp xử như nhau: chỉ bằng một lòng từ bi, trang trải cho muôn loài.

Đó là một con người lịch sử. Con người ấy, giai đoạn đầu, giai đoạn giữa, giai đoạn sau, có thể có những đổi thay theo thời gian và tâm lý xã hội, nhưng đạo hạnh thì không thay đổi. Đạo hạnh ấy vượt thời gian, vượt khỏi những ngôi vị, vượt khỏi những cơ cấu tổ chức. Đó là con người khi cất bước chân đi, là vươn đến phương trời cao rộng…

NGUỒN CỘI HIẾU KÍNH
(THƯ TÒA SOẠN SỐ 10, THÁNG 9.2012)

Hiếu là lòng thương kính và ý hướng báo ân. Hiếu không phải chỉ thương kính suông mà còn bao hàm hành động, nghĩa cử báo đền ân sâu của người sinh và dưỡng mình. Báo ân mà lòng không thương kính cũng không thể gọi là Hiếu.

Lòng thương kính là tình cảm tự nhiên của người dưới đối với người trên; của con cái đối với cha mẹ. Lòng thương kính ấy phát sinh từ sự đối đãi, tương giao giữa người trên và người dưới, người thi ân và người thọ ân, không cần kêu gọi hoặc ép buộc phải bày tỏ, biểu lộ. Nhưng thói thường thì con người dễ lãng quên. Một khi rời bỏ nguồn cội của mình để hướng về phía trước, chạy theo những gì mới lạ, sẽ không còn nhớ dĩ vãng và những người dõi mắt kỳ vọng từ phía sau. Kỳ vọng của cha mẹ là con cái được thành đạt, hạnh phúc. Con cái đáp lại niềm kỳ vọng ấy là đủ. Còn đòi hỏi cái gì xa hơn (và thấp hơn) niềm kỳ vọng ấy (chẳng hạn mong đợi con cái phụng dưỡng, phục vụ, chăm sóc mình để đáp trả công lao mình đã ban cho) thì không còn là tình thương yêu chân thật, không điều kiện. Cha mẹ không mong đợi sự đền ơn đáp nghĩa, nhưng con cái cần thương kính và luôn tâm niệm về việc báo ân đối với cha mẹ bất cứ lúc nào có thể. Ân lớn của cha mẹ, nếu không thương kính và không nhớ để báo ân (bằng vật chất hay tinh thần), tất cần phải có sự nhắc nhở. Nhắc nhở ấy là điểm khởi đầu cho Hiếu đạo ở đời, không riêng trong lý thuyết nhà Phật.

Nhưng hiếu kính và báo ân cha mẹ chỉ là một trong bốn ân nặng được nêu cao trong Phật giáo: ân cha mẹ, ân sư trưởng (thầy dạy đời/đạo), ân quốc gia và ân chúng sanh. Do đó, Hiếu hạnh của người con Phật chân chính, nói cho đủ là thực hiện việc "trên đền bốn ân nặng, dưới cứu khổ ba đường." Trên đường học đạo, hành đạo, người con Phật luôn tâm niệm điều ấy, thực hiện việc ấy, trong đời sống hàng ngày, không phải chờ đến lễ Vu Lan mới lo tụng niệm và làm việc đền đáp công ơn cha mẹ, hoặc nghĩ đến việc bố thí, cúng dường, cầu nguyện cho cha mẹ đã qua đời.

Hiếu của người con Phật là ý thức thường trực về nguồn cội từ đó mình được hiện hữu và hành hoạt như một con người, một hành giả đi ngang cuộc đời mộng ảo. Nguồn cội ấy, không chỉ từ cha mẹ, mà còn ở nơi trùng trùng nhân duyên đối với tất cả sanh loại. Đặc biệt là đối với người xuất gia học đạo, sư phụ không những dạy ta chữ nghĩa còn dạy ta làm đại trượng phu, không những giáo dưỡng ta từ thuở hành điệu, còn nuôi dưỡng cả trí tuệ và pháp thân huệ mạng, cho đời này và nhiều đời sau. Quán sát tất cả chúng sanh (từ hữu tình đến vô tình) đều đã từng, và có thể là cha mẹ, là sư phụ của mình, để đem lòng hiếu kính, báo đền. Báo đền bằng cách nỗ lực tu tập để giác ngộ giải thoát, hướng dẫn kẻ khác giác ngộ giải thoát, luôn tâm niệm mang lại hạnh phúc an vui cho muôn loài. Hiếu hạnh như vậy, có thể lạm sánh với hạnh của Phật.

Hàng năm đến mùa Vu Lan, chúng ta nhắc đến chữ Hiếu. Nhưng kỳ thực thì Hiếu hạnh vốn không có mùa, không có giai kỳ để bắt đầu và chấm dứt. Hiếu hạnh là hạnh tu của Phật, của Bồ-tát. Hạnh ấy khởi đi từ lòng bi mẫn đối với tất cả chúng sanh, mong tất cả đều được thoát ly biển khổ, một thời cùng chứng đạo quả vô thượng.

LÕI CÂY
(THƯ TÒA SOẠN SỐ 11, THÁNG 10.2012)

Mục đích tối hậu của người học Phật là để tìm về bản lai diện mục của mình, tức là tìm cách quay về, nắm bắt lại điều cốt tủy mà mình đã có sẵn. Đây là một nghịch lý. Có sẵn thì cần gì phải tìm! Đã là bản lai thì cần gì phải quay về!

Là bởi tuy có sẵn, mà không nhìn thấy, không dùng được; sờ sờ ra đó nhưng lại cách xa nghìn trùng, như kho tàng châu báu trong chéo áo gã cùng tử. Cho nên, phải tìm thì mới thấy, thấy rồi thì mới nắm được, dùng được. Nắm được, dùng được rồi, lại thêm một nghịch lý khác: đã có sẵn, đã là của mình, thì làm gì có sự mất đi, làm gì có cái gọi là "đã tìm được"!

Nghịch lý trên được đức Phật làm sáng tỏ trong "Đại kinh Ví dụ Lõi cây" (Trung bộ), rằng người thực hành chánh pháp không nên tự mãn với những thành tựu của mình. Nghĩa là phải vượt qua những điều gọi là thành công, thành tài, thành danh, thành tích, thành tựu... vượt qua những điều gọi là sở đắc, sở chứng. Nói theo tinh thần Bát-nhã thì phải thành tựu ba-la-mật, tức là vượt qua một cách rốt ráo, đến chỗ không còn gì để vượt qua, không còn gì để chứng đắc. "Bởi vì ở trong Không tánh ấy, chẳng có cái gọi là sắc, thọ, tưởng, hành, thức; không có cái gọi là nhãn, nhĩ, tỷ, thiệt, thân, ý... cho đến... không có cái gọi là vô minh hay chấm dứt vô minh; không có già-chết, cũng không có cái gọi là chấm dứt già-chết;... không có cái gì gọi là tuệ giác, cũng chẳng gì gọi là chứng đắc..." (Bát-nhã Tâm kinh). Để tìm được lõi cây, phải vượt qua cành lá, vỏ cây, giác cây; có được lõi cây rồi thì lõi cây cũng phải vượt qua. Ở đây, có thể nói theo thể điệu ngôn ngữ của kinh Kim Cang: lõi cây không phải là lõi cây, mới chính là lõi cây.

Chúng ta, kẻ phàm phu, suốt đời lăng xăng, xông xáo chạy theo lợi dưỡng, danh vọng, địa vị... không ý thức được tất cả những thứ ấy đều hão huyền. Chỉ một cơn gió nhẹ của vô thường thoảng qua, những gì chúng ta gom góp tích lũy một đời, đều rơi rụng hết. Chúng ta vô minh, tạo khổ đau cho mình, cho người, từ kiếp này sang kiếp khác; để rồi cứ triền miên quờ quạng trong nẻo sinh tử, chẳng thấy đâu là giá trị, là cốt lõi, là gia tài sẵn có của mình. Có khi được nhân duyên tốt học đạo, thấy được lẽ chân, lại không thực hành sự vượt qua, không có được tâm giải thoát bất động, cứ đắm nhiễm, tự mãn trong những thành tựu nhỏ nhoi, tiếp tục làm người vô trí.

Bậc hiền trí, không như vậy. Lững thững đến, lừng lững đi. Nhẫn nhục như đất. Bao dung như trời. Làm tất cả những điều lợi ích cho kẻ khác rồi phủi tay, chẳng cần giữ lại gì. Độc hành đi vào nơi thâm áo kỳ tuyệt, vượt qua những chặng đường và nơi chốn dừng chân; từ nơi cao thẳm, gửi lại nụ cười nhẹ tênh...

LẬT TỪNG TRANG SÁCH VÀO THU...
(THƯ TÒA SOẠN SỐ 12, THÁNG 11.2012)

Trời đã vào thu. Sớm mai, gió nhẹ bên ngoài đủ đưa khí lạnh len vào cửa sổ để hé. Nhìn ra vườn có thể thấy sương mù bao phủ những thân cây trụi lá, khẳng khiu; và đâu đó trên các lối đi, lá vàng khô chưa kịp quét dọn đã dầy thêm một lớp.

Mùa thu đến, đã làm cho lá vàng đi. Người ta vẫn thường nói hoặc nghĩ như thế. Kỳ thực mùa thu không làm cho lá vàng. Mùa thu chỉ là một trong những nhân duyên tác động lên cỏ cây, hoa lá. Cũng như gió không làm cho

TRONG NHỮNG THOÁNG CHỐC ■ *Vĩnh Hảo*

những chiếc lá kia rụng đi, mà chỉ là điều kiện cho sự rơi rụng nhanh hơn của lá. Nếu tự bản chất lá không biến hoại thì trăm mùa thu cũng chẳng đổi được màu, ngàn cơn gió cũng không lay được khỏi cành.

Không phải chỉ có lá vàng, lá úa. Mọi sự mọi vật đều tàn tạ và biến hoại theo thời gian. Bởi vì bản chất của lá, của hoa, của núi, của mây, của con người, thân xác và tâm hồn, đều bất định, không có tự tánh. Nhờ bất định và không có tự tánh mà nó mới duyên được với cái không phải là nó. Lý này được gọi là vô thường, là duyên sinh; cũng gọi là vô tự tính hay vô ngã. Nói cách khác, (bản) thể của sự vật là vô ngã, vô tự tánh; (hoạt) dụng của sự vật là duyên sinh; tướng (trạng) của sự vật là vô thường.

Chúng ta thường chỉ nhìn hiện tượng hoại diệt của con người và cuộc đời mà sinh khổ đau, hờn oán. Nếu quán sát sâu sắc bản chất của muôn vật, sẽ thấy vô thường cũng có bộ mặt khả ái, dễ chịu của nó. Vô thường, biến đổi, chẳng phải là tốt đẹp lắm hay sao? Không có vô thường làm sao một hài nhi có thể trưởng thành; làm sao một phàm phu có thể tiến lên quả vị Phật; làm sao một kẻ mê lầm có thể trở thành người tỉnh giác; làm sao một kẻ vướng mắc trói buộc có thể trở nên giải thoát tự tại! Và làm sao những sầu đau thống khổ của mình, của trần gian có thể vơi đi được nếu cái gì sinh ra cũng tồn tại mãi không đổi thay?

Sương mai tan dần trong nắng thu dìu dịu. Lá vàng như sẫm màu hơn. Thoang thoảng hương thơm của một loài cỏ nào đó. Tiếng gió reo vui qua hàng thông xanh đầu ngõ, vọng về một điệu nhạc êm đềm. Lòng thanh thản, bên chung trà nóng, lật từng trang sách vào thu…

BẠN HIỀN
(THƯ TÒA SOẠN SỐ 13, THÁNG 12.2012)

Sương thu buổi sớm hãy còn giăng mờ bên ngoài khung cửa sổ. Những ánh đèn đường như dịu lại sau một đêm dài tỏa sáng. Các dây đèn giăng mắc trước nhà hàng xóm vẫn còn kiên trì chớp lóe trong một trời mù sương. Ông già Noël hình nộm vẫn cười hỉ hả trước sân nhà ai. Chỉ mới sau tuần lễ Tạ Ơn là thiên hạ đã trang trí đón chào mùa lễ Giáng Sinh và Tân niên. Không khí những ngày cuối năm thật rộn ràng, vui vẻ. Nhưng giờ này thì mọi người đang còn chìm sâu trong giấc đông miên.

Lặng lẽ ngắm nhìn khu vườn nhỏ mờ đục trong sương mai, lòng dấy một niềm vui nhẹ nhàng, thư thả. Nghĩ về những bạn hiền đã đến và đã đi, những người bạn hiền đang có, đang gần gũi. Những người bạn, cũng là những bậc thầy, thật hiền và dễ thương…

Tinh thần viễn ly, buông xả, có thể nói là chất liệu nền tảng mà tuyệt vời nhất của hành giả trên đường học đạo, cũng như của văn nhân nghệ sĩ Phật giáo trong cảm hứng sáng tạo nghệ thuật. Nhưng viễn ly, buông xả không chỉ dừng nơi lý thuyết mà phải là thái độ và hành xử thường trực của một con người hướng vọng giải thoát.

Không thể nói suông về vô ngã khi tự thân đầy vọng chấp và ý thức phân biệt nhân-ngã, bỉ-thử.

Không thể nói suông về giải thoát khi càng lúc tâm thức và hành động chỉ biết tự trói mình vào trong ổ kén của những sở hữu, sở kiến, sở đắc.

Có viễn ly, buông xả mới có vô ngã, giải thoát.

Hành động thiết thực nhất của tinh thần viễn ly, buông xả, chính là bố thí, là sự cho đi, là sự hiến tặng, với niềm thương yêu, trân trọng, vì lợi ích an vui cho kẻ khác.

Đông phương có hình ảnh hòa thượng Bố Đại (được truyền tụng là hóa thân của Phật Di Lặc); tây phương có ông già Noël (Santa Claus). Họ là hiện thân của sự bố thí, hiến tặng, của sự ban vui cứu khổ. Cho đi những gì mình có, hiến tặng những gì kẻ khác cần. Đó là bước đầu của tâm bồ-đề. Không khởi đi bằng bước chân đầu tiên này thì đừng nên bàn nói gì về vô ngã, giải thoát.

Cho nên, hình ảnh con người tuyệt vời, được xưng tụng là hiền giả, thánh giả, đại trượng phu, xuất trần thượng sĩ... trong ngôn ngữ văn học Phật giáo, là con người vượt ra khỏi mọi danh vọng, quyền lợi, sở hữu (vật chất hay tinh thần) của thế gian. Sự cao cả vĩ đại của họ nằm ở chỗ buông xả, từ bỏ, không phải nơi sự tom góp, tích lũy. Trong khi kẻ khác tự mãn với những thành công về cơ ngơi, tài sản to lớn, đồ sộ, thì một hành giả viễn ly lặng lẽ đi vào chỗ tận cùng của cô liêu, hoang vắng – nơi ấy không còn những bung xung rộn ràng của các sở hữu vật chất, đồng thời vượt khỏi mọi vọng tưởng đảo điên của tâm thức.

"Nhất bát thiên gia phạn
Cô thân vạn lý du
Kỳ vi sinh tử sự
Giáo hóa độ xuân thu"

Một bình bát, khất thực muôn nhà; đơn thân rảo bước muôn dặm xa.

Chỉ có sinh-tử là việc lớn; tận tụy hóa độ khắp hà-sa.

Bằng tâm thức và hành động viễn ly, buông xả, con người cao vời siêu tuyệt ấy không nhất thiết phải là một trưởng giả giàu có, mà đôi khi là một khất sĩ không nhà; không nhất thiết phải là một trưởng lão hòa thượng, mà có khi chỉ là một tiểu đồng sa-di; không nhất thiết phải là một vị tăng, mà thường khi cũng là những vị ni; không nhất thiết phải là kẻ xuất gia, mà đôi khi còn có những cư sĩ thế tục. Có thể gọi họ là những thiện tri thức, hay một cách gần gũi hơn: bạn hiền.

"Gần gũi những người bạn hiền giống như đi trong sương mù. Tuy sương không ướt áo liền, nhưng dần dần cũng thấm đượm." (Cảnh Sách Văn)

Bạn hiền ấy là ai, ở đâu? – Là những ai có thể có mặt khi mình cần đến; là những ai giúp khi mình gặp khó khăn; là những ai hướng dẫn khi mình bị bế tắc; là những ai cho khi mình thiếu hụt; là những ai nâng đỡ khi mình vấp ngã. Từ vật chất đến tinh thần, những người bạn hiền ấy luôn trao tặng chúng ta mà không đòi hỏi một điều kiện nào, dù là sự biết ơn. Nhưng chúng ta phải trân trọng. Bởi vì, khi nói bố thí hiến tặng là bước đầu của tâm bồ-đề thì sự trân trọng biết ơn những người bố thí cũng chính là nhận thức sơ khởi về tâm bồ-đề ấy.

Xin cảm ơn tất cả những bạn hiền lớn-nhỏ, già-trẻ, nam-nữ… đã đến và đã đi, đang đến hoặc sẽ đến trong cuộc đời chúng ta.

NGÀY THÁNG MỚI
(THƯ TÒA SOẠN SỐ 14, THÁNG 01.2013)

Cuối năm dương lịch, trời lạnh cắt và mưa rỉ rả lâm râm ngày đêm, tạo nên những vũng nước lênh láng trên mặt đường. Những người phu làm vườn đã cào hốt lá vàng hai hôm trước, mà nay đợt lá khác đã phủ thêm một lớp nơi công viên. Nhìn từ xa, chỉ thấy một thảm lá nâu vàng, không thấy đâu là lối đi và màu xanh mướt của bãi cỏ. Trong khi khách vãng lai ngập ngừng tìm lối thì những người quanh vùng đã quen đường, tay che dù, chân vẫn bước mau trong mưa, dẫm trên lá sũng nước…

Người ta vẫn thường đổ lỗi cho hoàn cảnh xã hội, hoặc trường hợp đặc biệt nào đó của cá nhân, hoặc nhân danh sự bảo vệ và phát triển tổ chức (chính quyền, đảng phái, tôn giáo…) để làm sai, làm tổn hại đến kẻ khác, tập thể khác. Làm sai mà biết phục thiện, hối cải, sửa đổi thì còn đáng tha thứ, đáng khen. Làm sai mà còn ngoan cố tìm mọi cách để biện minh cho sự sai lầm của mình, vấy tội cho người khác, thì không xứng để gọi là người lương thức, càng không xứng là người con Phật.

Nhà Phật nói có hai hạng người đáng quí: một là người không hề làm lỗi, hai là người làm lỗi mà biết ăn năn, phục thiện.

Đi xa hơn, người không làm lỗi không khinh ghét

người làm lỗi, mà xem họ như là những nạn nhân của vô minh, tham ái; luôn rộng lòng tha thứ và tìm cách thay đổi họ; nếu không chuyển hóa được họ thì cũng giữ lòng từ bi, khoan dung của mình, không để cho sự ác, sự lỗi của người trở thành mối phiền não làm vẫn đục tự tâm.

Đã có những nhà lãnh đạo rất sai: vì danh vọng và quyền lợi cho cá nhân hay cho phe phái của mình mà phá bỏ qui ước chung của tổ chức, của xã hội; dẫm đạp lên quyền sống và nguyện vọng của số đông. Những người này cần phải học làm người hiền (hiền nhân), học làm người con Phật (thiện nhân), để sám hối, sửa đổi và nhận được sự khoan dung tha thứ của đại chúng.

Ở đời hay trong đạo cũng thế: để thành tựu việc lớn, phải giữ tâm cho rộng và sáng. Rộng thì mới dung được thiên hạ; sáng thì mới bước được những bước chân vững chãi, không sai lầm.

Ngày đã qua, năm cũ tàn. Cuộc sống trăm năm xem vậy mà chẳng là bao. Chỉ là thoáng chốc trong chuỗi dài trầm luân một khi ác nghiệp đã gieo.

Một ngày mới, một năm mới vừa đến. Chúng ta đang đứng trước một cửa ngõ mới của tương lai, của những chuỗi ngày mà không ai đoán trước được những gì sẽ xảy ra.

Vậy thì, người ác hãy tự làm mới cho mình và cho người bằng sự chân thành hối cải, điều chỉnh những sai lầm, dứt bỏ những điều ác, tận lực làm điều lành. Đừng quên rằng những người viết sử công tâm ở mai sau sẽ không viết theo ý của người lãnh đạo thời nay. Điều sai, điều ác sẽ để lại vết nhơ muôn đời, thật là dài lâu, so với cuộc sống trăm năm bươn chải theo bã lợi danh hư huyễn.

Và này, hỡi những người bạn hiền, từng giây phút tinh khôi ngay nơi hiện tiền, tiếp tục mở ra những ngày tháng mới của niềm an lạc, hạnh phúc, của sự tĩnh lặng vô biên nơi tự tâm.

Mưa sẽ dứt. Lá vàng sẽ được dọn sạch. Rồi một vùng

trời biêng biếc mở ra. Ánh triêu dương sẽ chan hòa trên những lối đi và bãi cỏ xanh trong khu vườn đẹp của chúng ta.

BẮT RẮN MÙA XUÂN
(THƯ TÒA SOẠN SỐ 15, THÁNG 02.2013)

Mùa xuân được xem là tiết khởi đầu của một năm. Tựa như trong kinh Phật diễn tả sự sinh diệt biến chuyển của muôn sự muôn vật (nhất thiết hữu-vi pháp) qua sinh, trụ, dị, diệt và thành, trụ, hoại, không. Xuân là mùa của sinh khởi, hình thành. Đó là nói trong phạm vi tương đối, trong giới hạn của một năm. Kỳ thực trong chuỗi dài sinh diệt của vũ trụ vạn hữu, không có mùa khởi đầu, cũng chẳng có mùa kết thúc: mùa xuân đi trước mùa đông của năm nay, mà lại đến sau mùa đông của năm ngoái. Đời người cũng vậy: không phải khi sinh ra là bắt đầu cho một cuộc sống, và mất đi là kết thúc vĩnh viễn cuộc sống ấy. Có một chuỗi liên lỉ trùng trùng nối tiếp nhau của những đời sống, những cảm giác, những tư tưởng, những hành nghiệp và tri giác. Cũng như có một trăm mùa xuân mà trong giới hạn một đời người, chúng ta có thể được trải qua. Các mùa xuân có vẻ tờ tợ như nhau, nhưng thực ra thì rất khác, là do cảm nhận của mỗi chúng ta, thay đổi theo hoàn cảnh, tâm trạng và tuổi tác.

Dẫu sao thì hãy cứ xem như là xuân năm nay được khởi đầu với hình ảnh con rắn, nói theo sự phân chia rạch ròi cố định của âm lịch. Theo nếp nghĩ thông thường với đời, lật kinh Phật ra, đọc *"Kinh Người Bắt Rắn,"* (Trung A Hàm, Hán tạng – tương đương Kinh Xà Dụ của Pàli tạng). Trong kinh này, Đức Phật dạy hãy học hỏi giáo pháp để thực hành, để tìm cầu giải thoát, không phải để ba hoa tranh luận; phải khéo léo, cẩn trọng, thông minh, và biết cách thực hành giáo pháp, giống như người bắt rắn. Dụng cụ để bắt rắn là Giới; chú tâm không sơ hở khi bắt rắn là Định;

hiểu được vận động của rắn và biết cách nắm bắt là Huệ. Giáo Pháp chỉ mang lại lợi ích cho người thực hành, và trở thành vô dụng đối với kẻ chỉ biết loanh quanh trong chữ nghĩa, lý thuyết suông-nếu không muốn nói là rắn độc, có thể tổn hại mình và người khác. Cũng chính trong kinh này, Đức Phật ví giáo pháp như chiếc bè. Chiếc bè ấy chỉ lợi ích cho người qua sông. Đây là điểm then chốt của Kinh Người Bắt Rắn. Kinh này cũng là nền tảng cho các Kinh Đại Thừa trong thời kỳ Phật giáo phát triển.

Ở một đoạn quan trọng khác trong Kinh Di Giáo mà hầu như ai cũng đọc qua, Đức Phật ví "phiền não trong tâm" giống như rắn hổ ngủ trong nhà; phải dùng móc sắt giữ giới mà kéo nó ra rồi mới yên tâm ngủ nghỉ.

Qua hai kinh nói trên, chúng ta thấy rắn được ví như kinh điển, giáo pháp, và cũng được ví như phiền não (tham, sân, si, mạn, nghi, ác kiến…).

Giáo Pháp mà hiểu sai, diễn dịch điên đảo thì trở thành rắn độc; hoặc đã hiểu nhưng không thực hành và không vì mục đích giải thoát thì cũng là rắn độc.

Phiền não mà không tìm cách giải trừ, chế ngự thì chẳng khác rắn hổ, có thể mổ chính mình và mổ luôn những người khác bất cứ lúc nào.

Bài học từ hai kinh trên, chỉ có một điều đáng nhớ mà thôi: đó là, thực hành, thực hành, và thực hành.

Và dẫu sao, mùa xuân đang đến bên ngoài. Thời tiết ấm áp hơn. Bầu trời quang đãng hơn. Lá vàng khô đã được dọn quét, và bãi cỏ xanh như lóng lánh dưới nắng xuân rực rỡ.

Một mùa xuân an lạc, thanh bình đến với tất cả chúng ta.

MÂY TRẮNG BAY
(THƯ TÒA SOẠN SỐ 16, THÁNG 3.2013)

Kẻ lữ hành đi ngang khu chợ huyên náo. Lắng nghe trong im lặng.

Âm thanh ngôn ngữ của con người có khi nhẹ nhàng tợ hoa rơi (như lời tình tự, hay lời khuyên nhủ ân cần của một cao nhân); có khi rổn rảng, bén nhọn như gươm giáo (như khi phỉ báng, chỉ trích nhau); có khi rất ồn ào, nhức tai (như khi mời hàng hoặc khoa trương thành tích, bằng cấp, tác phẩm, chức vị...)...

Thực ra chẳng có gì đáng để tranh cãi, khoe khoang.

Khoe khoang, tranh cãi chỉ xuất hiện ở những người tự mãn nơi chỗ thấp, và nơi họp chợ. Ở đó, mọi thứ đều có vẻ quan trọng, đáng để bận tâm. Có sự hơn-thua, thắng-bại, tốt-xấu, nhiều-ít, hay-dở... ở nơi ấy.

Nhưng khi một kẻ đã xuống ở tận cùng hố thẳm, đã *đi hết một đêm hoang vu trên mặt đất,* [*] và leo đến chóp đỉnh cao sơn ngút ngàn, thì mọi thứ tư tưởng, lý tưởng, kiến giải, kiến thức, ngôn ngữ, văn tự, chứng từ... đều chỉ là giẻ rách.

Có một cái gì thật nhẹ, thật mỏng, như tơ.

Như mây trắng, như sương mai trên đầu lá cỏ.

Từ xa thì như có, đến gần thì dường như không.

Một cái gì lồng lộng mênh mang khi tất cả mọi thứ đều tuyệt dứt.

Ai đó vừa bước ngang cánh cửa đời huyễn mộng.

Tịch lặng. Mây trắng bay.

(*) Một trong những tác phẩm thơ mộng của nhà thơ Phạm Công Thiện, *"Đi cho hết một đêm hoang vu trên mặt đất."*

ĐƯỜNG BAY SIÊU TUYỆT
(THƯ TÒA SOẠN SỐ 17, THÁNG 4.2013)

Trên bầu trời vần vũ mây đen, mấy con quạ đen lượn đuổi một con chim ưng lớn. Chuyện cũng lạ! Nhưng ngẫm cho kỹ thì cũng không lạ. Đã từng có bầy dã can rượt đuổi sư tử trong rừng già châu Phi. Đó là chuyện thật được thấy trong phim tài liệu, chẳng phải chuyện kể trong thần thoại, cổ tích.

Chim ưng đã làm gì khi bầy quạ ồn ào xua đuổi để giành một khoảnh không gian trên bầu trời bát ngát? - Chẳng làm gì cả. Chỉ bay cao hơn, cao hơn, tuyệt tích vào nơi thinh lặng, nơi mà bầy quạ không thể với đến. Có vẻ như là một sự thua trận. Trong khi đó, bầy quạ hả hê, vui say chiến thắng, rồi hạ cánh xuống mặt đất, tiếp tục tranh giành với nhau những miếng mồi tanh hôi, rữa nát.

Bậc đại sĩ gánh trọng nhiệm với đời, với đạo, nhiều khi bị đặt vào những cảnh huống khó xử, khó làm hài lòng tất cả. Cân nhắc việc lợi/hại, sinh/tử, còn/mất... có khi phải bạc trắng cả đầu trong một đêm hay nhiều đêm không ngủ (trong khi mọi người say giấc, rồi thức dậy thì đòi hỏi câu trả lời, câu quyết định, xem có vừa ý mình hay không).

Năm 1981, Hòa thượng Thích Trí Thủ đã kinh qua việc ấy. Quyết định của ngài làm xôn xao Phật giáo cả nước. Quyết định chịu nhục. Quyết định làm cây cầu, bắc qua hai bờ sinh/tử, bắc ngang cái cũ/mới. Chỗ then chốt nhất trong hành xử của ngài vào thời điểm ấy–mà nếu không tinh tế thì khó mà hiểu nổi–đó là, không có bất cứ lập ngôn hay chứng từ nào để khai tử cái cũ. Trong cương vị lãnh đạo tối cao của giáo hội, nắm cả hai viện (Phụ tá Đức Tăng Thống và Viện trưởng Viện Hóa Đạo), ngài đã không ban hành bất cứ một giáo chỉ, thông bạch, thông tư, quyết định nào để ép toàn thể thành viên phải chịu nhục sát nhập, hoặc phải giải tán. Nhờ vậy mà 11 năm sau, năm 1992, Hòa thượng Thích Huyền Quang mới có cơ hội để đơn thân đứng dậy, đòi hỏi pháp lý và quyền phục hoạt cho Giáo Hội Phật Giáo Việt Nam Thống Nhất; và nhờ vậy, 11 năm tiếp theo, năm 2003, mới có Đại hội Bất Thường tại Tu viện Nguyên Thiều để dựng lại Hội đồng Lưỡng viện một cách vẻ vang, diệu thường.

Những điều ngài làm được trong cuộc đời, nhiều người cũng làm được: nêu những ý tưởng cao xa, bảo vệ danh dự và phẩm giá của mình trước nghịch cảnh, bày tỏ được khí tiết của kẻ sĩ trước vũ lực. Nhưng trong hoàn cảnh tế nhị, khó xử, liên quan đến vận mệnh của số đông, của cả một truyền thống dài lâu, hiếm người có đủ cái dũng để chịu nhục, đưa vai lưng của mình ra cho những người sau dẫm lên mà tiến bước. Cái dũng ấy, không có từ bi thì không thể biểu hiện, mà thiếu trí tuệ cũng không sao vận dụng.

Nhưng hành xử thượng thừa ấy, cũng chỉ là một vốc nước trong biển đức bao la của đời ngài.

Biển có cần phải đong đếm? Đức có thể nào khai ngôn, ghi chép?

Thôi thì, hãy cứ vọng nhìn đường bay siêu tuyệt của chim bằng trên trời cao thẳm. Đường bay ấy, chim quạ nào mà hiểu nổi!

BƯỚC CHÂN NHẸ NHÀNG
(THƯ TÒA SOẠN SỐ 18, THÁNG 5.2013)

Bước chân nhẹ nhàng. Nở sen tịch lặng. Chuyển động ba nghìn thế giới.

Từ đó, con đường rộng mở; mà huyền diệu thay, nghìn xưa nghìn sau, ai cũng có thể cất bước để chạm đến nơi chốn thẳm sâu, cao vời, tuyệt cùng của trí tuệ, giải thoát. Nhưng nguyên khởi để vẽ một con đường vượt qua trùng trùng sinh-diệt diệt-sinh thì không thể lặp lại lần thứ hai.

Chỉ có một, con người siêu tuyệt ấy, con người của lịch sử nhân gian, con người của huyền thoại trời rồng các cõi, là thực thể hay siêu thể, trải bóng dài trong không gian và thời gian vô tận, thị hiện một cuộc đến-mà-không-đến, đi-mà-không-đi, vô tiền khoáng hậu.

Trần gian chưa từng có diễm phúc nào to lớn cho bằng, từ mảnh đất trầm luân thống khổ, bừng nở những đóa sen thanh khiết đón nhận bước chân nhẹ nhàng của người, bậc đại hùng, đại trí, đại từ bi: Đức Phật của chúng ta, Đức Phật trong chúng ta.

BÀI HỌC TỪ TRÁI TIM
(THƯ TÒA SOẠN SỐ 19, THÁNG 6.2013)

Thế kỷ thứ 5, pháp sư người Thiên Trúc, tên Cưu-ma-la-thập (Kumārajīva) viên tịch; sau lễ hỏa thiêu, toàn thân ra tro, riêng lưỡi vẫn còn nguyên, hiển thị rằng việc dịch thuật Tam Tạng Kinh từ Phạn ngữ sang Hán văn, không sai, không dối.

Thế kỷ 20, pháp sư người Việt Nam, đạo hiệu Quảng Đức, tự thiêu thân, sau lễ hỏa táng, để lại trái tim, đốt thêm lần nữa vẫn không cháy, hiển thị rằng *"Phật giáo Việt Nam được trường tồn bất diệt."* [1]

"Phật giáo Việt Nam được trường tồn bất diệt" là nguyện vọng tha thiết được người con Phật cất lên trên quê hương vào thời điểm ấy, trước nguy cơ bị tiêu vong. Kỳ thực Phật giáo ở bất kỳ quốc gia nào, trường tồn không phải chỉ do đấu tranh với ngoại giáo hay thế quyền đối nghịch, dù là đấu tranh bất bạo động để tự vệ, tự tồn.

Phật giáo như một tổ chức tôn giáo, hay giáo hội, có thể tồn tại hay tiêu vong, hưng thịnh hay suy yếu, tùy thuộc phần nào theo ngọn triều của chế độ chính trị mà nó đang hành hoạt, nhưng phần lớn và chính yếu, là do người con Phật trong tổ chức ấy có thực hành Chánh Pháp hay không.

Đành rằng *"Bồ tát thấy dân kêu ca, do vậy gạt lệ, xông mình vào nơi chính trị hà khắc để cứu dân khỏi nạn lầm than,"* [2] nhưng sự dấn thân nếu không đặt trên nền tảng của lòng từ bi thì không phải là hành xử của con Phật. Vì lòng từ bi mà thực hành tất cả hạnh đức. Chính vì lòng từ bi mà tất cả những cuộc dấn thân, đấu tranh, chuyển hóa, cải cách, canh tân… của người con Phật đối với tự thân Phật giáo, hay đối với quốc gia, đối với nhân quần xã hội, là cuộc đấu tranh bất bạo động, là cuộc đấu tranh để giải thoát con người ra khỏi sự tham đắm (ngũ dục), sân hận (với tha nhân hay kẻ đối nghịch), và cuồng vọng (đối với chân lý, lý tưởng, nhận thức); chứ không phải là cuộc đối đầu giữa thế lực này với thế lực khác. [3]

Hòa thượng Thích Quảng Đức là một trong hàng triệu người con Phật *"xông mình vào nơi chính trị hà khắc,"* nhưng hành động của ngài, quả là hết sức phi thường. Chỉ có ai thực hành Chánh Pháp một cách nghiêm cẩn, thực chứng lẽ đạo một cách sâu xa, mới có thể làm được điều phi thường ấy. Tôn xưng ngài là "Bồ-tát" thật xứng đáng, và có lẽ không tôn hiệu nào xứng hợp hơn.

Sau nửa thế kỷ, ngày nay người ta đã rút được rất nhiều bài học từ cơn đại định trong ngọn lửa hồng của Bồ-tát cũng như trái tim bất diệt để lại. Trái tim ấy đã nói lên điều gì? – Đó là lòng từ bi, là tâm bồ-đề.

Tưởng niệm 50 năm ngày Bồ-tát vị pháp thiêu thân, không phải để khơi lại những đúng-sai, chánh-tà, thiện-ác… của một quá khứ vừa đau buồn vừa bi tráng trong lịch sử Phật giáo và quê hương Việt Nam. Tưởng niệm, chính là để chúng ta luôn tâm niệm, luôn ý thức rằng, tư lương và hành trang mà người con Phật đem vào cuộc đời, cứu độ chúng sanh, chính là trái tim, là lòng từ bi, là tâm bồ-đề. Phật giáo, biểu tượng hình thức của Chánh Pháp, được trường tồn bất diệt hay không, chỉ do một tâm ấy mà thôi.

1) Nguyên văn trong *"Lời nguyện tâm quyết"* của Hòa thượng Thích Quảng Đức viết bằng chữ Nôm, đề ngày 04 tháng 6 năm 1963.

2) *"Truyện số 68 trong Lục độ tập kinh tờ 36c24-25, với chủ trương* "Bồ tát thấy dân kêu ca, do vậy gạt lệ, xông mình vào nơi chính trị hà khắc để cứu dân khỏi nạn lầm than," *(Bồ tát đỗ dân ai hiệu vi chi huy lệ đầu thân mệnh hồ. Lệ chánh, tế dân nạn ư đồ thán)."* (Lê Mạnh Thát, Lịch Sử Phật Giáo Việt Nam, Tập I, Từ Khởi nguyên đến thời Lý Nam Đế, NXB Thuận Hóa, Huế, 1999).

3) Thích Trí Quang: *"Tôi nguyện đem xương máu trang trải cho Phật pháp, nếu chết thì như cái chết của chân lý trước bạo lực chứ không phải chết vì bạo lực nầy kém bạo lực khác!"*

SỐNG TRONG LÒNG LỊCH SỬ
(THƯ TÒA SOẠN SỐ 20, THÁNG 7.2013)

Nhất Linh – Nguyễn Tường Tam (1906–1963) là nhà văn có ảnh hưởng sâu rộng nhất đối với nền văn học Việt Nam cận đại. Ảnh hưởng của ông, qua Tự Lực Văn Đoàn (thành lập năm 1932), cho đến ngày nay, gần một thế kỷ, không thể nói là đã chấm dứt vai trò của nó, mà vẫn còn âm ỉ tác động lên nếp suy nghĩ, cách hành xử, lối viết, lối sống, của nhiều thế hệ cầm bút cũng như độc giả, từ thành thị đến thôn quê; từ những những người cầm quyền cho đến các chính khách đảng phái; từ hàng trí thức khoa bảng cho đến sinh viên, học sinh…

Có được sức ảnh hưởng như thế là bởi ông có viễn kiến: vạch con đường trăm năm của văn hóa, giáo dục, luôn tiên phong, dẫn đạo những khuynh hướng canh tân, cải cách, trong văn học hay trong chính trị xã hội…

Cuộc đời chỉ hơn nửa thế kỷ của ông là cả một pho sách vô giá, để lại nhiều bài học nhớ đời cho hậu thế. Không phải lúc nào cũng thành công, nhưng ông không nản chí, thất vọng: luôn hết lòng, tận tụy thực hiện những gì mình thích và cho là đúng. Viết văn, vẽ, làm báo, xuất bản sách, hoạt động chính trị, hoạt động từ thiện xã hội… không việc nào mà chẳng đam mê, tận tình.

Hai điểm nổi bật trong đời ông là sống mãi với văn chương và, chọn cái chết cho nguyện vọng ích nước lợi dân.

SỐNG: Ngoài các tác phẩm thời danh để lại, tinh thần của Tự Lực Văn Đoàn, là cái sống mãi.

CHẾT: Cái chết do ông chọn lựa, quyên sinh bằng độc dược, là chết để làm bất tử lý tưởng của mình, đồng thời cất lên nguyện vọng của quốc dân. Trong di chúc đề ngày 07.7.1963, ông viết ngắn gọn 71 chữ:

"Đời tôi để lịch sử xử. Tôi không chịu để ai xử tôi cả. Sự bắt bớ, xử tội tất cả các phần tử đối lập quốc gia là một tội nặng sẽ làm cho nước mất về tay cộng sản. Tôi chống đối sự đó và tự hủy mình cũng như Hòa thượng Thích Quảng Đức đã tự thiêu để cảnh cáo những người chà đạp mọi thứ tự do."

Cuộc đời của người làm văn hóa, làm công việc của trăm năm, ngàn năm, thì các thể chế chính trị nhất thời lấy tư cách gì mà xét xử! Chỉ có lịch sử mới đủ tư cách ấy. Lịch sử đó là gì, là ai? Là những cuốn sử viết theo tài liệu nhà nước ư? Là những sử gia ăn lương các nhà cầm quyền ư? Là những người chịu ơn chính quyền đòi xét xử ông bằng văn từ tạp nhạp viết bằng những ngòi bút bẻ cong chăng? Là những người quí mến ngưỡng mộ hoặc ganh ghét tị hiềm ông chăng? – Không, không phải.

Lịch sử ấy là sự thực. Sự thực thì không bao giờ khác đi theo chuyển dịch của thời thế và hoàn cảnh.

Một con người sống thực với chính mình, sống thực với mọi người thì không bao giờ sợ hãi lịch sử. Ngay khi đang sống, họ đã sống trong lòng lịch sử rồi.

NHÌN CHÚNG SANH VỚI LÒNG TỪ BI
(THƯ TÒA SOẠN SỐ 21, THÁNG 8.2013)

Trong một đoạn diễn tả công hạnh của Bồ-tát Quán Thế Âm, phẩm Phổ Môn trong kinh Pháp Hoa nói *"từ nhãn thị chúng sanh,"* nghĩa là nhìn chúng sanh bằng đôi mắt từ bi. Thiền sư Nhất Hạnh dịch rất thơ, là *"mắt thương nhìn cuộc đời."*

Nhìn ở đây là quán tưởng, là thể nhập, là "thấy" mình với chúng sanh, với cuộc đời, chỉ là một. Để có cái "nhìn" và "thấy" như thế ắt phải kinh qua một quá trình tu tập, thiền quán liên tục và sâu xa về lòng từ bi, về nhân duyên, về tánh không, về vô ngã... Không thực chứng các nguyên lý này, thật khó mà khởi được lòng thương và đức kham nhẫn đối với những con người xấu-ác, những chúng sanh vọng động, vô minh, ế độ, đầy dẫy trong cuộc đời.

Cụ thể hóa lòng từ bi và đức kham nhẫn này, kinh Phật dùng hình ảnh của bậc cha mẹ. Cha mẹ *nhìn* con cái thế nào thì Phật và bồ-tát *nhìn* chúng sanh, *nhìn* cuộc đời như thế ấy. Cái nhìn đầy thương yêu, không điều kiện.

Hơn 25 thế kỷ qua, người con Phật khắp các quốc gia, tùy theo mức độ nhận thức và thành quả tu tập của mình, đã biểu hiện lòng từ bi và đức kham nhẫn đối với cuộc đời và tha nhân, bao hàm những người hãm hại, đàn áp, tiêu diệt mình. Nhờ vậy, trong khi những người khác đạo say máu mở ra những cuộc "thánh chiến" với gươm giáo ngày xưa; rồi những vụ ruồng bố, áp bức cải đạo, thủ tiêu và bỏ tù phật-tử vào thế kỷ trước; cho đến những vụ đánh bom khủng bố, phá hủy Phật tượng và thánh tích ngày nay, người con Phật vẫn giữ được mắt thương để nhìn cuộc đời. Người con Phật không có đạo quân chiến tranh, dù chiến tranh nhân danh bất cứ ý nghĩa, mục đích hay biểu tượng thần linh nào. Có chăng một tập thể hay tổ chức Phật giáo lớn mạnh, thì đó là tập thể của những người yêu chuộng hòa bình, có cùng mục đích duy nhất trong việc truyền đạo là mang lại hạnh phúc an vui cho con người và cuộc đời.

Bạo lực của thế gian có thể hủy diệt sinh mệnh người theo Phật, có thể san bằng những ngôi chùa và thiền viện, có thể phá sập các Phật tượng và những thánh tích xa xưa, nhưng không thể phá hủy được sự thật. Sự thật ấy là, có một đạo Phật hòa bình, có một đạo Phật từ bi, có những người phật-tử từ bi trên cuộc đời. Lòng từ bi ấy là vốn liếng, là nguồn cội sinh ra muôn vàn đức hạnh cao đẹp của nhân sinh trong mọi thời đại.

Nếu có thể làm được những cha mẹ tốt đối với con cái, hãy cố gắng bước xa hơn nữa: làm người con Phật đầy lòng từ bi và kham nhẫn, luôn thương yêu, tha thứ cuộc đời.

NHẪN
(THƯ TÒA SOẠN SỐ 22, THÁNG 9.2013)

Trong một câu đối đề tặng tu viện Quảng Đức bên Úc, thầy Tuệ Sỹ có dùng mấy chữ *"vá áo, chép kinh"* để nói công hạnh và chí nguyện của người tăng sĩ hành đạo nơi đất khách.

Vá áo là công việc đối với tự thân: giữ gìn, bảo vệ chiếc áo mình đang khoác mặc, dù rách nát đến đâu cũng không bỏ (như ca dao tục ngữ nói *"áo rách phải giữ lấy lề"*). Nghĩa sâu xa là giữ gìn pháp y mà Thầy-Tổ truyền trao. Pháp y ấy là di sản, là gia sản của người tăng sĩ được kế thừa từ tiền nhân (như kinh Phật nói *"thừa tự Chánh Pháp"*).

Chép kinh, trước hết cũng là công việc đối với tự thân: theo cách của người xưa là vừa chép vừa học, nhờ chép kinh mà được đọc kinh chậm rãi từng chữ, trong lặng lẽ, hiểu kinh tường tận hơn. Nghĩa rộng rãi ở đây là công việc đối với tha nhân, là hoằng pháp.

Gần 40 năm có mặt trên nhiều châu lục và quốc gia trên thế giới, hàng tăng sĩ Phật giáo Việt Nam mấy thế hệ, đã có những đóng góp đáng kể trong việc hoằng pháp, giáo dục, đối với bản xứ cũng như đối với quê hương. Có 3 việc tiêu biểu được ghi nhận như sau:

- **Xây chùa:** rất nhiều ngôi chùa, từ nhỏ như tư gia cho đến đồ sộ nguy nga không kém các nhà thờ hay đền đài bản xứ. Vừa xây dựng cơ sở chùa chiền tại hải ngoại, vừa dành dụm gửi tiền về xây dựng hoặc tu bổ các tự viện trong nước.

- **In kinh sách, làm báo; giảng dạy:** kinh sách và báo chí được in và phát hành miễn phí trong hầu hết các tự viện; nhiều khóa tu học, khóa an cư, lớp giáo lý, các buổi hội thảo, dành cho tăng ni hoặc cư sĩ, được tổ chức định kỳ hoặc bất định kỳ mỗi tuần, mỗi tháng hoặc mỗi năm trong các tu viện, tự viện Phật giáo ngoài nước; ngoài ra còn góp phần yểm trợ cho việc hoằng pháp ở trong nước.

- **Tranh đấu cho tự do, dân chủ và nhân quyền của dân tộc Việt Nam:** một số tăng sĩ góp mặt hoặc góp tiếng nói của mình với các tổ chức chính trị, xã hội bên ngoài; một số tăng sĩ tích cực hơn, thành lập hoặc trực tiếp tham gia sinh hoạt trong các tổ chức ấy.

Những việc kể trên, việc nào cũng quan trọng, đáng làm, nhưng đa phần thì khi dành nhiều thời gian cho việc này thì bỏ việc khác; một số ít người gánh vác cả hai việc, và một số thật hiếm hoi khác, có thể gánh vác được cả ba. Hòa thượng Thích Minh Tâm là một trong số hiếm hoi ấy.

Nhưng có một việc vô cùng quan trọng khác mà không ai trong số nhiều, số ít, số hiếm hoi ấy, **kể cả trong và ngoài nước,** có thể làm được. Đó là việc đặt một nền tảng rõ rệt, cụ thể, cho sự hòa hợp, đoàn kết của Tăng đoàn.

Trong khi nhiều người dành hết cả đời xây dựng cơ sở, đã không có thời gian để làm được việc gì khác; trong khi nhiều người chủ trương chỉ lo việc giáo dục đào tạo, không cần xây chùa; trong khi nhiều người chủ trương thuần túy tu học, không tham gia chính trị; trong khi một số người quá chú trọng việc đấu tranh chính trị, đã rời xa Chánh Pháp, thậm chí gây phân hóa và làm hủy hoại niềm tin của quần chúng đối với Tăng đoàn; thì Người, chỉ duy một người, Hòa thượng Thích Minh Tâm, đã đảm đương tất cả việc: xây dựng và thành lập tự viện ở khắp nơi; giảng dạy và khởi xướng tổ chức các khóa tu học Phật Pháp dành cho hàng cư sĩ (tại Âu châu, rồi gián tiếp tác động lên Úc châu và Bắc Mỹ); tranh đấu không mỏi mệt cho tự do dân chủ cho quê hương Việt Nam; và chủ xướng việc củng cố nội lực Tăng đoàn qua sự thành lập Tăng Ni Việt Nam Hải Ngoại với Ngày Về Nguồn - Hiệp Kỵ Lịch Đại Tổ Sư tổ chức hàng năm.

3 việc trước, rất cụ thể, ai cũng thấy và cũng có thể làm được. Chỉ việc thứ tư là việc khó nhìn, khó thấy, khó làm. Hòa thượng Thích Minh Tâm đã làm được, là do đâu? Không phải nhờ bằng cấp, học vị. Không phải nhờ có chùa to Phật lớn. Không phải nhờ có chức vụ hay quyền uy trong thực tế hay trên giấy tờ hành chánh. Chỉ nhờ một tâm mà thành tựu: **Nhẫn.**

Suốt đời miệt mài hành đạo không biết mỏi mệt. Tụng niệm, giảng dạy, cho đến hơi thở cuối cùng. Từ bi chịu đựng mọi phỉ báng của kẻ ác và của người sai đường lạc lối. Lặng lẽ, khiêm nhường đối với mọi người. Vô chấp, vô thủ đối với tất cả những gì mình đã làm, đã đóng góp cho đời, cho người.

Tâm ấy, chữ Nhẫn ấy, một đời gìn giữ như là vá áo chép kinh, không dễ gì tìm thấy nơi đời ô trược. Người như thế, xứng danh là rường cột của Phật Pháp, xứng đáng được cung kính đảnh lễ, và phải tôn xưng là bậc đại sĩ thượng nhân của Tăng đoàn.

Khi một bậc đại sĩ nằm xuống, cảm giác thật như là một mặt trời vừa rụng.

HỌC PHẬT
(THƯ TÒA SOẠN SỐ 23, THÁNG 10.2013)

Học Phật là học con đường trở về với chân tâm, với Phật tánh—vốn hàm tàng nơi chính mình và tất cả chúng sinh. Con đường ấy dài hay ngắn, lâu hay mau, là tùy nơi căn cơ và điều kiện nhân duyên của mỗi người, mỗi loài. Và bởi vì đó là con đường, hành giả phải bước đi, từng bước vượt qua những chặng mốc của không gian, thời gian và tâm thức, vượt qua những bước cũ và chốn xưa, vượt qua tất cả, cho đến khi không còn nơi chốn hay thời điểm nào để đặt bước chân tối hậu. Con đường như thế, gọi là con đường xả ly, con đường giải thoát, con đường giải thoát tri kiến, con đường không đường, con đường không chỗ đến. Đặt bước chân trên con đường ấy, Thiền tông gọi là bình thường tâm, vô tâm; Tịnh độ tông gọi là nhất tâm (bất loạn); Mật tông gọi là thai tạng giới (mạn-đà-la); Thiền sư Huệ Năng gọi là vô niệm; kinh Kim Cang gọi là vô trụ, vô sở trụ; kinh Đại Bát Nhã gọi là bất nhị, là không—và vì đặc tính của các pháp là không nên không có gì gọi là tri kiến hay trí tuệ, cũng không có gì được gặt hái, không có gì gọi là đạt thành.

Suy ra, một khi chúng ta tự mãn, dừng chân ở những điểm đến, bám víu vào những điểm tựa, hài lòng với những thành tựu, thì chúng ta chưa phải là người học Phật đúng nghĩa.

Học Phật không nhất thiết là trong một đời phải chứng thành đạo quả như đức Phật, dù rằng ai cũng có khả năng để đạt được điều ấy như đức Phật từng tuyên bố. Chỉ đơn giản là phải thực hành hạnh xả ly, hạnh vượt qua (ba-la-mật), trên con đường hướng về Phật quả. Tuệ giác của Phật khởi đi từ hạnh xả ly. Không có xả ly thì không có giải thoát. Không có xả ly thì cũng không có gì gọi là tuệ giác. Xả ly là dụng công của người học Phật; thể của nó là giải thoát.

344

Từ khi hành điệu với đầu xanh để chóp cho đến khi lông mày bạc phơ rũ xuống hai gò má nhăn nheo, Sư cụ đã **học Phật** một cách lặng lẽ non một thế kỷ nơi ngôi chùa lớn nhất thành phố. Trong cương vị trụ trì, hiếm người sống đơn giản dung dị như Sư cụ. Một căn phòng nhỏ, chiếc giường gỗ nhỏ, một vài cuốn kinh trên kệ sách nhỏ, một ghế xích đu phủ manh chiếu rách. Sư cụ là hiện thân của một trưởng lão tỳ kheo phạm hạnh, bần hàn, ngay nơi thị thành phồn hoa nhiệt náo. Kinh qua bao nhiêu thăng trầm lịch sử của ngôi chùa, của đất nước, Sư cụ vẫn vậy, vẫn là hành giả học Phật khiêm hạ sót lại từ thế kỷ trước. Có chút tiền là mua hoa quả cúng Phật, mua thực phẩm, thuốc men, đích thân đến bệnh viện biếu tặng những người khổ bệnh, nghèo đói. Bàn tay lần chuỗi không ngơi. Mắt từ trao gửi nhân thế. Chưa từng một lần cao đăng pháp tòa thuyết kinh giảng luật, mà bóng Sư cụ đã che rợp cả bầu trời quê hương, bảo bọc bao thế hệ hậu bối. Nhìn Sư cụ là thấy con đường xả ly, thấy cả khung trời tự tại giải thoát. Nếu chưa hiểu thế nào là học Phật đúng nghĩa, chúng ta có thể chiêm nghiệm cuộc đời của vị lão tăng ấy.

Cuộc đời của Sư cụ đã nói gì? – Học Phật, là học làm Phật. Đơn giản như thế.

Thành kính cúi lạy lão tăng vừa chống gậy lên đường tây qui.

Nghiêng mình cúi lạy những người học Phật và tất cả những vị Phật tương lai.

LẮNG NGHE
(THƯ TÒA SOẠN SỐ 24, THÁNG 11.2013)

Nếu bảo rằng vì ngôn tự âm thanh đều vô thường nên không muốn đọc, không muốn nghe, thì chẳng khác nào đà điểu vùi đầu vào cát (để tránh hiểm nguy, hay trốn chạy thực tế?).

Che mắt, bịt tai, từ ngàn xưa, vốn không phải là hành vi và thái độ của người trí. Người trí là người luôn mở mắt lắng tai để thấy, để nghe, để nắm bắt thực tại. Từ hàng thứ dân cho đến kẻ lãnh đạo (chính quyền, đảng phái, tôn giáo, tổ chức xã hội/dân sự, cơ quan truyền thông...), đều phải mở mắt, lắng tai, mới mong hiểu được sự thực.

Vừa qua, vì thiếu sự lắng nghe, đối thoại và cảm thông giữa hai đảng phái, đã xảy ra việc "đóng cửa" chính phủ. Thực là một thảm họa! Nhưng thảm họa ấy cũng không gì lạ. Trong quá khứ (và mãi đến ngày nay) cũng không thiếu những trường hợp nhắm mắt, bịt tai, không chịu đối thoại, không chịu nhượng bộ và cảm thông của các chính quyền trước ý nguyện của toàn dân, đã dẫn đến (và sẽ dẫn đến) sự sụp đổ cả một hệ thống cầm quyền tưởng là trường trị muôn năm. Cho nên, những nhà lãnh đạo tôn giáo, kể cả các tổ chức giáo hội Phật giáo, nếu cũng nhắm mắt, bịt tai trước tiếng nói của người thân hay kẻ lạ, của người đồng thuyền hay kẻ ngoại môn, thì cũng đồng dạng với các chính thể độc tài, phi dân chủ.

Trong bài sám nguyện "Quỳ trước điện," Hòa thượng Thích Trí Thủ có câu mô tả thói quen của kẻ phàm trần: *"Tai thích tiếng mật đường, dua nịnh."* Thói quen thích lời ngon ngọt xu phụ, ghét lời trái tai phật ý, chính là một trong những yếu tố lôi kéo chúng ta đi vào vòng thị-phi, chấp ngã, lẩn quẩn trong sinh tử luân hồi. Người con Phật không như thế. Phải biết lắng nghe, như bồ-tát Quán Thế Âm: lắng nghe tất cả âm thanh của chúng sanh các loài, lắng nghe âm thanh của muôn vàn thế giới (dù là tiếng hay hay tiếng dở, tiếng chân thật hay tiếng hư dối, tiếng khen hay tiếng chê, tiếng ca tụng hay tiếng phỉ báng...).

Sự thực của thế gian (thông qua hình ảnh, lời nói) có khi chướng mắt, trái tai (đối với mình), nhưng vẫn là sự thực. Nhân loại ngày nay có nhiều phương tiện và cơ hội để nhìn-thấy và lắng nghe nhau. Hình sắc và âm thanh hiện đại là bức tranh toàn vẹn của cả hành tinh. Nhưng chúng ta phải biết cặn kẽ quan sát, lắng nghe, mới có thể tiến đến hiểu biết và cảm thông; từ cảm thông mới có hòa hợp.

Bối cảnh tan tác, phân ly của Phật giáo Việt Nam tại hải ngoại trong thập niên trước đã dẫn đến nhu cầu thành lập một Tăng đoàn hòa hợp với danh xưng khiêm tốn là Tăng Ni Việt Nam Hải Ngoại: ước nguyện ngồi lại với nhau không phân biệt giáo hội, hệ phái, tông môn; lấy giới-luật làm Thầy dẫn đường cho hội chúng; nêu cao chí nguyện của kẻ xuất trần làm chất liệu hàn gắn những dị biệt; truy tán công hạnh của Thầy-Tổ nhiều đời làm gương sáng soi chung. Ý nguyện cao đẹp và cấp thiết này được kết tinh và thể hiện qua Ngày Về Nguồn - Hiệp Kỵ Lịch Đại Tổ Sư, tổ chức lần đầu tiên vào tháng 9 năm 2007 tại Chùa Pháp Vân, Canada; và đã nối tiếp mỗi năm cho đến năm nay, 2013, là lần thứ 7. Đáng tiếc và buồn cười thay là có những kẻ che mắt, bịt tai, không chịu tìm hiểu, đã cố tình hủy báng, xuyên tạc sự ngồi lại trong hòa hợp ấy. Lãnh đạo sợ mất quyền lãnh đạo. Ngồi cao sợ rơi xuống ghế thấp. Nỗi lo sợ và ám ảnh mất mát của những người này vô tình đẩy con thuyền Phật giáo vào một giòng sông bi kịch phân ly khác.

Nhưng những kẻ xuất trần cao đẹp vẫn tiếp tục dũng mãnh lên đường.

Về nguồn. Về với nguồn cội chân tâm. Về với tự tánh thanh tịnh của tăng đoàn.

Lắng nghe. Tiếng nhiệm mầu lung linh ảo diệu. Tiếng vọng về từ thế gian thống khổ. Tiếng thanh tịnh từ bản thể thậm thâm. Tiếng sóng dâng từ đại dương sinh diệt. Tiếng vô hạn vượt ngoài cõi tam thiên.

Lắng nghe. Có những giòng sông nhập vào biển lớn. Có những con thuyền vượt sóng ra khơi. Chẳng có gì phải âu lo sợ hãi. Mở mắt, lắng tai, lóng lòng mà nhìn và nghe. Tiếng gió khua trên ngàn hoa nội cỏ. Tiếng lá chuyển mình

347

đầu mùa thay sắc mới. Lá xanh, lá vàng cùng một cội gốc duyên sinh. Đất trời mênh mông, có bước chân nào mà chẳng dẫm lên con đường vô hạn vô biên!

BẤT SINH
(THƯ TÒA SOẠN SỐ 25, THÁNG 12.2013)

Lá đã úa màu trên cây. Cũng có những lá đã vàng, khô, rơi lác đác trên thảm cỏ xanh, và trên những con đường dẫn quanh khu xóm. Trời bắt đầu lạnh. Từ lúc trời sẩm tối cho đến buổi sớm hôm sau, sương giăng dày đặc khiến cho ngọn đèn đầu đường chỉ có thể tỏa ra một vùng sáng nhỏ, lòa nhòa.

Khi mùa thu chuẩn bị qua đi, mùa đông chớm đến.

Thực ra thì mùa đông đã có trong mùa thu. Mùa thu đã có trong mùa hạ. Mùa hạ đã có trong mùa xuân. Mùa xuân đã có trong mùa đông.

Cái này luôn có mặt trong cái khác, và ngược lại.

Nếu cái này có một thực thể, một tự tánh nhất định thì không cái gì khác có thể làm duyên hay kết hợp với nó, và ngược lại.

Như vậy, nhờ không có tự tánh nhất định mà tất cả mọi sự vật đều có thể nương vào nhau mà sinh khởi, cũng nương vào nhau mà thay đổi và hủy diệt.

Triết lý nhà Phật nói sát-na sinh-diệt: nếu cái sinh ra không diệt đi ngay trong sát-na ấy thì nó sẽ sanh mãi không ngừng.

Thực ra thì không có cái gì sanh mãi. Nếu sanh mãi thì đất rộng trời cao này, không gian vũ trụ kia, có chỗ đâu mà dung chứa những con người, muông thú và sự sự vật vật!

Cho nên dù thế nào, tất cả những gì có thể nắm bắt, thấy, nghe, ngửi, nếm, cảm nhận được, đều phải sinh-diệt.

Mong đợi hay trốn chạy, nó vẫn như thế, vẫn đến trên những chập chùng có-không, mộng-thực; vẫn đến lững thững chậm chạp như con ốc sên bò qua vùng cỏ rối, như lá xanh chuyển màu thơ mộng trên những hàng cây, hay cuồng nộ thần tốc như bão lũ cuốn trôi những con người, làng mạc và ruộng đồng…

Chúng ta sáng tạo, diễn tả, hân thưởng cuộc sống của chính chúng ta và muôn loài muôn vật trên giòng thời gian chuyển biến và trong không gian đổi dời ấy. Vẽ trên mặt cát những ước mơ thật đơn giản đến ngây ngô, cho đến những giấc mộng hão huyền vĩ đại không bao giờ trở thành hiện thực. Những ước mơ và giấc mộng ấy có khi là thảm họa dài lâu cho đồng loại.

Vậy mà, đâu đó quanh ta, vẫn có những con người dường như không hề hay biết gì về những thống khổ bất an của kẻ khác. Vẫn có những con người loay hoay một đời, chuẩn bị cho mình nơi chốn an thân, nhàn nhã; mặc tình cơn bão lốc vô thường có thể quét qua những lâu đài thần thoại cổ tích, cuốn đi những dinh thự kiên cố hiện đại, hoặc phủi sạch những dự án mơ hồ ngày mai…

Và cũng đâu đó quanh ta, có những kẻ nghịch thường, đi ngược dòng đời, như thể đang đi tìm một cái gì trường cửu bất diệt.

Có chăng một cái gì bất diệt? — Đó là cái chưa từng sinh. Đó là cái bất sinh. Cái đó không thể tìm (vì chưa bao giờ mất); không thể sở hữu (vì luôn hằng hữu). Vậy mà vẫn tìm kiếm. Cũng không phải là tìm kiếm, mà thực ra là lên đường, trở về cội nguồn xưa.

Trần gian trôi mãi trong giòng cuồng lưu biến-dị vô cùng. Con đường trở về cũng dài bất tận, bởi lẽ, nó chưa từng được sinh ra, chưa từng được vẽ vời hay sáng tạo bởi bất cứ ai trong cõi trời, cõi người.

Và trong khi những con thú đông-miên chuẩn bị tìm nơi an ổn cho giấc ngủ dài, từ nơi băng tuyết, vươn lên những loài dị thảo.

TÁC PHẨM ĐÃ XUẤT BẢN CỦA VĨNH HẢO:

- MẸ, QUÊ HƯƠNG VÀ NƯỚC MẮT *(tập truyện)* 1989
- NÚI XANH MÂY HỒNG *(truyện vừa)* 1991
- BIỂN ĐỜI MUÔN THUỞ *(tập truyện)* 1992
- THIÊN THẦN QUÉT LÁ *(tập truyện)* 1993
- PHƯƠNG TRỜI CAO RỘNG *(truyện dài)* 1993
- SÂN TRƯỚC CÀNH MAI *(tâm bút)* 1994
- BỤI ĐƯỜNG *(truyện dài)* 1995
- NGÕ THOÁT *(truyện dài)* 1996
- CHẠNH LÒNG TIẾNG THƠ RƠI *(tập thơ)* 1996
- CỞI TRÓI I & II *(truyện dài)* 1997
- CON ĐƯỜNG NGƯỢC DÒNG *(tâm bút)* 1998
- GIẤC MƠ VÀ HUYỀN THOẠI *(tập truyện)* 2001
- TRONG NHỮNG THOÁNG CHỐC *(tùy bút & tạp ghi)* 2014

Liên lạc tác giả:

VĨNH HẢO
P. O. BOX 849
MIDWAY CITY, CA 92655 – U.S.A.

Website: www.vinhhao.info
Email: vinhhao@vinhhao.info

www.ingramcontent.com/pod-product-compliance
Lightning Source LLC
Chambersburg PA
CBHW020840020726
47497CB00005B/1181